पुणे विद्यापीठाच्या प्रथम वर्ष कला व वाणिज्य शाखेच्या (F. Y. B. A., F. Y. B. Com., S.Y.B.Sc., M.A., MPSC/UPSC) २०१३-१४च्या सुधारित अभ्यासक्रमानुसार लिहिलेले पुस्तक. तसेच महाराष्ट्रातील इतर सर्व विद्यापीठांना उपयुक्त.

I0526476

व्यावहारिक, उपयोजित मराठी व प्रसारमाध्यमांची कार्यशैली

संपादक
डॉ. संदीप सांगळे

डायमंड पब्लिकेशन्स

व्यावहारिक, उपयोजित मराठी व प्रसारमाध्यमांची कार्यशैली
संपादक - डॉ. संदीप सांगळे

Vyavharik, Upyojit Marathi Va Prasarmadhyamanchi Karyshaily
Sampadak - Dr. Sandeep Sangale

प्रथम आवृत्ती : डिसेंबर २०१३

ISBN 978-81-8483-548-9

© डायमंड पब्लिकेशन्स

मुखपृष्ठ
शाम भालेकर

प्रकाशक
डायमंड पब्लिकेशन्स
२६४/३ शनिवार पेठ, ३०२ अनुग्रह अपार्टमेंट
ओंकारेश्वर मंदिराजवळ, पुणे-४११ ०३०
☎ ०२०-२४४५२३८७, २४४६६६४२

info@diamondbookspune.com
www.diamondbookspune.com

प्रमुख वितरक
डायमंड बुक डेपो
६६१ नारायण पेठ, अप्पा बळवंत चौक
पुणे-४११ ०३० ☎ ०२०-२४४८०६७७

संपादकीय मनोगत

जागतिकीकरणाच्या आजच्या गतिमान युगामध्ये गुणवत्तेला पर्याय नाही. सर्वच क्षेत्रांत दिवसेंदिवस वाढत जाणारी तीव्र स्पर्धा लक्षात घेता स्वत:ला सिद्ध करण्यात जो यशस्वी ठरेल त्याचेच भवितव्य अधिक उज्ज्वल असेल यात तिळमात्र शंका नाही. जगातील कुठलेच क्षेत्र असे नाही की, आजच्या स्पर्धात्मक जागतिकीकरणाच्या युगाचा प्रभाव त्याच्यावर पडलेला नाही. अशा परिस्थितीत आपली मातृभाषा असलेली मराठीही त्यास कशी अपवाद असेल? आजच्या ग्लोबल युगाचे साद-पडसादही सातत्याने मराठीवर पडत आहेत. पारंपरिक वाङ्मयीन मराठीबरोबरच व्यवहाराची गरज बनलेली व्यावहारिक व उपयोजित मराठीही आता सातत्याने वापरली जात आहे. रोजच्या बोलण्याच्या गरजेपासून ते मुद्रित आणि इलेक्ट्रॉनिक माध्यमांच्या कामकाजासाठी वापरली जाणारी प्रभावी मराठी ही सर्वांचे लक्ष वेधत आहे; म्हणूनच रोजगाराचे प्रभावी साधन म्हणून व्यावहारिक आणि उपयोजित मराठीकडे अधिक शास्त्रीय दृष्टिकोनातून पाहण्याचा सर्वांचाच कल वाढलेला दिसतो. त्यामुळे पदवी, पदव्युत्तर स्तरावरील मराठीच्या अभ्यासक्रमात अधिकाधिक भर हा व्यावहारिक, उपयोजित मराठीसह प्रसारमाध्यमांच्या कार्यशैलीकडेही दिल्याचे प्रकर्षाने जाणवते. याशिवाय विविध स्पर्धा-परीक्षांच्या अभ्यासक्रमात आता दिवसेंदिवस व्यावहारिक मराठीचे महत्त्व वाढत असल्याचे दिसते.

म्हणूनच असंख्य विद्यार्थी तसेच स्पर्धात्मक परीक्षेला सामोरे जाऊन यशाची शिखरे गाठू पाहणाऱ्या युवकांसाठी 'व्यावहारिक, उपयोजित मराठी व प्रसारमाध्यमांची कार्यशैली' हा ग्रंथ साकारताना मनस्वी अत्यंत आनंद होत आहे. यापूर्वीही मी संपादित व लेखन केलेल्या विविध विषयांवरील पाच ग्रंथांचे चांगले स्वागत झाले. या सहाव्या ग्रंथाची उपयुक्तता तितकीच मौलिक असेल असा आत्मविश्वास वाटतो. पुणे विद्यापीठासह इतर विविध विद्यापीठांच्या अभ्यासक्रमास पूरक आणि मार्गदर्शक ठरणारे घटकच प्राधान्याने या ग्रंथात निवडण्यात आलेले आहेत. यामध्ये व्यक्तिमत्त्व विकास, विविध भाषिक कौशल्ये, निबंधलेखन, कार्यक्रम संयोजन कौशल्ये, प्रशासनिक मराठी, पारिभाषिक संज्ञा, भाषांतर प्रक्रिया, माध्यमांची कार्यशैली, मुलाखत कौशल्ये

इत्यादी घटकांचा प्राधान्याने समावेश केला आहे. त्याचा असंख्य विद्यार्थी, अभ्यासकांसह अध्यापकांनाही लाभ होईल असे वाटते. या ग्रंथाच्या प्रारंभीच आमचे गुरुवर्य व दौंड येथील कला, वाणिज्य महाविद्यालयातील मराठी विभाग प्रमुख डॉ. मधुकर मोकाशी यांनी अभ्यासपूर्ण प्रस्तावना लिहिली त्याबद्दल त्यांचा मी सदैव ऋणी आहे. याशिवाय ज्यांनी या ग्रंथाच्या निर्मितीमध्ये अभ्यासपूर्ण लेखन करून आपले योगदान दिले. त्यासंदर्भात पुणे विद्यापीठाच्या मराठी अभ्यास मंडळाचे सदस्य डॉ. अरुण कोळेकर, डॉ. द. के. गंधारे, प्रा. हरेश शेळके, प्रा. सुनील निगडे, प्रा. भाऊसाहेब गव्हाणे, प्रा. दीपक गायकवाड, प्रा. नितीन मोटे, डॉ. शांताराम चौधरी, प्रा. प्रकाश शेवाळे, डॉ. राजेंद्र थोरात, डॉ. बाबासाहेब रोडे, डॉ. बाबासाहेब शेंडगे, श्री. संदीप खाडे आदींचे मी संपादक या नात्याने शतश: आभार मानतो. ज्यांचे मौलिक मार्गदर्शन आणि प्रेम आम्हा विद्यार्थ्यांना मिळते त्या पुणे विद्यापीठाच्या मराठी विभागातील सर्व गुरुवर्यांचे मन:पूर्वक आभार. ज्यांनी मला वेळोवेळी प्रोत्साहन आणि पाठबळ दिले त्यांपैकी पुणे विद्यापीठाचे माजी कुलगुरू प्राचार्य डॉ. अरुण अडसूळ, कला व ललितकला विद्याशाखेचे माजी अधिष्ठाता प्राचार्य डॉ. अशोक थोरात, महाराष्ट्र राज्य प्राचार्य महासंघाचे अध्यक्ष नंदकुमार निकम, प्राचार्य डॉ. रमेश देवरे, विद्यमान अधिष्ठाता डॉ. अशोक चासकर, डॉ. मनोहर जाधव, डॉ. अविनाश सांगोलेकर, डॉ. अशोक शिंदे, डॉ. धोंडीराम वाडकर, डॉ. तानाजी पाटील, डॉ. सुधाकर शेलार, डॉ. चंद्रकांत जोशी, डॉ. भास्कर शेळके, डॉ. बाळासाहेब गुंजाळ यांचाही मी सदैव ऋणी आहे.

आमच्या तळेगाव ढमढेरे येथील शिक्षण प्रसारक मंडळ परिवाराचे अध्यक्ष कौस्तुभकाका गुजर, सचिव आदरणीय अरविंददादा ढमढेरे, उपाध्यक्ष श्रीकांतभाऊ सातपुते यांच्यासह सर्व विद्यमान संचालक मंडळ, विद्या सहकारी बँकेचे विद्यमान संचालक व युवानेते मा. महेशबापू ढमढेरे, ॲड. सुधीर ढमढेरे, महाविद्यालयाचे विद्यमान प्राचार्य डॉ. पी.आर. पाटील, एस. एस. ढमढेरे महाविद्यालयातील माझे सर्व शिक्षक व शिक्षकेतर सहकारी, स्वातंत्र्यसैनिक आर.बी. गुजर विद्यालय व ज्युनिअर कॉलेजचे प्राचार्य मा. माणिकराव सातकर व त्यांचे सर्व सहकारी या सर्वांच्या ऋणात राहणेच मी पसंत करेन. डायमंड पब्लिकेशन्सचे श्री. दत्तात्रेय पाष्टे व त्यांच्या सर्व सहकाऱ्यांमुळेच मला ग्रंथनिर्मितीची प्रेरणा मिळाली. त्यांच्या ऋणात राहणेच मी पसंत करतो. एकूणच 'व्यावहारिक, उपयोजित मराठी आणि प्रसारमाध्यमांची कार्यशैली' हा ग्रंथ अभ्यासकांना सविनय सादर करण्यास मला मनस्वी आनंद होत आहे.

डॉ. संदीप विठ्ठलराव सांगळे

दि. १५ जुलै २०१३

प्रस्तावना

आजच्या माहिती तंत्रज्ञान आणि जागतिकीकरणाच्या काळात शिक्षण पद्धतीत आमूलाग्र बदल होण्याची गरज आहे. पारंपरिक मार्गांचा अवलंब करणारे, जीवनास आव्हान देणारे, स्पर्धात्मक युगात यशस्वी होणारे, माहिती तंत्रज्ञान क्षेत्रात चालना देवुन व्यावसायिक-व्यावहारिक कौशल्य प्राप्त करणारे, क्षमताधिष्ठित गुणांना वाव देणारे शिक्षण सध्या हवे आहे. युवकांच्या सर्वांगीण विकासाला चालना मिळवून देऊन रोजगारक्षम मनुष्यबळ उपलब्ध करणारे तसेच चतुरस्र नागरिक घडविण्याचा प्रयत्न, अनोखे व नावीन्यपूर्ण उपक्रम राबविणाऱ्या शिक्षणपद्धती अस्तित्वात येत आहेत, त्यानुसार अभ्यासक्रम तयार करण्यात आले असून पदवी-पदव्युत्तर पातळीवरील ज्ञानाला व्यावहारिक व कौशल्याधिष्ठित क्षमतेला वाव मिळेल, हा दृष्टिकोन त्यामागे असल्याचे सूचित होते. विद्यार्थी केवळ परीक्षेतील गुणांवर आधारित पुस्तकी किडा न होता 'ग्लोबल' शिक्षण पद्धतीत वावरताना ज्ञान, माहिती तंत्रज्ञान, व्यक्तिमत्त्व विकास किंवा सक्षमता, कौशल्य प्राप्ती, प्रत्यक्ष शिक्षण आणि व्यक्तिमत्त्वाची जडणघडण यांची सांगड घालणारे अभ्यासक्रम कसे असावेत याचा वस्तुपाठच डॉ. संदीप सांगळे संपादित 'व्यावहारिक, उपयोजित मराठी व प्रसारमाध्यमांची कार्यशैली' या पुस्तकात घालून दिलेला आहे. शालेय इयत्तेपासून पदवी-पदव्युत्तर स्तरावर, व्यावहारिक व उपयोजित कौशल्ये, संभाषण, संवाद, भाषांतर कला, सूत्रसंचालन, निबंध लेखन, सारांश लेखन, पत्रलेखन, विविध प्रसार माध्यमांतील कार्यक्रम, जाहिरात लेखन, वृत्तलेखन, संपादकीय व इतर लेखन व्यवहारात सजग व सक्षम होण्यात या पुस्तकाची उपयुक्तता महत्त्वपूर्णच आहे.

डॉ. संदीप सांगळे यांनी व्यावसायिक कौशल्ये व भाषिक कौशल्ये यांचे महत्त्व ओळखून तज्ज्ञ प्राध्यापक वर्गाला या विषयाचे आजच्या काळात असलेले महत्त्व लक्षात आणून दिले. त्यांनी विविधांगी नोंदी असणारे लेख लिहिले त्या सर्वांचे कौतुक केलेच पाहिजे.

आज या विषयावर नवी-जुनी पुस्तके उपलब्ध असली तरी माहिती-ज्ञानाचा प्रचंड विस्फोट झाल्याने या लेखातील विषयाची व्याप्ती वाढताना नावीन्यही निर्माण

झाल्याचे चित्र दिसते. विशेषत: विविध प्रसार माध्यमांचे स्वरूप-वेगळेपण व कार्यशैली स्वतंत्र असताना, स्पर्धात्मक वृत्तीमुळे रसिक-प्रेक्षक, तसेच कलाकार, निर्माता, दिग्दर्शक व सूत्रसंचालक-कार्यक्रम अधिकारी यांना निवडीस व सादरीकरणास वाव राहिला. त्यात सफाईदारपणा आणणे, अनेकविध कौशल्ये प्राप्त करणे यासाठी लिहिण्यात आलेल्या लेखांमध्ये ग्रंथातील सर्व लेखकांनी शास्त्रोक्त पद्धतीने लेख लिहिल्याने त्यांना धन्यवाद देणे उचित ठरते. यातील लेखकांनी अतिशय कष्टपूर्वक-अभ्यासू, जाणकार वृत्तीने लिहून, चांगल्यापैकी लेखन करून या ग्रंथाची उपयुक्तताच सिद्ध केली आहे; कारण, या विविध लेखांचे अंतरंग पाहताना, त्यातील विषय विवेचन, मुद्दे, विचारशक्ती, लेखनशैली, सादरीकरण ह्यामध्ये साधार, सर्वसमावेशक दृष्टिने लेखन केल्याचे प्रत्ययाला येते.

विविध स्पर्धा परीक्षांत भाषिक कौशल्ये कशी प्राप्त करावीत, त्यासाठी व्यक्तिमत्त्व विकासातील विविध पैलूंचे-भाषिक कौशल्यातील स्थान यांचे महत्त्व अधोरेखित होताना डॉ. अरुण कोळेकर यांच्या 'व्यक्तिमत्त्व विकास आणि भाषिक कौशल्ये' या महत्त्वाच्या लेखात सर्वांगीण-सर्वसमावेशक-व्यापक मार्गदर्शन केल्याचे वाचायला मिळते. निबंध लेखनाकडे दुर्लक्ष न करता तसे लेखन कसे करावे व भाषिक प्रभुत्व कसे प्राप्त करावे याची सखोल-सोदाहरण-वस्तुनिष्ठ चर्चाच मुळी प्रा. हरेश शेळके यांनी 'निबंध लेखन-स्वरूप व प्रकार' या आपल्या प्रदीर्घ लेखात स्वानुभवसंपन्नतेने केली आहे. समाज व्यवहार भाषा, समाजलक्ष्यी भाषा, या अनुषंगाने वाङ्मयीन व व्यावसायिक क्षेत्रात भाषेचे स्वरूप, वैशिष्ट्ये आणि कार्यशैली कशी वावरते याचा वस्तुनिष्ठ परिपाठच प्रा. सुनील निगडे यांनी आपल्या लक्षात आणून दिला आहे. प्रशासनिक मराठी परिभाषेच्या माध्यमातून राजभाषा-व्यवहार भाषा म्हणून मराठीचा वापर करण्यास इंग्रजीतील शब्द, वाक्यरचना-संज्ञा-संकल्पना यांना (मराठीतील) पर्यायी शब्द कसे समर्पक ठरतात व त्यांचा वापर त्या अनुषंगाने विविध व्यवहार क्षेत्रात कसा करता येतो, हे स्वत: संपादक डॉ. संदीप सांगळे यांनी 'प्रशासनिक मराठी' या लेखात यथोचित शब्दबद्ध केले आहे. आपले म्हणणे तसेच लेखन थोडक्यात कसे मांडावे, ही गोष्ट 'सारांश-लेखन-स्वरूप व महत्त्व' या लेखाच्या उपयोजनातून प्रा. दीपक गायकवाड समजावून देतात व सारांश लेखनाचे तंत्र-स्वरूपही स्पष्ट करतात. विविध क्षेत्रांतील विविध माध्यमातील कार्यक्रम कसे आयोजित करावेत, त्यासाठी पूर्वतयारी, कार्यक्रमाचे सूत्रसंचालन व त्यातील कार्यक्रमपत्रिकेचे स्वरूप याविषयीचे यथायोग्य मार्गदर्शनही प्रा. नितीन मोटे करतात. सर्वांत महत्त्वाचे म्हणजे डॉ. शांताराम चौधरी यांच्या लेखाचा विषय म्हणून संवादकौशल्ये, भाषिक

कौशल्ये कशी प्राप्त करावीत, त्याचे स्वरूप, गुणविशेष, पात्रता, संभाषणाचे स्वरूप आणि त्या कलेविषयीचे बरेचसे चांगले, वैशिष्ट्यपूर्ण मार्गदर्शन केल्याने हा त्यांचा लेख उद्बोधक, रोचक, अनुकरणीय झाला आहे.

या पुस्तकाच्या माध्यमातून व्यक्तिमत्त्व विकासाचे उद्दिष्ट साध्य होण्याबरोबरच नव्या ज्ञानयुगात-जागतिकीकरणाला-स्पर्धेला सामोरे जाताना भाषिक क्षमता व व्यवसायाधिष्ठित पात्रता, व्यावसायिक कौशल्ये यांना एकूणच समग्रतेने महत्त्व प्राप्त झाले आहे! कारण... शिक्षणाचा, अभ्यासक्रमाचा, ज्ञानाचा उद्देशच मुळी रोजगार प्राप्ती, चारित्र्याची जडणघडण, नीतिमूल्यांची शिकवण, चारित्र्यसंवर्धन, बांधीलकी ही मूल्ये साध्य करण्याचा आहे.

विशेषत: जागतिक अर्थव्यवस्थेला आवश्यक असलेली भाषिक कौशल्ये आत्मसात करताना, त्याविषयीचे योग्य ते मार्गदर्शनच भाषांतरक्षेत्राशी संबंधित लेखात डॉ. बाबासाहेब रोडे यांनी केले आहे. तसेच ज्ञान-विज्ञानाच्या युगात नोकरी-व्यवसाय-स्वयंरोजगाराची नवनवीन दालने युवा पिढीला खुणावतात, त्यासाठी ज्ञान, कौशल्ये, भाषा व व्यक्तिमत्त्वविकास यांचे 'स्पेशलायझेशन' झाले आहे. रोजगार व व्यवसायाभिमुख शिक्षण आणि त्यातून प्राप्त होणाऱ्या प्रसार माध्यमातील विविध नोकरी-व्यवसायांच्या संधी शोधताना, त्यांपैकी एक आणि सर्वसामान्य क्षेत्र म्हणून 'वृत्तपत्रीय बातमीलेखन' या लेखात त्याचे स्वरूप, मांडणी, लेखनशैली आणि विविध माध्यमांसाठीचे बातम्यांचे सादरीकरण श्री. संदीप खाडे करतात. हे क्षेत्रदेखील आज मोठ्या प्रमाणात युवकांना खुणावत आहे. पत्रकारितेचे विविध प्रकार आणि स्वरूप समजावून घेऊन लायक व होतकरू तरुणांनी पत्रकारितेत स्वत:ला सिद्ध करावे यासाठी या लेखात मांडलेले विचार प्रेरक आणि संधी मिळवून देणारे आहेत. आपली क्षमता व कुवत ओळखून धाडस, धैर्य असणाऱ्या व्यक्तिंना वृत्तपत्रीय बातमी लेखनात बराचसा वाव आहे, हे संदीप खाडे यांनी दाखवून दिले आहे. डॉ. बाबासाहेब शेंडगे यांचा लेखही उल्लेखनीय असून, त्याची आवर्जून दखल घेताना 'दृक्श्राव्य माध्यमांसाठी मुलाखत लेखन कौशल्य' देखील कार्यक्रमात कसे सादरीकरणासह व्यक्त करावे याची सांगोपांग चर्चा घडवून या क्षेत्रात 'करियर' करण्यास प्रेरणा दिली आहे आणि त्यासाठी मुलाखतीचे तंत्रही उलगडून दाखवून आगळ्यावेगळ्या क्षेत्रात रोजगाराचे दालन उपलब्ध करून दिले आहे.

आज ज्ञानाची कक्षा रुंदावताना, उच्च शिक्षणात नव्या नव्या प्रयोगांची नांदी सुरू झाली आहे. पारंपरिक अभ्यासक्रमाची चौकट मोडणारा, परंतु दर्जा उंचावणारे शिक्षण देताना व त्यानुसार अभ्यासक्रम-परीक्षा पद्धती राबवताना अतिशय बुद्धिमान,

हुशार आणि यथार्थ ज्ञान असणारी कौशल्ये (संवाद लेखन, भाषांतर कौशल्ये, निबंध लेखन, सारांश लेखन, विविध दृक्श्राव्य माध्यमांसाठी लेखन इत्यादी) आणि क्षमताधिष्ठित व्यावसायिक कौशल्ये विद्यार्थ्यांच्या अंगी बाणवताना दर्जा व गुणवत्तेसाठी शिक्षणप्रणालीत व्यक्तिमत्त्व विकास व कौशल्ये (संदर्भ पाहा- डॉ. अरुण कोळेकर यांचा लेख) गृहीत धरण्यात येतात. ह्या प्रकारच्या व्यावसायिक आणि क्षमताप्रधान शिक्षणप्रणालीचा उद्देशच मुळी बाजारपेठेत व नोकरी-व्यवसायात-प्रशासकीय क्षेत्रांत (पाहा- 'भाषांतर आणि भाषांतर प्रक्रिया' लेख- डॉ. बाबासाहेब रोडे) कुशल मनुष्यबळ निर्माण करणे होय. उच्च शिक्षणाद्वारे, रोजगाराभिमुख कौशल्याचा विकास व्हावा, या उद्दिष्टाने केंद्र सरकारने दोनशे कम्युनिटी महाविद्यालये सुरू करण्याचा निर्णय घेताना, बाराव्या पंचवार्षिक योजनेचे उद्दिष्टही यावरच आधारित राहिले. त्यासाठी असे अभ्यासक्रम, पाठ्यक्रम राबविण्यात विविध ससंदर्भ साधने (पाठ्यपुस्तके, संगणक सुविधा, भाषा, प्रयोगशाळा, दृक्श्राव्य साधने) उपलब्ध करून देण्यात येत आहेत. त्यापैकी व्यावहारिक आणि प्रसार माध्यमांसाठी मराठीत लेखन झालेली पुस्तके कमी संख्येने आहेत; परंतु त्या विषयातील कमतरता या पुस्तकाने भरून निघाली आहे. येथून पुढच्या काळात विद्यार्थ्यांना पदवी अभ्यासक्रमासह व्यावसायिक कौशल्याचे धडेही मिळणार आहेत, त्याचे प्रतिबिंब या पुस्तकातील सर्वच लेखांमध्ये समग्रतेने पडलेले आहे. हे सर्व लेख परिपूर्ण आहेत; असे म्हणता येत नसले तरी त्यात आणखी सुधारणेस व आशय विषयाची भर घालणे, व्याप्ती वाढविणे यास वाव आहे असे अंतरंगावरून जाणवतेच!

जीवनकेंद्री - व्यावसायिक कौशल्यप्राप्तीसह, समाजाभिमुख कौशल्यशिक्षणच प्रमाण मानले जाते, यासाठी तरुण विद्यार्थ्यांनी व सर्वसामान्य होतकरू, अभ्यासू वाचकांनी देखील या पुस्तकातील प्रत्येक लेख काळजीपूर्वक डोळ्यांखालून घालून अध्ययन करावे, निरीक्षण करावे. हे लिहिताना या पुस्तक-निर्मितीत पुढाकार घेतल्याबद्दल संपादक डॉ. संदीप सांगळे आणि त्यांचे सर्व लेखक मित्र, सहकारी यांचे कौतुक करावे तेवढे थोडेच आहे. या पुस्तकाच्या अध्ययन अध्यापनातून कौशल्य शिक्षणासह विविध भाषिक कौशल्ये यांचा प्रत्यक्ष व्यवहारातील वापरावर भर देण्यात आल्याचे लक्षात येते. विशेषत: आज युवापिढीला स्पर्धात्मक बाजारपेठेत यशस्वी होण्यासाठी कमालीच्या तीव्र स्पर्धेला, संघर्षाला तोंड द्यावे लागते. वाढत्या बेरोजगारीमुळे आजकाल उच्च शिक्षण घेऊनही नोकरीची हमी नाही, त्यासाठी युवकांनी आपल्या सभोवतालच्या परिस्थितीचे-पर्यावरणाचे (सामाजिक-आर्थिक-सांस्कृतिक-शैक्षणिक) निरीक्षण करावे व स्वत:ची क्षमता गृहीत धरून शिक्षण आणि रोजगार व व्यक्तिमत्त्व

विकास यांची सांगड घालणारे अभ्यासक्रम निवडावेत. (प्रकाशन व्यवसाय, मुद्रित शोधन, संवाद-संभाषण-मुलाखत कौशल्ये) यासाठी या पुस्तकात मार्गदर्शन केल्याप्रमाणे भाषिक कौशल्ये विकसित केल्यास उत्तम परफॉर्मन्स मिळेल. (उदा. भाषांतर कला, वृत्तपत्रीय क्षेत्रातील नोकऱ्या, प्रसार माध्यमांतील संधी) माहिती तंत्रज्ञान क्षेत्रातही नवे नवे रोजगार निर्माण होत आहेत, त्याकडेही लक्ष देऊन या पुस्तकातील मार्गदर्शक विचार आत्मसात करावेत.

हे लिहिण्याचे कारण की, आजकाल नोकरी व्यवसायात स्थिरस्थावर होण्यासाठी पुस्तकी ज्ञानाबरोबरच उपरोक्त आणखी काही कलांची (संभाषण कला, संवाद कला- प्रा. भाऊसाहेब गव्हाणे यांचा लेख), सरकारी क्षेत्रांत- व्यावहारिक-व्यावसायिक क्षेत्रांत मराठी पारिभाषिक संज्ञांची माहिती- (प्रा. प्रकाश शेवाळे यांचा लेख), प्रमाण भाषेचे लेखन-टीका-टिप्पणी, कार्यालयीन लेखन-(डॉ. राजेंद्र थोरात यांचा लेख). कार्पोरेट क्षेत्र, प्रकाशन क्षेत्र, हॉटेल्स्-पर्यटन-मॉल्स या ठिकाणी भाषांतरकार-दुभाषा म्हणून काम करण्याची संधी – (डॉ. बाबासाहेब रोडे यांचा लेख) यातून व्यावसायिक कौशल्ये विकसित होण्यावर संबंधित लेखकांनी भर दिला आहे. जिज्ञासू विद्यार्थी, रसिक-अभ्यासू विद्यार्थी यांनी हे लेख मुळातूनच वाचावेत. आजच्या काळात देश- परदेशांत अगदी आखाती देशांतही कुशल मनुष्यबळ हवे असते. हे लक्षात घेऊन पदवी शिक्षण, उच्च शिक्षण यांची सांगड घालून, संगणकाशी संबंधित कौशल्य मिळविले तर या पुस्तकाच्या सखोल अभ्यासातून नोकरी-व्यवसाय व स्वयंरोजगारात यश मिळविताना विविध स्पर्धा परीक्षांसाठी उपयुक्त असणारे भाषिक ज्ञान-निबंध लेखन (प्रा. हरेश शेळके), सारांश लेखन (प्रा. दीपक गायकवाड), जीवन व्यवहारातील भाषेचे स्थान (डॉ. सुनील निगडे) इ. लेख यामधून व्यावहारिक-उपयोजित व प्रसार माध्यमांची कार्यप्रणाली-लेखनशैली कशी असते हे समजून घेतल्यास रोजगारक्षम तरुण पिढीला या क्षेत्रात निश्चितच भवितव्य आहे. हे भवितव्य घडविणारे या पुस्तकाचे संपादक आणि सर्व लेखक मित्रांचे त्यांच्या लेखनातील विचारांचे स्वागत करण्यात मलाही मनापासून आनंद झाला आहे. समग्र अभ्यासक्रम या पुस्तकात समाविष्ट झाल्याचे समाधान मिळाले... या सर्वांना मन:पूर्वक धन्यवाद !

डॉ. मधुकर गणेश मोकाशी
मराठी विभागप्रमुख
कला व वाणिज्य महाविद्यालय
दौंड-४१३ ८०१, जि. पुणे

डॉ. संदीप सांगळे

संपादक परिचय

शैक्षणिक पात्रता	: एम. ए. नेट, पीएच.डी. जर्नॅलिझम (डी. सी. जे.)
माजी सदस्य	: मराठी अभ्यास मंडळ, पुणे विद्यापीठ, पुणे
मराठी विभाग प्रमुख	: शिक्षण प्रसारक मंडळाचे साहेबराव शंकरराव ढमढेरे कला व वाणिज्य महाविद्यालय, तळेगाव ढमढेरे, ता. शिरूर, जि. पुणे
एम.फिल. मार्गदर्शक	: पुणे विद्यापीठ, पुणे
संस्थापक अध्यक्ष	: ज्ञानप्रबोधिनी ग्रामविकास प्रतिष्ठान, पुणे (महाराष्ट्र)
उपसंपादक	: दै. पुढारी, पुणे. (मे १९९८ ते डिसेंबर २००१)
पत्रकार	: दै. पुढारी, दै. तरुण भारत, संवाद माध्यम सेवा, पुणे
व्याख्याता	: बहि:शाल शिक्षण मंडळ, पुणे विद्यापीठ, पुणे

लेखन, संशोधन	: १) समीक्षा ग्रंथ
	 i) दलित कथेचे शिल्पकार : शंकरराव खरात
	  डायमंड पब्लिकेशन्स, पुणे
	  प्रथमावृत्ती, डिसेंबर २०१०
	 ii) कथाकार शंकरराव खरात
	  पद्मगंधा प्रकाशन, पुणे
	  प्रथमावृत्ती, सप्टेंबर २०१३

संपादन	: i) व्यावहारिक उपयोजित मराठी आणि प्रसारमाध्यमे
	  डायमंड पब्लिकेशन्स, पुणे
	  प्रथमावृत्ती – फेब्रुवारी २००९

ii) मराठी वाङ्मय तंत्र आणि आस्वाद समीक्षा
डायमंड पब्लिकेशन्स, पुणे
प्रथमावृत्ती, ऑक्टोबर २००९

iii) आधुनिक मराठी साहित्य : स्वरूप, आकलन, आस्वाद
डायमंड पब्लिकेशन्स, पुणे
प्रथमावृत्ती, जुलै २०१०

iv) कथागौरव परीक्षण
ऋतु प्रकाशन, अहमदनगर
प्रथमावृत्ती, ऑगस्ट २००९

v) यशोगाथा : एक परीक्रमा
यशोदिप प्रकाशन, पुणे, सप्टेंबर २०१३

vi) मराठी विनोदी कथा : स्वरूप आणि आकलन
यशोदिप प्रकाशन, पुणे, ऑक्टोबर २०१३

प्रभारी प्राचार्य   : शिक्षक प्रसारक मंडळाचे
साहेबराव शंकरराव ढमढेरे कला व वाणिज्य महाविद्यालय
तळेगाव ढमढेरे, ता. शिरूर, जि. पुणे
(कालावधी – ऑक्टोबर २००१ ते ५ सप्टेंबर २००५)
उपप्राचार्य
(कालावधी – ११ आक्टोबर २००५ ते २ ऑगस्ट २०१०)

ई–मेल (E-mail)   : sandeepvsangale@gmail.com

संपर्क   : (मोबा.) ९८२२४४५१७७ / ७३८७९००७२३
(०२१३७) २७२४६२

(अकरा)

अनुक्रम

प्रकरण १

व्यक्तिमत्त्व विकास आणि भाषिक कौशल्ये

डॉ. अरुण कोळेकर

व्यवहारात 'व्यक्तिमत्त्व' हा शब्द फार ढोबळ अर्थाने वापरला जातो. मानसशास्त्रीय दृष्टिकोनातून व्यक्तिमत्त्व या शब्दाचा अर्थ व्यावहारिक अर्थाहून भिन्न आहे.

सर्वसाधारणपणे व्यक्तिमत्त्वाचा संबंध शरीरयष्टी, शारीरिक जडण-घडणीशी लावला जातो. बाह्य स्वरूपावरून व्यक्तिमत्त्वाचे वर्णन केलेले दिसते; परंतु हे व्यक्तिमत्त्वाचे मर्यादित वर्णन झाले. शरीरयष्टी, दुसऱ्यावर छाप पाडण्याचा प्रयत्न किंवा मानसिक ठेवण, यापैकी एका अंगावर भर देणारी विधाने मानसशास्त्रज्ञांच्या दृष्टीने समर्पक रीतीने व्यक्तिमत्त्व सुचविणारी नाहीत; परंतु सर्वसामान्य लोक तसा अपसमज करून घेतात. म्हणून मानसशास्त्रीयदृष्ट्या व्यक्तिमत्त्व कशाला म्हणतात, हे पाहणे गरजेचे ठरते.

'व्यक्तिमत्त्व' या शब्दासाठी इंग्रजीमध्ये 'Personality' हा शब्द वापरला जातो. हा शब्द 'Persona' या लॅटिन शब्दापासून तयार झाला आहे. त्याचा अर्थ 'मुखवटा' असा होतो. यामधूनच 'Persona' या शब्दाला रोमन लोकांनी 'व्यक्ती कशी दिसते' हा अर्थ प्राप्त करून दिला. त्यातूनच 'Personality' हा शब्द तयार झाला. व्यक्तिमत्त्व या संज्ञेसाठी 'Personality' हा प्रतिशब्द वापरला जातो. तो व्यापक अर्थाने योजला जातो. त्यामुळेच व्यक्तिमत्त्व या संकल्पनेत व्यक्तीच्या शारीरिक घडणीबरोबरच तिच्या मानसिक घडणीचाही समावेश होतो. व्यक्तिमत्त्वाच्या ज्या व्याख्या उपलब्ध आहेत; त्यावरून शारीरिक वैशिष्ट्यांबरोबरच मानसिक वैशिष्ट्यांचाही समावेश केला जातो.

मानसशास्त्राच्या दृष्टिकोनातून 'व्यक्तिमत्त्व' म्हणजे व्यक्तीचे दर्शनी किंवा बाह्य स्वरूप नव्हे. मानसशास्त्र असे मानते की, मानवाचा विकास किंवा घडण होत

असताना त्यात अनुवंश आणि भोवतालची सामाजिक व सांस्कृतिक परिस्थिती यांचा फार महत्त्वाचा वाटा असतो. अनुवंशानुसार म्हणजेच आई-वडिलांकडून त्याला शरीराची ठेवण, मूळप्रवृत्ती व काही जन्मजात प्रेरके प्राप्त होतात, मूल जन्माला येते तेव्हा त्याच्या ठिकाणी सामाजिक गुण कोणतेच नसतात. हे सामाजिक गुण ते हळूहळू समाज व संस्कृती यांच्या ज्या अंत:क्रिया त्याच्यावर होतात, त्यापासून शिकते. जन्मापासून मृत्यूपर्यंत मूल समाजात वाढते. त्याचा परिणाम होऊन त्याच्या अभिरुची, बौद्धिक सामर्थ्य, सवयी, श्रद्धा व मूल्ये विकसित होतात. या सर्व वैशिष्ट्यांचे संघटित मूळ किंवा समग्र रूप म्हणजे 'व्यक्तिमत्त्व' होय.

व्यक्तिमत्त्वात काही अंश आनुवंशिक किंवा जैविक असला तरी व्यक्तिमत्त्वाचा विकास हा सांस्कृतिक व सामाजिक वातावरणामुळे होतो. ही व्यक्तिमत्त्वाची घडण सामाजिक, सांस्कृतिक घडामोडींवर अवलंबून असते. व्यक्तिमत्त्वाची काही लक्षणे बाह्य म्हणजे वरवरची दिसणारी असतात. उदा. पोशाख, आवडी-निवडी इ., पण व्यक्तिमत्त्वाचा खरा गाभा म्हणजे व्यक्तीचा स्वभाव, वृत्ती, सहज-प्रवृत्ती इ. होय. व्यक्तिमत्त्व वैयक्तिक व सामाजिक अशा दोन्ही प्रेरणांनी घडत असते, म्हणून व्यक्तिमत्त्वाच्या घटकात दोन्ही प्रेरणांचा समावेश होतो.

व्यक्ती दैनंदिन जीवनात अनेक संघर्षांना व समस्यांना सामोरी जात असते. अशा प्रकारचे संघर्ष व समस्या व्यक्तीच्या जीवनात बालपणापासून चालू असतात. यामधूनच व्यक्तीच्या व्यक्तिमत्त्वाचा विकास आणि घडण होत असते. बालपणापासून प्रौढपणापर्यंत अनेक अवस्थांमधून व्यक्तिमत्त्वाचा विकास होत असतो. ही कल्पना प्रथम फ्रॉइडने व नंतर एरिक्झनने मांडली.

व्यक्तिमत्त्वासंबंधीच्या अपसमजामुळे केवळ व्यक्तीची शारीरिक ठेवण, व्यक्तीची वेशभूषा आणि तिचे दृश्य-स्वरूप यावर भर दिला जातो; परंतु खऱ्या व्यक्तिमत्त्वात याबरोबरच व्यक्तीची मानसिक जडण-घडण आणि अंत:स्वरूपाचाही समावेश होतो.

१. 'व्यक्तिमत्त्व' या संज्ञेची व्याख्या

'व्यक्तिमत्त्व' या संज्ञेच्या व्याख्या निरनिराळ्या मानसशास्त्रज्ञांनी आपआपल्या दृष्टिकोनांतून केलेल्या आहेत. ऑलपोर्ट, कॅटेल, फ्रॉइड, ॲडलर यांनी व्यक्तिमत्त्वाच्या वेगवेगळ्या व्याख्या केलेल्या आहेत.

१. ऑलपोर्ट म्हणतो, 'ज्यांच्यामुळे व्यक्तीला सभोवतालच्या वातावरणाशी वैशिष्ट्यपूर्ण समायोजन साधता येते, अशा तिच्यामधील मानसभौतिक व्यवस्थांचे गतिशील संघटन म्हणजे व्यक्तिमत्त्व.'

२. मन (Munn) या मानसशास्त्रज्ञाच्या मते, 'मनुष्याची शरीररचना, त्याच्या वर्तनपद्धती, अभिरुची, अभिवृत्ती, बौद्धिक सामर्थ्य व निरनिराळ्या योग्यता, पूर्ववृत्ती आणि इतर प्रकट वैशिष्ट्यांच्या समय संघाताला किंवा संश्लिष्ट रूपाला व्यक्तिमत्त्व म्हणतात.'
३. डेव्हर यांच्या मते, 'व्यक्तित्व म्हणजे शारीरिक, मानसिक, नैतिक आणि सामाजिक गुणांचे एक सुसंघटित व गतिशील संघटन असून, ते व्यक्ती आणि समाज यांच्या आदान-प्रदानातून अभिव्यक्त होते.'
४. प्रिन्स मोर्टन यांच्या मते, 'संपूर्ण जैविक गुण आणि अर्जित प्रवृत्ती ह्यांच्या समग्रतेला व्यक्तिमत्त्व म्हणावे.'
५. मिचेल यांनी अलीकडच्या काळात केलेली व्याख्या अशी, 'जीवनातील प्राप्त परिस्थितीशी समायोजन दर्शविणाऱ्या प्रत्येक व्यक्तीच्या वर्तनपद्धतीलाच (तिचे विचार व भावनांसह) बहुधा व्यक्तिमत्त्व म्हणता येईल.'

वरील केलेल्या व्याख्यांवरून सर्वसाधारणपणे असे म्हणता येईल की, प्रत्येक माणसाचे आंतरबाह्य दर्शन म्हणजे व्यक्तिमत्त्वाचे काही गुणविशेष असतात. हे गुणविशेष लक्षात घेऊन गुणविशेषांचा संघटित आकृतिबंध म्हणजे व्यक्तिमत्त्व असे म्हटले जाते. असेही म्हणता येईल की, व्यक्तिमत्त्व म्हणजे आनुवंशिक व सामाजिक प्रक्रियांद्वारा संपादन केलेल्या गुणांचे व लक्षणांचे सुसंघटित, गतिशील असे समग्ररूप होय.

२. व्यक्तिमत्त्वाचा विकास कसा होतो?

आपल्या असे लक्षात येईल की, कोणत्याही दोन व्यक्तींचे व्यक्तिमत्त्व संपूर्णत: सारखे आढळत नाही. एकबीज जुळ्यांच्याही व्यक्तिमत्त्वात फरक जाणवू लागतो. अनुवंश व जन्मपूर्व परिवेशामुळे प्रत्येक मूल दुसऱ्या मुलापेक्षा निराळे दिसते. व्यक्तिमत्त्वाचा मूळ गाभा जन्मत:च अस्तित्वात असतो. जन्मानंतर एक वर्षाच्या अवधीत काही व्यक्तिमत्त्व लक्षणे विकसित होऊ लागतात. वय जसजसे वाढत जाते तसतसे निरनिराळ्या अनेक लक्षणांचा परिपोष होऊ लागतो. निरनिराळ्या वयोमानाच्या पातळ्यांवर नवीन नवीन लक्षणे निर्माण होऊन व्यक्तिमत्त्वाची संश्लिष्ट घडण होते. व्यक्तिमत्त्वाचे मूळ केंद्र हे सुप्त घटकांनी तयार झालेले असून त्याचे स्वरूप प्रेरणात्मक असते. व्यक्तिमत्त्वाचा हा प्रमुख प्रवाह होय. ह्या प्रमुख प्रवाहाभोवती निरनिराळी लक्षणे संयुक्त होऊन व्यक्तिमत्त्वाला वैशिष्ट्यपूर्ण आकार प्राप्त होतो.

व्यक्तिमत्त्वाचा विकास प्रभावित करणारे सामाजिक घटक म्हणून अ. घर,

ब. शाळा, क. समाज या तीन घटकांचा समावेश केला जातो.

अ. व्यक्तिमत्त्व विकासातील घराचा वाटा/प्रभाव

कोणत्याही व्यक्तीवर घरच्या परिस्थितीचा त्याच्या व्यक्तिमत्त्व विकासावर पुष्कळच प्रभाव पडतो. कुटुंबात मोजक्या व्यक्ती असणे किंवा मोठे कुटुंब असणे, एकत्र कुटुंबपद्धती असणे, एखादे मूल आई-वडिलांचे एकुलते एक असणे, किंवा पुष्कळ भावंडे असणे, कुटुंबाची आर्थिक परिस्थिती चांगली असणे किंवा हलाखीची असणे, मुलांचे आई किंवा वडील लवकर मृत्यू पावणे, या सर्व घटकांचा मुलांच्या व्यक्तिमत्त्व विकासावर तीव्र परिणाम होत असतो.

आई-वडिलांचा मुलांच्या व्यक्तिमत्त्वावरील प्रभाव केवळ नकारात्मकच असतो, असे नव्हे. त्यांच्या वर्तनाचा ठसा मुलांच्या व्यक्तिमत्त्वावर उमटतो. त्याचा विकास होत असताना मुलांचे आदर्श, त्यांची जीवनमूल्ये, त्यांची सामाजिक अभिवृत्ती व भोवतालच्या एकंदर परिस्थितीत स्वतःच्या भूमिकेसंबंधीच्या कल्पना हळूहळू आकार धारण करून विकसित होत असतात. आई-वडिलांचा संपर्क मुलांच्या सांस्कृतिक विकासाच्या दृष्टीने अत्यंत महत्त्वाचा ठरतो. ज्या संस्कृतीत मूल वाढते त्याप्रमाणे त्याच्या आदर्शाचा विकास निरनिराळ्या रीतीने होत असतो. सांस्कृतिक भिन्नतेनुसार एका समाजात ज्या गोष्टी वाईट समजल्या जातात, त्याच गोष्टी दुसऱ्या समाजात चांगल्या समजल्या जातात. त्यामुळे व्यक्तिमत्त्व विकासात सामाजिक, सांस्कृतिक घटक अत्यंत महत्त्वाचे ठरतात.

आर्थिक परिस्थितीप्रमाणे कुटुंबातील व्यक्तींच्या परस्परसंबंधांचा मुलांच्या व्यक्तिमत्त्वावर मोठा प्रभाव पडतो. एका दृष्टीने आर्थिक परिस्थितीपेक्षाही कुटुंबातील व्यक्तींचे परस्परसंबंध अधिक महत्त्वाचे असतात. घराण्यातील वातावरण सलोख्याचे असेल व सर्व कुटुंबघटकांचे आपसातील संबंध प्रेमळपणाचे असतील तर ही परिस्थिती व्यक्तिमत्त्वाच्या योग्य विकासाला पोषक ठरते. वरील गोष्टींशिवाय आई-वडिलांचा श्रमविषयक दृष्टिकोन, सांस्कृतिक चालीरीतींसंबंधीचे त्यांचे धोरण, यांचा मुलांच्या व्यक्तिमत्त्वावर सतत परिणाम होत असतो. आई-वडिलांचे मुलांशी कशा प्रकारचे संबंध आहेत, या गोष्टीला व्यक्तिमत्त्वविकासाच्या दृष्टीने फार महत्त्व आहे. घरात आई-वडिलांकडून मुलाला मिळणारे प्रेम व वात्सल्याचा लाभ, त्याच्या भावनात्मक विकासाच्या दृष्टीने अतिशय महत्त्वाचा असतो. ज्या पालकांचे वर्तन भावशून्य असते, अशा पालकांच्या मुलांमध्ये बहुधा अपराध प्रवृत्ती आढळून येते.

ॲडलरसारख्या मानसशास्त्रज्ञाने असे प्रतिपादन केले आहे की, सामाजिक जीवनात सक्रियतेने भाग घेण्यास मुलाला आई कितपत प्रोत्साहन देते, मुलांचा

दृष्टिकोन समाजोन्मुख बनण्यास ती कशी मदत करते, सहृदयता, इतरांचा दृष्टिकोन समजावून घेणे, समाजाच्या उपयोगी पडणे इ. बाबतीत मुलाचा योग्य तो विकास व्हावा म्हणून आई कितपत झटते; अशा सर्व गोष्टी मुलाच्या व्यक्तिमत्त्वविकासात महत्त्वाच्या ठरतात.

ब. व्यक्तिमत्त्व विकासातील शाळा, महाविद्यालयाचा वाटा/प्रभाव

शाळा व महाविद्यालयाच्या द्वारा मुलाचा कुटुंबबाह्य जगाशी संबंध येतो. त्याच्या व्यक्तिमत्त्वावर शालेय वातावरणाचा फार प्रभाव पडतो. शाळेत त्याला सवंगडी लाभतात. नवीन वातावरण लाभते. शालेय जीवनात त्याला शिस्त व नियमितपणाचे धडे मिळतात. अभ्यासाची सवय लागते. लेखन व वाचनाची गोडी लागते. वक्तशीरपणा व नियमितपणा यांचे महत्त्व कळू लागते. शिक्षकाच्या व्यक्तिमत्त्वाचा प्रभाव पडतो. शिक्षक हा त्याचा आदर्श बनतो. शिक्षकाचे व्यक्तिमत्त्व व त्यांच्याकडून दिली जाणारी वागणूक, ह्या गोष्टी मुलांच्या व्यक्तिमत्त्वावर परिणाम करतात. शिक्षकाला आदर्शरूप समजून त्यांच्यासारखे ज्ञान, बुद्धी व बळ प्राप्त करावे, अशी मुलांच्या मनात इच्छा निर्माण होते. शिक्षकांचे व्यक्तिमत्त्व प्रभावी असेल तर मुलांच्या व्यक्तिमत्त्वालाही योग्य वळण लागते; परंतु शिक्षकाचे व्यक्तिमत्त्व प्रभावी नसेल, तर मुलाच्या व्यक्तिमत्त्वावर त्याचा ठसा उमटू शकत नाही. शिक्षकाच्या विचारांचा व नैतिक आचरणाचा मुलांच्या विचार व भौतिक आचरणावर प्रभाव पडतो. शिक्षकांच्या व्यक्तिमत्त्वाचे जे गुण-दोष मुलांशी घडणाऱ्या त्यांच्या वागणुकीतून प्रकट होतात, त्या सर्व गुण-दोषांचा मुलांच्या व्यक्तिमत्त्वावर चांगला-वाईट परिणाम होत असतो. जिव्हाळ्याने मुलांना शिकविणारा शिक्षक मुलांच्या मनात तोच जिव्हाळा निर्माण करतो, उलट दुष्ट वर्तन करणारा शिक्षक मुलांच्या मनात दुष्ट वर्तनाचे बीजारोपण करतो.

शिक्षकाबरोबरच मित्रांचा सहवासही त्याच्या व्यक्तिमत्त्वविकासाला कारणीभूत ठरतो. आपल्या वर्गातील इतर विद्यार्थ्यांशी अभ्यासाच्या बाबतीत मुलगा स्पर्धा करू लागतो. या स्पर्धेमुळे द्वेष, असूया किंवा वैरभाव वाढण्याची शक्यता असते, त्याचप्रमाणे परिश्रमशीलता व चिकाटी वाढीला लागते. अभ्यासाव्यतिरिक्त क्रीडासमूहात विद्यार्थ्यांचे जे परस्परसंबंध येतात, त्याचा मुलाच्या व्यक्तिमत्त्वावर मोठा प्रभाव पडतो. शिक्षक व मित्रपरिवार यांचा मुलांच्या सामाजिक जीवनावर फार तीव्र परिणाम होऊ शकतो. मुलाच्या व्यक्तिमत्त्वविकासावर आणि चारित्र्य संपादनावर कमी-अधिक प्रमाणात स्थायी स्वरूपाचा प्रभाव पाडणारे हे शालेय वातावरणातील प्रमुख घटक आहेत.

क. व्यक्तिमत्त्व विकासातील समाजाचा वाटा/प्रभाव

व्यक्ती आणि समाज ह्यांचा संबंध अत्यंत घनिष्ट असा आहे. व्यक्तीचा जसा समाजावर प्रभाव पडतो तसाच समाजाचा व्यक्तीवर प्रभाव पडत असतो. समाजात प्रत्येक व्यक्तीचा निरनिराळा दर्जा असतो व त्या दर्जानुसार त्याची कार्ये ठरतात. भारतीय समाजात हा दर्जा दोन पातळ्यांवर ठरतो. एक प्रकारचा दर्जा व्यवसायानुसार व दुसरा दर्जा जन्मदत्त जातीनुसार प्राप्त होतो. व्यक्तीच्या दर्जानुसार समाजात व्यक्तीला कार्य करावे लागते. समाजाचे व्यक्तीवर नियंत्रण असते. रूढी, परंपरा, सामाजिक नीतिनियम इ. चा व्यक्तीच्या जीवनशैलीवर व्यापक प्रभाव पडतो. समाजाच्या नियमांचे उल्लंघन करून मनाला वाटेल तसे मनुष्याला वागता येत नाही. समाजात राहून मनुष्याला सामाजिक आदर्शांचा अंगीकार करावा लागतो. समाजात काही लोक प्रस्थापित नियमांना विरोध करणारे असतात, तर काही परंपराप्रिय असतात. व्यक्ती व समाजाच्या अशा संघर्षामुळे व्यक्तिमत्त्वविकासात अनेक अडचणी निर्माण होतात. प्रत्येकजण आपापल्या सदसद्‌विवेकाला अनुसरून ह्या अडचणीचे निवारण करण्याचा प्रयत्न करतो व त्यातून त्याच्या व्यक्तिमत्त्वाचे स्वरूप निश्चित होते.

३. व्यक्तिमत्त्वविकासात भाषेचे स्थान

मानवाच्या जीवनात मातृभाषेचे स्थान अनन्यसाधारण असे आहे. मातृभाषेचे संस्कार मनाच्या गाभ्यात इतके खोल रुजतात, पूर्वानुभवांशी इतके एकरूप होतात की, व्यक्तिमत्त्वाचा ते अविभाज्य घटकच बनून जातात. मनुष्य कितीही बहुभाषी झाला तरी खऱ्या जिव्हाळ्याचा आणि जिव्हारीचा उद्‌गार त्याच्या मातृभाषेतूनच प्रकट होतो.

मानवी उत्क्रांतीच्या क्रमात वाचाशक्ती प्राप्त झाली ती फक्त मानवालाच; आणि तिच्या जोरावरच मनुष्याने निसर्गावर विजय मिळवला. भोवतालच्या सृष्टीशी झगडताना मिळालेले बरे-वाईट अनुभव भाषेत शब्दरूपाने त्याने ग्रंथित केले. प्रत्येक पिढीने त्या अनुभवांची जपणूक केली आणि आपल्या अनुभवांची त्यात भर घातली. या ज्ञान भांडारात केवळ भौतिक सृष्टीचेच ज्ञान नव्हते. मानवाच्या कौटुंबिक भावना, सामाजिक जीवनाविषयक कल्पना व ध्येये, आत्मविकासाच्या व मुक्तीच्या आकांक्षा ही सारी त्यात सामावलेली होती. अशा तऱ्हेने नवे नवे अनुभव घेत, नवी नवी शारीरिक व मानसिक पराक्रमाची क्षितिजे शोधीत मानव आपले जीवन समृद्ध करतो. या समृद्धीला 'अक्षर' रूप भाषा देते.

भाषा एक प्रकारे व्यक्तीला घडविण्याचे कार्य करते. इतरांशी येणाऱ्या संपर्कातून

व होणाऱ्या विनिमयातून इतरांचे विचार, भावना ग्रहण केले जातात. शब्द विचारक्रियेला उपयुक्त ठरतात. नवनवे विचार भाषेद्वारा आत्मसात केले जातात. विचारशक्तीचे सामर्थ्य त्यामुळे वाढीस लागते. दुसऱ्या बाजूने भावजीवनही भाषेने पुष्ट होते. मानवाच्या विशेषत: नव्या पिढीच्या सहजप्रेरणांना वळण लावण्याचे, त्यांचे उन्नयन व उदात्तीकरण करण्याचे सामर्थ्य भाषेत आहे. या दृष्टीने विचार करता मानव ज्याप्रमाणे भाषेचा निर्माता आहे, तशीच भाषा ही देखील मानवाची निर्माती व धात्री आहे. मानवाचा मातृभाषेशी जो अतूट संबंध आहे तो असा.

भाषा भावनाविकासाला साहाय्य करणारी आहे. बुद्धीबरोबर भावनेचा विकास होणे, व्यक्तिविकासाच्या दृष्टीने आवश्यक आहे. अंत:करण संवेदनक्षम असणे, इतरांच्या सत्प्रवृत्त भावनांशी समरस होता येणे, हीच सुसंस्कृतता आणि रसिकता हे भाषेमुळे सहजशक्य आहे. त्यातूनच व्यक्तिमत्त्वविकास घडून येतो.

भाषा ही प्रामुख्याने सामाजिक विनिमयासाठी आहे. त्या विनिमयाला आरंभ आत्मनिवेदनापासून होतो. स्वत:च्या गरजा, विचार व भावना दुसऱ्याला कळवून त्याचे लक्ष स्वत:कडे वेधून घ्यावयाचे, त्याला आपल्या गरजा तृप्त करण्यासाठी प्रवृत्त करावयाचे, हा भाषेचा प्रमुख उद्देश आहे; तर दुसऱ्या बाजूने इतरांचे मनोगत जाणून घेऊन त्यानुसार आपल्या विचार वर्तनांत बदल करावयाचा, हे ही भाषेचेच कार्य आहे. अशा तऱ्हेने भाषा, व्यक्तीचा समाजाशी संबंध प्रस्थापित करते. व्यक्तीला विचार करण्यास माध्यम म्हणून उपयोगी पडणे हे भाषेचे दुसरे कार्य आहे. मानवांना होणारे ज्ञान, त्यांच्या इच्छा-आकांक्षा व संकल्प भाषाच प्रकट करते. व्यावहारिक जीवनाच्या पातळीवर दैनंदिन जीवनाच्या गरजा पार पाडण्यासाठी भाषेचा उपयोग प्रामुख्याने होतो.

हा उपयोग साधावयाचा म्हणजे चांगले बोलता येणे, दुसऱ्याचे बोलणे समजणे, दुसऱ्याला एखादा विचार स्पष्ट सांगून कार्यप्रवृत्त करणे, दुसऱ्यांनी तोंडी अथवा लेखी सांगितलेला विचार नीट समजणे, या महत्त्वाच्या गरजा भागविण्याचे सामर्थ्य भाषेमध्ये असते व त्यामधूनच व्यक्तिमत्त्वाचा विकास होऊ शकतो.

वैयक्तिक व सामाजिक व्यवहार पार पाडण्यासाठी भाषा हे एक प्रभावी साधन आहे. ते साधन हाताळता येण्यासाठी भाषेची प्राथमिक कौशल्ये आत्मसात करावी लागतात. ती कौशल्ये आत्मसात करता करताच व आत्मसात झाल्यावर व्यक्तीचा सामुदायिक व सांस्कृतिक जीवनाच्या अंगाने विकास होतो. या बाबतीत पुरेसे सामर्थ्य व कौशल्य आल्याशिवाय वाङ्मयीन वा साहित्यिक दृष्टीने भाषेचा अभ्यास व उपयोग करता येणे कठीण आहे.

भाषा हे कौटुंबिक व सामाजिक व्यवहाराचे साधन आहे. ते यशस्वी व परिणामकारक रीतीने हाताळता येण्यासाठी एक साधनीभूत विषय म्हणून श्रवण, वाचन, संभाषण, भाषण, लेखन ही कौशल्ये विकसित व्हायला हवीत. त्यातूनच विद्यार्थ्यांच्या व्यक्तिमत्त्वाची जडण-घडण होऊन त्यांचा विकास होऊ शकतो.

४. भाषिक कौशल्ये आणि व्यक्तिमत्त्वविकास

श्रवण, वाचन, संभाषण, लेखन आणि भाषण ही भाषेची प्राथमिक कौशल्ये म्हणून ओळखली जातात. ह्या कौशल्यांचा विकास आणि व्यक्तिमत्त्वाचा विकास यांचा परस्पर संबंध आहे. ह्या कौशल्यांच्या विकासाने व्यक्तिमत्त्वाची जडण-घडण होण्यास मदत होते. भाषेच्या विकासासाठी या प्राथमिक कौशल्यांचा विकास होणे आणि तिचे उपयोजन होणे गरजेचे असते. शालेय, महाविद्यालयीन जीवनातच या भाषिक कौशल्यांच्या वापराने विद्यार्थ्यांच्या व्यक्तिमत्त्वविकासाला मदत होऊ शकते.

अ. श्रवणकौशल्य

श्रवण हे भाषिक कौशल्यांमधील पायाभूत कौशल्य आहे. अर्थात, पायाभूत कौशल्य जेवढे अधिक चांगले तेवढी त्यावर आधारलेली इतर कौशल्ये प्रभावी ठरतील. बोलता न येणारे लहान मूल श्रवणातूनच भाषेतील शब्द, शब्दसमूह, वाक्याची रचना ओळखते व नंतर आत्मसात करून वापरू लागते. हा अनुभव भाषाविकासातील श्रवण कौशल्याचे महत्त्व स्पष्ट करतो.

प्रभावी श्रवणकौशल्य स्वत:कडे असणे म्हणजेच समाजात वावरताना लागणाऱ्या विचारांच्या आदान-प्रदानाचे एक महत्त्वाचे साधन स्वत:कडे असणे. श्रवणकौशल्यात आकलन व अर्थीकरण या दोन्ही क्रियांना स्थान दिले आहे. म्हणजेच श्रवण ही निष्क्रियपणे घडणारी क्रिया नसून ती आपल्या सक्रिय सहभागाने घडणारी क्रिया आहे, हे लक्षात घेतले पाहिजे.

बहिरेपण नसलेल्या व्यक्तींपैकी प्रत्येकजण श्रवण करू शकतो; असे असले तरी फारच थोड्या व्यक्तींकडून दर्जेदार श्रवण घडते. संशोधनाने असे सिद्ध झालेले आहे की, बऱ्याच व्यक्तींमध्ये श्रवणक्षमता अल्प प्रमाणात व निकृष्ट प्रतीची असते; यातून एक गोष्ट लक्षात येते की, श्रवणक्षमता निसर्गदत्त नाही. आपल्याला ऐकू येते म्हणजेच श्रवणही करता येते असे नाही. श्रवणकौशल्ये शिकलो तर मात्र आपण फलदायी श्रवण निश्चितच करू शकू.

वरील विवेचनावरून हे लक्षात येईल की, ऐकण्याच्या क्रियेपेक्षा श्रवण ही क्रिया गुंतागुंतीची व वरच्या दर्जाच्या मानसिक प्रक्रियांची गरज असलेली क्रिया

आहे. श्रवणक्रिया गुंतागुंतीची असल्याकारणाने सातत्याने शंभर टक्के अवधान ठेवून श्रवण करणे कष्टाचे आहे. श्रवण केलेल्यापैकी एकदशांशच भाग लक्षात राहतो. याचा अर्थ श्रवण करताना वक्त्याचा प्रत्येक शब्द लक्षात ठेवण्याचा अट्टाहास न करता त्याच्या कथनातील माहितीचा सारांश बनविण्याची कृती सतत केली पाहिजे. बोलणाऱ्याच्या विचारांचा सारांश मर्यादित वेळेत करता येणे हा देखील श्रवण कौशल्याचा महत्त्वाचा भाग आहे.

श्रवण हे कौशल्य आहे. तो शरीराचा अवयव किंवा ती जन्मजात सवय नाही. चांगले श्रवण करता यावे, अशी इच्छा बाळगणाऱ्यांना सतत प्रयत्न केला तर श्रवण कौशल्ये आत्मसात करणे शक्य आहे. अभ्यासक्रम घेऊन, पुस्तके वाचून व तंत्रे शिकून श्रवणकौशल्ये आपोआप वाढतील असे नाही. श्रवणासंबंधी मिळविलेले ज्ञान, श्रवण करण्यासाठी मिळणाऱ्या प्रत्येक संधीत वापरण्याचा अनुभव घेतला तरच श्रवणकौशल्ये वाढतील.

बोलणाऱ्याला तीच गोष्ट पुन्हा सांगण्याची वेळ जो येऊ देत नाही, त्याचे श्रवण कौशल्य निश्चितच चांगल्या प्रतीचे आहे असे समजावे. कारण, बोलणाऱ्याचा वेळ व शक्ती त्यामुळे वाचविली जाते. दुसरे असे की, बोलणे जर भावनेने (राग, संताप, निराशा, दुःख, आनंद, इ.) ओथंबलेले असेल तर बोलणाऱ्यांकडून त्याची पुनरावृत्ती जशीच्या तशी होऊ शकत नाही; म्हणून श्रवण करणाऱ्याने मिळणारी ही संधी पहिली व शेवटची संधी आहे याचे भान ठेवून श्रवण करणे महत्त्वाचे आहे.

अ–१ श्रवणप्रक्रियेतील अडथळे

श्रोता आणि वक्ता यांच्यामध्ये योग्य प्रकारे संवाद चालू राहण्यासाठी ही श्रवणक्रिया परिणामकारक पद्धतीने चालू राहावी लागते. श्रवणक्रिया श्रोत्याच्या सहभागानेच होत असल्याने त्यात येणारे अडथळे माहीत असतील तर प्रयत्नपूर्वक ते बाजूला करून परिणामकारक श्रवण करणे शक्य होते.

श्रवणक्रिया पुढील कारणांनी अयशस्वी होते

- दोन व्यक्तींमध्ये काही कारणाने ध्वनींचे वहन योग्य प्रकारे होत नसेल, तर श्रवणक्रियेत अडथळा येतो.
- वक्ता जर फार भरभर किंवा फार सावकाश बोलत असेल, तर श्रवणात अडथळा येतो.
- वक्त्याच्या उच्चारांत दोष असेल तर श्रोत्यांचे श्रवण परिणामकारक होऊ शकत नाही.

- श्रोत्याने वक्त्याचा विषय स्वत:ला न आवडणारा असल्याचा ग्रह करून घेतला तर श्रवणक्रिया नीट होऊ शकत नाही.
- श्रोता कधी कधी वक्त्याच्या बोलण्याचे-विचारांचे मूल्यमापन न करता वक्त्याचेच मूल्यमापन करण्यात मग्न होतो. त्यामुळे श्रवण घडत नाही.
- काही वेळा जाणीवपूर्वक श्रवण करीत असल्याचा फक्त देखावा करतात. नजर वक्त्याकडे असते. चेहऱ्यावर औत्सुक्य असते. परंतु, मन वक्त्याच्या विचारांशी फटकून वेगळ्याच विचारात गढलेले असते.
- फारच क्षुल्लक कारणांनी अवधान विचलित होऊ देण्याची खोड श्रवणाला मारक ठरते. सभागृहात ये-जा करणे, कुजबुज करणे इ. मुळे वक्त्याकडे दुर्लक्ष होते. त्यामुळे श्रवण परिणामकारक होत नाही.
- स्वत:ला परिचित नसलेल्या विषयावर वक्ता बोलत असेल तर श्रोत्याचे मन श्रवणोत्सुक नसते.

अ-२ श्रवणकौशल्य सुधारण्याचे उपाय

- अवधान केंद्रित करणे
- प्रकटीकरणाच्या शैलीपेक्षा विषयाकडे लक्ष देणे
- नावडत्या विषयात रस घ्यायला शिकणे
- वक्तव्याचे मूल्यमापन न करता विषयाचे मूल्यमापन करणे
- भावनांच्या आहारी न जाता श्रवण करणे
- टिपण करण्यासाठी योग्य पद्धत वापरणे
- सर्व शक्ती एकवटून श्रवण करणे
- श्रवणात येणाऱ्या प्रक्षोभक शब्दांवर विजय मिळविणे

अ-३ श्रवणाचे फायदे

- ध्येय समजून घेणे व ध्येयांची पूर्तता करणे
- व्यक्तिमत्त्वविकास साधणे
- कौटुंबिक संवादातून कुटुंबाला एकत्र ठेवणे
- समाजात परस्परसंबंध टिकवणे
- अध्ययन करणे

ब. संभाषणकौशल्य व भाषणकौशल्य

संपर्क साधण्यासाठी फार मोठ्या प्रमाणात आपण बोलण्याच्या क्रियेचा वापर

करतो. संभाषणाचे किंवा बोलण्याचे कौशल्य आपल्याला अवगत असेल तर आपले हेतू साध्य व्हायला त्यांची मदत होते. आपण बोलतो तेव्हा हेतूपूर्वक तर बोलतोच, परंतु ते बोलणे विचारपूर्वकही करतो. विचारपूर्वक बोलण्यामागे आपली अनुभवाने, सरावाने संपादन केलेली कौशल्ये असतात. चांगल्या बोलण्याच्या कौशल्यामुळे आपण यशस्वी होतो.

वक्तृत्व व संभाषण या मानवी जीवनातील महत्त्वाच्या कला आहेत. या स्पर्धात्मक जगामध्ये परिश्रम जेवढे आवश्यक, तेवढेच तुमचे चांगले बोलण्याचे कौशल्यही आवश्यक ठरते. एखाद्याकडे आकर्षक व्यक्तिमत्त्व नसेल तर त्याची उणीव रसाळ वाणीने, मुद्देसूद व आकर्षक भाषण/संभाषण शैलीने भरून काढता येईल. तुमचे व्यक्तिमत्त्व आकर्षक असेल, परंतु वाणी नीरस व भाषणशैली निष्प्रभ असेल, तर तुम्हाला फारसे यश मिळणार नाही.

ब-१ संभाषण/भाषण दोन्हींमध्येही बोलणे परिणामकारक

बोलणे हे एखाद्या दुसऱ्या व्यक्तिसमोर चालले असेल, तर त्याचे स्वरूप अनौपचारिक व व्यक्तिगत असते. या स्वरूपाच्या बोलण्याला संभाषण म्हणतात. असे बोलणे प्रसंगोपात्त व उत्स्फूर्त असते. त्याला वेळेचे फारसे बंधन नसते. अशा संभाषणात आपली भूमिका वक्ता-श्रोता अशी दोन्ही असते. अशा बोलण्याला विषयाचे फारसे बंधन नसते. ज्याकरिता बोलायचे तो हेतू जेणेकरून साध्य होईल अशा प्रकारच्या परिणामकारक बोलण्याच्या शैलीला उत्तम संभाषण म्हणता येईल.

बोलणे जर व्यक्तींच्या छोट्या-मोठ्या समूहांसमोर असेल, तर त्याचे स्वरूप अनौपचारिक राहात नाही. त्याचा विषय, कालावधी, वेळ निश्चित असतो. अशा औपचारिक बोलण्याला वक्तृत्व असे म्हणतात. वक्तृत्वाचा हेतू समाजप्रबोधन हा असतो. आपले विचार जोरदारपणे, स्पष्टपणे व योग्य शब्दांच्या माध्यमातून समोरच्या व्यक्तीच्या मनावर ठसविणे यासाठी वक्तृत्वाची गरज असते.

ब-२ बोलण्याच्या कौशल्यात भाषेचे स्थान

कमीतकमी दोन तरी व्यक्तींना एकत्र आणणे, हाच मुळी भाषेचा मूलभूत हेतू आहे. भाषा केवळ क्षणिक गरजा भागविण्यासाठीच उपयोगी आहे असे नाही. भाषा अधिक अर्थवाहक, आशयपूर्ण आणि कार्यक्षम बनविता येते. भाषेतील विविध शब्दांचे उच्चार-ज्ञान, त्यातील शब्दांच्या विविध संदर्भातील अर्थच्छटा, भाषेला सौंदर्य प्राप्त करून देणारे अलंकार, सुभाषिते, म्हणी यांचे ज्ञान वक्त्याजवळ असेल तर संभाषण व वक्तृत्व ओघवते व रसाळ होईल.

ब−३ भाषेवरील प्रभुत्व वाढविण्याची तंत्रे

आपले संभाषण, वक्तृत्व परिणामकारक व्हावे असे वाटत असेल तर शब्द फार जड, विद्वत्तापूर्ण, अघळपघळ नकोत, ते विचारांना साजेसे हवेत. कोणत्याही प्रसंगीचे बोलणे असो, ते चांगले व स्पष्ट हवे. सर्वांशीच विचारपूर्वक बोलायला हवे. भाषेच्या वापराकडे लक्ष हवे. अभ्यासाने, सरावाने हे साध्य होऊ शकते. मनात आलेल्या कल्पना व विचार लोकांसमोर मांडता येतात. यात परिश्रम खूप असले तरी फायदे अनेक आहेत.

ब−४ भाषण कौशल्यासाठी काय हवे ?

- आधी उत्तम वाचक बनले पाहिजे.
- स्मरणशक्ती व आत्मविश्वास हे वक्त्याचे दोन पंख आहेत.
- जे सांगायचे ते सुसूत्रपणे सांगता आले पाहिजे.
- वक्तृत्व अंतःकरणापासून यावे लागते.
- वक्तृत्वात विचार महत्त्वाचा असतो.
- वैचारिक बैठक पक्की हवी. तिचा विकास व प्रवास हा वाचन, चिंतन, अनुभव किंवा अनुभूती यावर अवलंबून असतो.
- सभाधारिष्ट्य हवे.
- काही तरी सांगण्यासारखे स्वतःजवळ असायला हवे.
- वक्तृत्वात उत्तम आवाज, बोलण्यातील चढउतार, विनोदी प्रसंग वापरण्याची हातोटी हे सर्व लागते.
- असभ्य, विवेकहीन बोलू नये.
- ज्ञान वक्तृत्वाचा पाया, वक्तृत्व हे ईश्वराचे देणे नाही. अभ्यासाने, प्रयत्नाने ही कला संपादन करता येते.
- जसे जीवन, जशी साधना तसे वक्तृत्व घडते. शास्त्र, तंत्र व मंत्र नेपथ्यासारखे त्याच्या मदतीसाठी उभे राहते.

क. वाचन कौशल्य

वाचन हे एक महत्त्वाचे अभ्यास कौशल्य आहे. वाचन म्हणजे छापलेल्या मजकुराचा अर्थ लावणे अशी आपली एक कल्पना आहे. वाचनाची क्रिया दिसते तितकी साधी नसते. वाचन प्रक्रिया गुंतागुंतीची असते. आपण वाचतो तेव्हा आपणाला अक्षराच्या आकारावरून अक्षरे कळतात. अक्षरावरून शब्दबोध होतो. शब्दाचा अर्थ लावताना आपले पूर्वज्ञान, आपल्या कल्पना आणि हेतू यांच्या साहाय्याने मजकुराचे आकलन होते. मजकुराच्या आकलनाबरोबर महत्त्वाच्या मुद्द्यांची गुंफण होऊन

विचारसूत्र तयार होते. ह्या विचारसूत्रांच्या साहाय्याने मजकुराचा एकेक भाग क्रमाक्रमाने ग्रहण केला जातो.

आपली बौद्धिक पात्रता, मानसिक घडण, शारीरिक क्षमता, आजूबाजूचे वातावरण ह्यांचा आपल्या वाचनक्षमतेवर कमी-अधिक प्रमाणात प्रभाव पडत असतो. वाचन ही काही निसर्गदत्त देणगी नसून ते एक कौशल्य आहे आणि म्हणूनच ते अभ्यासाने प्रयत्न करून आत्मसात करता येते.

क-१ वाचनप्रक्रियेतील घटक

- शब्दबोध
- वाचनदिशा
- पुनर्दृष्टिक्षेप
- दृष्टीचा आवाका
- शब्दोच्चारण
- आकलन
- आस्वादन
- शब्दसंग्रह

क-२ वाचनाचे फायदे

- बहुश्रुतता वाढते.
- जिज्ञासापूर्ती होते.
- भाषाकोश समृद्ध होतो. शब्दांचे विविध प्रकारचे उपयोग समजतात.
- कल्पनाशक्तीचा विकास होतो.
- संस्कृती आणि परंपरेची ओळख होते.

क-३ वाचनाचे प्रकार

प्रकट वाचन

दुसऱ्याला स्पष्ट रीतीने कळेल अशा प्रकारे मोठ्याने केलेले वाचन म्हणजे प्रकट वाचन. हे वाचन जसे दुसऱ्यासाठी करावयाचे तसे लेखकाचे विचार, भावना, कल्पना श्रोत्यांपर्यंत पोहोचविण्यासाठी करावयाचे असते. वाचक हा मध्यस्थ असतो. म्हणूनच चांगल्या मध्यस्थाने लेखकाचे विचार समजून घेऊन शब्दाशब्दांचे परस्परसंबंध लक्षात घेऊन, विरामचिन्हांसह, योग्य आघातांसह स्पष्ट व शुद्ध वाचले पाहिजे. अशा वाचन कौशल्यांचा उपयोग शिक्षक, वक्ता, नट, वकील, दुभाषी, वृत्तनिवेदक, संदेशवाचक, पत्रवाचक अशा अनेक व्यावसायिकांना होतो.

मूक वाचन

मनातल्यामनात केलेल्या वाचनाला मूक वाचन असे म्हणतात. हे वाचन वाचक स्वत:साठी करीत असतो. आनंदासाठी, अभ्यासासाठी, अर्थग्रहणासाठी असे वाचन उपयोगी ठरते. यामध्ये उच्चारणाकडे लक्ष न वेधता ते आकलनाकडे अधिक वळविता येते. कोणताही बाह्य आवाज होत नसल्यामुळे आवाजाचा अडथळा होत नाही. त्यामुळे एकाग्रता अधिक येते. मूक वाचन हे कौशल्याने आत्मसात करता येते. त्यासाठी पुढील गोष्टी कराव्या लागतात.

- मजकुराचा अर्थ ध्यानात घेण्याकडे लक्ष द्यावे.
- नजरेचा आवाका अधिक वाढवून वाचन गतिमान करावे.
- बाह्य शांतता, मनाची एकाग्रता व आंतरिक गरज ही मूक वाचन अर्थपूर्ण व वेगवान होण्यास मदत करतात.

फावल्या वेळातील वाचन

फावल्या वेळात वाचनाने मनाची करमणूक व्हावी, ताण दूर व्हावा, वेळ चांगला जावा, मन ताजे व्हावे असे वाटत असेल तर त्यासाठी वाचन हा एक उत्तम मार्ग आहे. या प्रकारच्या वाचनाने मन तर रमतेच पण बहुश्रुतही होते. दृष्टी विशाल, उदार होते. जीवनाचे विविध पैलू दिसतात. अनेक लेखक, त्यांच्या लेखनशैली, जीवनदृष्टी, शब्दयोजना माहीत होतात. व्यक्तिमत्त्वाला एक छानसा आकार प्राप्त होते.

अध्ययनप्रवण वाचन

अध्ययन करणे म्हणजे विषयाचे आकलन होणे. चिकित्सा/विश्लेषण करून माहिती मिळविणे होय. अध्ययनासाठी वाचन करताना पुढील गोष्टी लक्षात ठेवून वाचन करावे.

- सर्वेक्षण
- प्रश्ननिश्चिती
- वाचन
- विचार
- घटकांचे पुनर्वाचन
- मनन
- उजळणी

वाचनकौशल्य आत्मसात करून वाचन केल्यास हे वाचन व्यक्तिमत्त्वविकासाला उपयुक्त ठरते.

ड. लेखन कौशल्ये

आपल्या मनातील विचार इतरांना सहज समजतील अशा तऱ्हेने योग्य शब्दात लिहिणे म्हणजे लेखनकौशल्य होय. लेखनप्रक्रिया घडविण्यासाठी प्रथम माहितीचे ग्रहण, आकलन व्हावे लागते. आकलनासाठी पुन:पुन्हा वाचन, श्रवण व चिंतन व्हावे लागते. मनात निश्चित हेतू ठेवून, आत्मविश्वासाने, संदर्भ पुरेसे तयार झाल्यावर व भाषिक तयारी असल्यास लेखन होते.

ड-१ लेखनाचे महत्त्व

* माहिती सुसूत्रपणे स्मरणात ठेवण्यासाठी
* पुनरावलोकनासाठी
* माहिती दीर्घकाळ जतन करण्यासाठी, प्रसारित करण्यासाठी
* वेळ वाचविण्यासाठी
* व्यवहार सुकर, नेटका व व्यक्तिगत जवळिकीचा वाटण्यासाठी
* आत्माविष्कार व स्वयंमूल्यमापनासाठी

ड-२ लेखनातील अडचणी

* मानसिक तयारी नसणे
* आत्मविश्वास नसणे
* न्यूनगंड वाटणे
* लिहिण्यायोग्य विषय स्वत:जवळ नसणे
* लिहिण्याची गरज वाटत नसणे
* लिहिण्यापूर्वीच विषय अनावश्यक वाटू लागणे
* पुरेसा वेळ नसणे
* फार मोठे कष्ट वाटणे
* श्रुतलेखन करताना अनेक अडथळे येणे
* परिश्रम करण्याची तयारी नसणे
* दृष्टीदोष, श्रवणदोष असणे
* पूर्वतयारी केलेली नसणे
* तंत्र, पद्धती माहिती नसणे
* योग्य वातावरण, पुरेसे लेखनसाहित्य, जागा नसणे

ड−३ लेखन अडचणी सोडविण्याचे उपाय

- मनोबल वाढविणे
- सकारात्मक भूमिका ठेवणे
- लिहिण्याचा हेतू नक्की करून पुरेशी संदर्भसामग्री जमा करणे
- लिहिण्याचे तंत्र समजून घेणे
- लेखनाचे लक्ष्य निश्चित करून आराखडा तयार करणे
- पुरेसा वेळ देण्याची व परिश्रम करण्याची तयारी ठेवणे

ड−४ लेखनासाठी प्राथमिक कौशल्ये

चांगले हस्ताक्षर, अचूक व शुद्धलेखन, विरामचिन्हांचा उपयोग आणि गतिलेखन अशी प्राथमिक कौशल्ये आपली लेखनक्षमता वाढविण्यास साहाय्यकारी होतात. योग्य शब्दांचा वापर, लेखनशैली हे ही लेखन कौशल्याचे मूलभूत घटक आहेत. हे आत्मसात करणे कठीण नाही.

अ. लेखनाची गती

लेखन गतीने होण्यास अनेक अडचणी येतात; परंतु लेखनाचा सराव व लेखन विस्तार करता येण्यासाठी, अभ्यासाची, वाचनाची गरज असते.

लेखनाला गती येण्यासाठी पुढील उपाय

- जे लेखन पाहून लिहावयाचे आहे, ते लिहिण्यापूर्वी एकदा वाचून काढणे
- ऐकत असताना लिहिण्याचा सराव करणे
- स्वत: विचार करून लिहावयाचे तर गती मंदावते; पण विषयाची पूर्ण तयारी असेल, आराखडा तयार असेल, वेळेचे बंधन असेल तर लेखनाला गती येते.

आ. सुलेखन कसे असावे?

डोळ्यांना सहज दिसेल असे स्पष्ट, सुटे, मोकळे, सुवाच्य लिहिणे म्हणजे सुलेखन होय.

- वाचता येईल असे सुवाच्य मोठे अक्षर असावे.
- सुटे, सरळ, एकसारखे अक्षर असावे.
- शब्दांत, वाक्यांत, परिच्छेदात पुरेसे अंतर हवे.
- सर्व बाजूंनी पुरेसा समास असावा.
- नवीन माहितीची भर घालण्यासाठी पुरेशी जागा हवी.
- आवश्यक तेथे अधोरेखा, अंक, चौकटी, रंगीत पेन यांचा वापर करावा.

इ. योग्य श्रुतलेखन कसे असावे?

दुसऱ्याचे बोललेले ऐकून जसेच्यातसे, त्याच्या आज्ञेबरहुकूम लिहिणे म्हणजे श्रुतलेखन. हे लेखन करताना पुढील काळजी घ्यावी –

- सत्यता राखली जाणे
- चुकीची भूमिका व प्रतिभा निर्माण होऊ नये.
- प्रक्षिप्ततेचा दोष लागू नये.
- बोलणाऱ्याचा उत्स्फूर्तभाव, जिवंतपणा टिकून राहावा.
- अनेकदा परभाषांच्या प्रभावाने अपप्रयोग लिहिले जातात.

ई. लेखनाची महत्त्वाची अंगे

लेखनाचा प्रकार, हेतू कोणताही असो, त्याची मुख्य अंगे पुढीलप्रमाणे सांगता येतील.

- बाह्यरचना – परिच्छेद, शीर्षके, उपशीर्षके, वाक्यरचना, शुद्धलेखन
- आशय – लेखनात व्यक्त झालेले विचार, भावना
- सुसंबद्धता – विचारांची सुसंगत, तर्कशुद्ध व परिणामकारक मांडणी
- अभिव्यक्ती/आविष्कार – विचार व्यक्त करण्याची शैली, भाषा व वाचकांशी संवाद

ड–५ परिणामकारक लेखनासाठी पाळावयाची पथ्ये

- मुद्द्यांची मांडणी योग्य व स्पष्ट हवी.
- लेखन शुद्ध असावे. भाषाशैली बोजड नसावी.
- लेखकाला जे सांगावयाचे आहे, ते वाचकास कळेल असे लिहावे.
- लेखनात विचार संगतवार मांडला पाहिजे. विवेचनात सूत्र व संबंध असायला हवा.

अशा प्रकारे श्रवण, संभाषण, भाषण, वाचन व लेखन ही कौशल्ये विकसित झाली असता व्यक्तिमत्त्वविकास घडून येतो. त्यासाठी त्या-त्या लेखनकौशल्याची चांगली ओळख करून घेणे व त्याचे प्रत्यक्ष उपयोजन करणे गरजेचे असते.

संदर्भसूची

१) व्यावहारिक मराठी विशेषांक – 'नवभारत', सप्टेंबर १९८२, प्रज्ञा पाठशाळा, वाई

२) मराठी भाषेची संवाद कौशल्ये – यशवंतराव चव्हाण महाराष्ट्र मुक्त विद्यापीठ, नाशिक

३) व्यावहारिक मराठी – ल. रा. नसिराबादकर, फडके प्रकाशन, कोल्हापूर

४) प्रशासनिक मराठी भाषेचा विकास – गीता भागवत
राज्य मराठी विकास संस्था, मुंबई

५) व्यक्तीमत्त्व विकास – यशवंतराव चव्हाण महाराष्ट्र मुक्त विद्यापीठ, नासिक

६) व्यावहारिक मराठी – पुणे विद्यापीठ प्रकाशन

७) व्यावहारिक मराठी – डॉ. लीला गोवीलकर, डॉ. जयश्री पाटणकर
स्नेहवर्धन प्रकाशन, पुणे

८) व्यावहारिक मराठी – संपादक – डॉ. स्नेहल तावरे, स्नेहवर्धन प्रकाशन, पुणे

९) मराठी भाषा उपयोजन आणि सर्जन – प्रा. सुहासकुमार बोबडे

१०) उपयोजित मराठी – डॉ. केतकी मोडक, प्रा. सुजाता शेणई, संतोष शेणई

डॉ. अरुण कोळेकर
मराठी विभाग प्रमुख
कला महाविद्यालय
जेजुरी, ता. पुरंदर, जि. पुणे

प्रकरण २

विविध भाषिक कौशल्ये : स्वरूप व प्रकार

डॉ. द. के. गंधारे

जीवन जगण्याची कला ही कौशल्यावर अवलंबून असते. आपण आपले काम मन लावून, शांत चित्ताने, कौशल्यपूर्ण केल्यास ते यशस्वी होते. अशा कौशल्याला इंग्रजीत 'स्किल' असे म्हणतात. जी व्यक्ती स्वप्रयत्नातून स्वत:चे जीवन घडवते, त्याचे कार्य सर्वत्र पसरते. लेखक, चित्रकार, कवी, शिल्पकार असे अनेक कलावंत तपश्चर्या करतात. त्यांनी संपादन केलेले कौशल्यही अनेक वर्षांची फलप्राप्ती असते. कौशल्याची व्याप्ती ही चराचरांत भरलेली आपणास दिसते.

कौशल्ये आत्मसात करण्यासाठी आपणाजवळ अवधान, प्रेरणा, ध्येय, आकांक्षा या गोष्टींची आवश्यकता असते. प्रत्येक व्यक्ती ही महत्त्वाकांक्षी असते. एखादी गोष्ट साध्य करण्यासाठी जोमाने कार्य करत असते. मानवाच्या व्यक्तिमत्त्व विकासासाठी अनेक कौशल्यांची आवश्यकता असते. कौशल्ये आत्मसात केली की मनुष्याची आपोआप प्रगती होते.

१. भाषिक कौशल्याचे स्वरूप

मानवाला कोणत्याही विषयांचा अभ्यास करण्यासाठी अनेक कौशल्यांचा वापर करावा लागतो. हा अभ्यास करण्यासाठी भाषेचे ज्ञान अवगत करणे गरजेचे असते, कारण भाषा हे विचार-विनिमयाचे साधन आहे. कसब, कारागिरी, खुबी, चातुर्य, तरबेजपणा, नैपुण्य, पारंगतता, हातोटी यालाच कौशल्य असे म्हणतात. तसेच 'The familiar knowledge of any science,art of handicraft, as shown by dexterity in execution or performance, or in its application to practical purposes technical ability. A specific art or trade, also gift, accomplishment.' अशी व्याख्या कौशल्याची करता येते. थोडक्यात, कोणत्याही शास्त्राचे, कलेचे किंवा हस्तकलेचे सादरीकरण व व्यावहारिक जीवनात उपयोजन करण्याची क्षमता म्हणजे कौशल्य होय.

आपले अनुभव, विचार दुसऱ्यापर्यंत पोहोचविण्यासाठी आपण भाषेचा वापर करत असतो. भाषा आणि समाज एकमेकांशी जोडले गेलेले असतात. समाजाशी संवाद साधत असताना भाषिक कौशल्याचा वापर केल्यास तो प्रभावीपणे ठरतो. भाषा हे मानवाला घडविण्याचे काम करत असते. नवनवीन विचार भाषेद्वारे आत्मसात केले जातात. भाषा ही एक सामाजिक संस्था आहे. स्वतःचे विचार, भावना दुसऱ्याला कळविण्यासाठी भाषा महत्त्वाचे कार्य करत असते. म्हणूनच भाषा हे कौटुंबिक व सामाजिक व्यवहाराचे साधन आहे. आपणाला श्रवण, वाचन, लेखन, संभाषण, भाषण ही कौशल्ये आत्मसात करण्यासाठी भाषा महत्त्वाची भूमिका बजावत असते.

२. भाषिक कौशल्ये

व्यक्तिमत्त्व विकासासाठी भाषिक कौशल्ये अवगत करणे गरजेचे असते. व्यक्तिमत्त्व विकास आणि भाषिक कौशल्ये यांचा परस्पर संबंध आहे. या कौशल्याने व्यक्तिमत्त्वाची योग्य अशी जडण-घडण होते. भाषिक कौशल्याच्या मदतीने विद्यार्थ्यांच्या व्यक्तिमत्त्व विकासात विशेष भर पडते. भाषिक कौशल्यात श्रवण, वाचन, लेखन, संभाषण, भाषण ही प्राथमिक कौशल्ये आहेत. त्यांचा आपण येथे विचार करणार आहोत. 'आपल्याला काय येते', यापेक्षा 'काय येत नाही' हे ज्याला ठाऊक तो खरा ज्ञानी!' असे एका विचारवंताने म्हटले आहे. ज्ञान हे माणसाला घडविते, पंख देते आणि ज्ञानभरारी घेण्यास प्रवृत्त करते; म्हणून ज्ञान अवगत करण्यासाठी काही कौशल्यांची गरज असते.

पूर्वापार वाचन, लेखन व आकडेमोड ही तीन कौशल्ये सांगण्यात आलेली आहेत. या घटकांच्या अंतरंगात आपण डोकावलो की, आपला या कौशल्याच्या बाबतीत विकास होत जातो. भाषिक कौशल्ये ही नुसती शिकण्यासाठीच उपयोगी पडतात असे नाही तर हीच जीवन व्यवहाराची सुद्धा कौशल्ये ठरतात. ज्ञान आणि जीवन यांची एकत्रित गुंफण करण्यासाठी त्यांचा आपणाला नक्कीच उपयोग होतो. आपण जेव्हा श्रवण करत असतो, तेव्हा त्या गोष्टीत एकरूप होणे महत्त्वाचे असते. बोलताना मनातले विचार स्पष्ट व प्रामाणिकपणे इतरांना सांगणे महत्त्वाचे ठरते. लेखन करताना त्यातील आशय वाचकांपर्यंत पोहोचला पाहिजे, याचे भान ठेवायला हवे. याच पद्धतीने इतर कौशल्यांची तंत्रे आत्मसात करावी लागतात.

२.१ श्रवणकौशल्य

ज्ञान हे जीवन जगण्याचे व जीवन जाणण्याचे साधन आहे. आपणाला कोणत्याही प्रकारचे ज्ञान अवगत करावयाचे असेल तर त्यासाठी काही कौशल्ये ही वापरावीच लागतात. संवादाच्या प्रक्रियेमध्ये एक व्यक्ती वक्ता व दुसरा श्रोता म्हणून भूमिका वठवीत असतो.

आजकाल रेडिओ, टी.व्ही., इंटरनेट, दूरभाष, भ्रमणभाष, भाषण आदींसारख्या माध्यमांतून आपण श्रवण करत असतो. आपण जे श्रवण करतो ते नीट प्रकारे करतो का? ऐकलेली घटना, बातमी पुन्हा आपण जशीच्यातशी मांडू शकत नाही किंवा लिहू शकत नाही. यासाठी जे श्रवण केलेले आहे, ते स्वीकारण्याची काही कौशल्ये आहेत. ती आत्मसात केल्यास नक्कीच आपणाला फायदा होऊ शकतो.

भाषिक कौशल्यांमध्ये श्रवणकौशल्य हे पायाभूत कौशल्य आहे. मनुष्याला ईश्वराने दोन कान व एक तोंड दिलेले आहे. याचे कारण म्हणजे कमी बोलावे व जास्त ऐकावे हे होय. बोलता न येणारे लहान मूल श्रवणातून भाषेतील शब्द, शब्दबंध, वाक्य यांचे ग्रहण करते. हा प्रत्यय म्हणजे श्रवण-कौशल्याचे महत्त्व स्पष्ट करणारा ठरतो. आपणाला वक्त्याकडून योग्य प्रकारे श्रवण घडले की नाही, हे वक्त्याच्या शब्दमांडणीवर अवलंबून असते. तसेच ते आकलन करून घेण्याचे कौशल्य श्रोत्याजवळ असले पाहिजे.

१. श्रवणकौशल्य स्वरूप व व्याख्या

श्रवण ही एक सक्रिय सहभागाने घडणारी क्रिया आहे. श्रवण म्हणजे बोलली जाणारी भाषा व त्या भाषेतील शब्द व वाक्य यांचा अर्थ समजणे होय. श्रवण करण्यासाठी पुढील दोन गोष्टींची आवश्यकता असते.

१. श्रोत्याजवळ शाब्दिक तसेच अशाब्दिक संदेशांमधील माहितीचे व विचारांचे शब्दशः आकलन होणे

२. त्या माहितीचे व विचारांचे समीक्षात्मक आकलन होणे

या दोन क्षमतांमधून काही श्रवणकौशल्याची तंत्रे मनःपटलावर उमटतात. त्यामध्ये माहितीतील मुख्य तपशील, विविध मुद्यांतील परस्परसंबंध ओळखणे, अवधानपूर्वक ऐकणे, वक्त्याचा विचार व हेतू समजावून घेणे, बोलणाऱ्याची अभिवृत्ती समजून घेणे, आवाजातील चढउतार ओळखणे या मुद्यांच्या आधारे श्रवण सोपे होते. आपणाला चांगले श्रवण करता आले पाहिजे अशी इच्छा बाळगली तर श्रवण कौशल्य सहज साध्य होते.

मौखिक संज्ञांना अर्थ प्राप्त करून देण्याची क्रिया ज्यामुळे घडते, ते श्रवण कौशल्य होय. तसेच मौखिक संभाषण समजून घेण्याची व त्याला अनुसरून परिणामकारक प्रतिसाद देण्याची कुवत ज्यामुळे निर्माण होते, ते श्रवणकौशल्य होय.

२. श्रवण कौशल्याचे फायदे

श्रवण-कौशल्याच्या वापराने व्यक्तिमत्त्वविकास साधता येतो. श्रवण कौशल्यामुळे आपणाला ज्ञान मिळते. याचबरोबर विषयाची आवड, आनंद, श्रमपरिहार, ज्ञानवृद्धी, विचारांची देवाण-घेवाण या गोष्टी अवगत होतात. तसेच आपल्या ध्येयपूर्तीसाठी आपण श्रवणकौशल्याचा वापर करतो. आपला व्यक्तिमत्त्व विकास व्हावा, सामाजिक, कौटुंबिक प्रश्नांची सोडवणूक व्हावी म्हणून आपण श्रवण कौशल्ये जोपासली पाहिजेत.

३. श्रवणातील अडथळे

श्रवण प्रक्रियेत आपणाला अनेक प्रकारचे अडथळे जाणवतात. वक्ता आणि श्रोता यांच्यामध्ये योग्य प्रकारे संवाद राहण्यासाठी अडथळे दूर करणे महत्त्वाचे आहे. ध्वनींचे वहन योग्य प्रकारे होत नसेल तर श्रवणप्रक्रियेत अडथळा येतो. किंवा सभोवती गडबड- गोंधळाचे वातावरण असेल तरी श्रवणात अडथळा निर्माण होतो. तसेच वक्ता अधिक जोरात व अधिक सावकाश बोलत असेल तरी श्रवण करण्यास अडचण होते. शब्द, वाक्य यांचा स्पष्ट उच्चार होत नसेल, वक्त्याच्या उच्चारात सुसूत्रता नसेल, विषय न आवडणारा असेल, परिचित विषयावर वक्ता बोलत असेल या घटकांमुळे श्रवण प्रक्रियेत अडथळे निर्माण होतात. श्रवण करताना आपली मानसिकता ठीक नसेल किंवा शारीरिक काही त्रास होत असेल तर श्रवणात अडचण निर्माण होते.

४. श्रवण-कौशल्य सुधारण्याचे उपाय

श्रवण कौशल्य सुधारण्याचे अनेक उपाय आहेत. आपण जेव्हा एखाद्या गोष्टीचे श्रवण करतो तेव्हा मन एकाग्र ठेवले पाहिजे. कोणतीही गोष्ट ऐकताना चित्तशुद्धी, अवधान केंद्रित करणे, श्रवण करताना तटस्थपणे ऐकणे, भावनेच्या आहारी न जाणे या गोष्टी लक्षात घेतल्यास ज्ञान वाढते. श्रवण करताना विषयाशी एकरूप होणे महत्त्वाचे असते. वक्ता आपणाला न आवडणारे बोलत असेल तर ते स्वीकार आहे असे मानणे यामुळे आपली चित्तशुद्धी ठीक राहते. तसेच विषयाचे मूल्यमापन करणे, भावनांच्या आहारी न जाता श्रवण करणे, मन लावून श्रवण करणे यामुळे आपल्या ज्ञानात अधिक भर पडते.

२.२ वाचनकौशल्य

श्रवणकौशल्याबरोबरच वाचनकौशल्य हे एक महत्त्वाचे कौशल्य आहे. वाचनाने आपल्या ज्ञानात भर पडत असते. सखोल वाचनाने स्वत:ला तर आनंद मिळतोच पण तो दुसऱ्यालाही देता येतो. भाषा, इतिहास, समाजशास्त्रे या विषयांच्या अभ्यासात वाचन महत्त्वाचे ठरते. पुस्तके, वर्तमानपत्रे, मासिके, इंटरनेट यांच्या वाचनाने ज्ञानात भरच पडत असते. आपण जेव्हा पुस्तक वाचतो तेव्हा त्याचे वाचन कसे करतो याचा विचार करणे महत्त्वाचे आहे. वाचनकौशल्याचा विचार करताना मांडणी, स्वरूप, प्रकार, वाचनाच्या पद्धती आदी घटक महत्त्वाचे ठरतात.

१. वाचनकौशल्याचे स्वरूप

वाचन करत असताना मजकुराचा अर्थ कळणे महत्त्वाचे असते. वाचन कौशल्य ही सहजासहजी अवगत न होणारी क्रिया आहे. वाचन हे एक अवगत करण्याचे कौशल्य आहे. एखाद्या शब्दाचा अर्थ लावायचा असेल तर पूर्वज्ञान, कल्पना, या घटकाने त्याचे आकलन होते. तसेच तुमची बौद्धिक पात्रता, मानसिक घडण, शारीरिक क्षमता, आजूबाजूचे वातावरण यांचा वाचनक्षमतेवर कमी– अधिक प्रभाव पडत असतो. यासाठी वाचन प्रक्रियेतील घटक समजावून घेणे महत्त्वाचे ठरते.

२. वाचनप्रक्रियेतील घटक

१. शब्दबोध

शब्दबोध म्हणजे शब्द अचूक वाचणे व त्याचा अर्थ समजावून घेणे होय. वाचत असताना शब्दबोध होणे अत्यावश्यक आहे. उलटसुलट वाचन केल्यास अर्थबोध होणे दुरापास्त होते. वाचताना शब्दावर नजर टाकताच त्याचा अर्थ लक्षात यावयास हवा.

२. अपूर्ण शब्दबोधन

वाचन करताना ते नीट प्रकारे केले नाही तर अपूर्ण शब्दबोधन होऊ शकते. दुसराच शब्द वाचनात गेल्यास त्याचा अर्थ बदलतो.
उदा. गाळणी ऐवजी गाळ, गाणी ऐवजी मणी असे वाचन झाल्यास अपूर्ण शब्दबोधन होते.

३. वाचन दिशा

वाचन करताना आपण एक सलगपणे वाचल्यास त्याचे ज्ञान अवगत होते. ज्यांना वाचनाची सवय नसते ते उलटसुलट दृष्टी फिरवतात, हे चुकीचे ठरते.

४. दृष्टीचा आवाका

आपण वाचन करताना शब्दावर दृष्टी फिरवितो. सराव नसेल तर वाचन कठीण होते. तसेच आजूबाजूच्या शब्दांकडे नकळत बघत असतो. त्यामुळे वाचन पटकन होते. एकावेळी तीन ते चार शब्दांचे आकलन करू शकतो.

५. शब्दोच्चार

वाचन करताना उच्चाराची सवय असल्यास वाचन-वेगावर खूपच मर्यादा पडतात. वाचताना मनातल्यामनात शब्दोच्चार करण्याची गरज नसते. आपण मनातल्यामनात शब्दोच्चार करून दर मिनिटास जास्तीतजास्त ३५० शब्द वाचतो व शब्दाचा उच्चार न केल्यास एका मिनिटात ८०० शब्द वाचतो. म्हणून मोठ्याने वाचणे ही सवय चुकीची ठरते.

६. आकलन

वाचन केल्यानंतर विषयाचा बोध झाला की, त्याचे आकलन करावे लागते. वाचन करताना त्याचे आकलन होणे महत्त्वाचे ठरते. आकलन करताना आपणाला पहिल्यांदा शब्दाचा, वाक्याचा व नंतर परिच्छेदाचा अर्थ कळणे महत्त्वाचे आहे.

३. वाचनकौशल्यावर परिणाम करणारे घटक

१. वाचकाची शरीरप्रकृती

वाचनकौशल्य विकसित करण्यासाठी शरीराची नीट काळजी घेणे महत्त्वाचे असते. म्हणूनच शारीरिक प्रकृती उत्तम असणे, वाचन-कौशल्यासाठी खूपच महत्त्वाचे आहे. जर आपले कंबर, डोके, पोट दुखत असेल तर आपण शांत मनाने वाचन करू शकत नाही.

२. मानसिक स्थिती

मानसिक स्थिती ठीक नसेल तर वाचनकौशल्यावर परिणाम होतो. भांडण, वादविवाद, टाकून बोलणे, यामुळे मानसिक स्थिती बिघडते. त्यामुळे वाचन चांगले होत नाही.

३. शारीरिक हालचाल

शारीरिक हालचालीमुळे वाचनकौशल्यावर परिणाम होतो. मान हलविणे, हाताने ठेका धरणे, पायांची हालचाल करणे या सर्व शारीरिक हालचालींमुळे वाचनाची गती कमी होते.

४. एकाग्रता

वाचन करताना एकाग्रता महत्त्वाची असते. आपल्या मनात वेगळे विचार आले तर वाचनाची गती मंदावते व अर्थबोध होत नाही.

५. आसनव्यवस्था

वाचन करताना आसनव्यवस्थेची काळजी घेणे महत्त्वाचे असते. बसून वाचताना पाठीला बाक येणार नाही याची काळजी घेणे आवश्यक असते. तसेच झोपून वाचल्यास वाचनाच्या गतीवर व आकलनावर परिणाम होतो. म्हणून झोपून वाचणे वाचनकौशल्याला हानिकारक आहे.

याचबरोबर नजरेचा आवाका, विषयाचे पूर्वज्ञान, शब्दभांडार, आवड या गोष्टींची काळजी घेणे महत्त्वाचे ठरते.

४. वाचनाचे फायदे

वाचनाने व्यक्तीला ज्ञान मिळत असते. कोणत्याही विषयाचे वाचन हे आपणाला प्रेरणा देणारे असते. दु:ख, नैराश्य, वैफल्य, कठीण प्रसंग याला सामोरे जाण्यासाठी वाचन महत्त्वाचे असते.

१. बहुश्रुतता

आपण सतत वाचन केल्यास बहुश्रुत होतो. वाचनाने अनेक विषयांचे ज्ञान अवगत होते. आपले विचार प्रगल्भ होतात व लेखनशैलीचा परिचय होतो.

२. जिज्ञासापूर्ती

प्रत्येक गोष्ट अनुभवातून मिळेल असे नाही, तर वाचनाने आपली जिज्ञासापूर्ती होते. मानवाला प्रत्येक गोष्टीची जिज्ञासा असते. अद्भुत कथा, वीरकथा, विज्ञानकथा यांचे वाचन केल्यास आपले या विषयाचे ज्ञान पूर्ण होत जाते. तसेच भाषाकोश, कल्पनाशक्ती, संस्कृती, परंपरा या घटकांची जोपासना होते.

५. वाचनाचे प्रकार

वाचन केल्यास आपणाला नक्कीच फायदे जाणवतात. आपण कधी हळूहळू, कधी मोठ्याने, कधी मनात वाचत असतो; तर कधी सहज वाचत असतो. यातून वाचनाचे काही प्रकार बघावयास मिळतात.

१. प्रकट वाचन

वाचन करताना ते दुसऱ्याला स्पष्ट रीतीने कळणे म्हणजे प्रकट वाचन होय.

लेखकाचे विचार, कल्पना व भावना दुसऱ्यापर्यंत पोहोचविण्यासाठी प्रकट वाचन महत्त्वाचे असते. 'वाचन व लेखन कौशल्य' या पुस्तकात याची व्याख्या दिलेली आहे. ''प्रकट वाचन म्हणजे लेखकाने लिहिलेले विचार, कल्पना, भावना योग्य त्या विरामचिन्हांसह, योग्य ठिकाणी आघात देत, स्वरांच्या चढउतारांसह शुद्ध उच्चार करीत श्रोत्यांपर्यंत पोहोचविणे'

प्रकट वाचन करताना लेखकाचे विचार आपण दुसऱ्यापर्यंत पोहोचवीत असतो. यासाठी वाक्ये ही स्पष्टपणे उच्चारली जावीत. प्रकट वाचन हे दुसऱ्याला आनंद देण्यासाठी करावयाचे आहे, याकडे लक्ष द्यावे. या स्वरूपाची सूत्रे लक्षात ठेवली तर प्रकट वाचनाची कौशल्ये आत्मसात होतात.

२. मूक वाचन

मनातल्यामनात केलेले वाचन म्हणजे मूक वाचन होय. या स्वरूपाचे वाचन स्वतःसाठी असते. यातून अर्थग्रहण व आनंद मिळतो. या वाचनात ओठांच्या हालचाली, उच्चारासाठी लागणारा वेळ व शक्ती खर्च होत नाही. प्रकट वाचन करताना शब्दांच्या उच्चाराकडे लक्ष द्यावे लागते. मूक वाचनात याची गरज पडत नाही. मूक वाचनाने एकाग्रता अधिक येते. मूक वाचनाचा फायदा वाचक, लेखक, संशोधक, शिक्षक यांना अधिक होत असतो.

मूक वाचन म्हणजे 'मनातल्यामनात अर्थग्रहणासाठी, आकलनासाठी, आनंदासाठी केलेले जलद वाचन होय.' मूकवाचन करताना मजकुराचा अर्थ ध्यानात घ्यावा, वाचन गतिमान करावे, यामुळे अधिक ज्ञान मिळते.

३. अध्ययनप्रवण वाचन

वाचनाचा हा तिसरा प्रकार होय. अध्ययनासाठी वाचन करत असलो तर त्यासाठी सर्वेक्षण, प्रश्ननिश्चिती, वाचन, विचार घटकाचे पुनर्वाचन, मनन, उजळणी हे घटक महत्त्वाचे ठरतात.

अशा प्रकारे वाचनकौशल्याचे स्वरूप, व्याप्ती, अडचणी, फायदे व प्रकार वाचन कौशल्याच्या संदर्भात बघता येतील.

२.३ लेखनकौशल्य

आपण मिळविलेले ज्ञान व्यक्त करण्यासाठी लेखन कौशल्याचा उपयोग होतो. सुलेखन ही लेखनकौशल्याची महत्त्वाची बाब आहे. सुलेखन करताना सुचणाऱ्या मुद्यांची नीट प्रकारे वर्गवारी करावी लागते. आशयानुसार लेखन कमी–जास्त करावे लागते. आपण ऐकून, वाचून, पाहून ज्ञान मिळवत असतो. पण जोपर्यंत ते लिहून

ठेवत नाही किंवा समजलेले आपल्या भाषेत मांडत नाही, तोपर्यंत ज्ञान आत्मसात होत नाही.

अध्ययन प्रक्रियेचा एक भाग म्हणून लेखनकौशल्याला महत्त्व आहे. आपल्या मनातील विचार इतरांना सहज समजतील अशा तऱ्हेने योग्य शब्दांत लिहिणे म्हणजे लेखनकौशल्य होय.

१. लेखनकौशल्याचे स्वरूप

इच्छाशक्ती व मेहनत असेल तर आपण लेखनकौशल्य सुधारू शकतो. हस्ताक्षर सुंदर करण्यासाठी प्रयत्नांची गरज असते. जन्मजात कुणाचेही हस्ताक्षर सुंदर नसते. ते साध्य करण्यासाठी कष्ट करावे लागतात. लेखन करताना नेहमी शांत, प्रसन्न मन असणे गरजेचे असते. जेव्हा आपण लेखन करतो तेव्हा आपली शारीरिक अवस्था चांगली हवी. तहान, भूक भागलेली असावी.

लेखन सुंदर होण्यासाठी मानसिकता चांगली असणे गरजेचे आहे. आपण पेपर लिहिताना सुरुवातीला चांगले अक्षर काढतो; पण जसजसा मनावर ताण वाढत जातो, तसे आपले लेखन बिघडत जाते. म्हणून मानसिकता टिकवून ठेवणे महत्त्वाचे असते. लेखन करताना प्रत्येक ओळ मन लाऊन काढा. सर्व रेषांमधील अंतर सारखे ठेवा. आपण लेखन करताना दुसऱ्यांनी वाचताना त्यांचे समाधान होईल, याची काळजी घेतली पाहिजे. लेखनामुळे व्यक्तीच्या विचारांना स्पष्टता व विश्वासार्हता लाभते. माहिती जतन करण्यासाठी आपण लेखन करतो. तसेच आत्माविष्कारासाठी लेखन महत्त्वाचे ठरते.

२. लेखनातील अडचणी

लेखन करताना काही अडचणी जाणवतात; म्हणून लेखनकौशल्य आत्मसात करण्यासाठी आपणाला काही तंत्रे अवगत करावी लागतात. लेखन माध्यमातून चटकन संवाद साधता येत नाही. याचबरोबर लेखन साहित्य, वातावरण व जागा व्यवस्थित नसेल तर लेखनात अडचणी येतात. लेखन करताना तिरपे अक्षर काढणे चुकीचे आहे. तसेच जोडून अक्षरे काढणे, लेखन करताना शब्दावर रेषा नसणे चुकीचे ठरते. या लेखनकौशल्यात अडचणी ठरतात.

लेखन करताना आपली मानसिकता नसेल तर चांगले लेखन होऊ शकत नाही. आत्मविश्वास नसेल, न्यूनगंड वाटत असेल तर लेखनात अडचण निर्माण होते. लेखन करताना विषय अयोग्य वाटू लागला तर लेखन चांगले होत नाही. दृष्टिदोष, श्रवणदोष, लेखनतंत्र अवगत नसणे, वातावरण यामुळे लेखनात अडचणी येतात.

३. लेखनकौशल्य : उपाय

लेखन कौशल्य सुधारण्यासाठी एकाग्रता महत्त्वाची असते. लेखन करताना दृष्टिकोन सकारात्मक असावा. आपले मनोबल वाढले तर चांगले लेखन होऊ शकते. वातावरण, जागा यांच्याशीही मिळतेजुळते घ्यावे लागते. लेखन करताना लेखनाचे तंत्र समजून घेतले पाहिजे. आपण काय व कशावर लेखन करणार आहोत हे समजावून घेतले पाहिजे. लेखन करताना नवनवीन विषय शोधत राहिले पाहिजे. लेखनात कल्पकता, निर्णयक्षमता, चिकाटी, ध्येय, नियोजन असेल तर लेखन प्रभावी ठरू शकते.

मनाची एकाग्रता असेल तर लेखन चांगले होते. लेखन करताना एकाग्रता संपादण्याचा जाणीवपूर्वक प्रयत्न केला पाहिजे. 'Concentration is the key of succsess' असे म्हणणे उचित ठरेल. मांडणीशिवाय लेखन सूत्रबद्धपणे होऊ शकत नाही. लेखन करताना आपण भाषा कशी वापरतो, याला महत्त्व आहे. लेखन झाल्यावर ते परत वाचावे. तसेच लेखन करताना एक आराखडा तयार करावा. लेखनाचा एक क्रम ठरवून घेतला पाहिजे. लेखन करताना योजलेले शब्द, निवेदन पद्धती, वाक्यरचना, संदर्भ, दिलेले दृष्टान्त या भाषाविष्काराची योजना केली पाहिजे. या स्वरूपात लेखन कौशल्याची मांडणी करता येईल.

३.४ संभाषण कौशल्य

भाषा हे संभाषणाचे महत्त्वाचे साधन आहे. स्वतःचे विचार, मत, भावना व्यक्त करण्यासाठी संवाद साधण्याची गरज असते. भाषण एका व्यक्तीचे असते. संभाषण हा शब्द मात्र दोन किंवा अधिक व्यक्तींमधील बोलण्यासाठी वापरला जातो. शब्दांची देवघेव संभाषणातून होते. जीवनात फारच थोड्या बाबी आपण एकट्याने करतो. अनेक बाबतीत आपण एकमेकांवर अवलंबून असतो. आपण शब्दांनी, चिन्हांनी किंवा हावभावांनी एकमेकांशी संवाद साधत असतो.

आपण संवाद साधल्याने शारीरिक दृष्टीने दुसऱ्या व्यक्तीपासून कितीही दूर असलो तरी मनाने जवळ पोहोचतो. संभाषणकौशल्य अवगत असेल तर आपले हेतू साध्य होण्यास मदत होते.

१. संभाषणात भाषेचे महत्त्व

भाषा हे विचार-विनिमयाचे श्रेष्ठ साधन आहे. भाषेमुळे देवाण-घेवाण सोपी होते. भाषेमुळे समाज व्यवहार चालतो, म्हणून भाषा एक सामाजिक संस्था आहे. भाषा नसती तर आपले व्यवहार सुरळीत पार पडले नसते. संभाषणात भाषेला महत्त्व

आहे. शब्द, भाषा यांनी आपले व्यवहार सोपे केले आहेत. आपण अनेक भाषा, पोट भाषा वापरतो. त्या प्रत्येक भाषेचा बाज वेगळा व बोलण्याची पद्धतही वेगळी असते. हे सर्व आपण संवादासाठी करत असतो.

मानवाला ईश्वराने भाषेची देणगी दिलेली आहे. भाषेच्या जोरावर माणसाने अलौकिक अशी प्रगती केलेली आहे. भाषेतून, बोलण्यातून माणूस स्वत:ला व्यक्त करत असतो. संभाषण शक्य होण्यासाठी वक्ता व श्रोता यांना एक सामाईक भाषा अवगत असणे ही महत्त्वाची बाब आहे. कमीतकमी दोन तरी व्यक्तींना एकत्र आणणे हाच मुळी भाषेचा मूलभूत हेतू आहे.

२. संभाषणाचे प्रकार

आपणाला संभाषणकौशल्य जोपासण्यासाठी संभाषणाचे प्रकार कोणते आहेत, ते ज्ञान अवगत असणे गरजेचे आहे. संभाषणाचे एकूण चार प्रकार सांगता येतील.

१. प्रत्यक्ष संभाषण

दोन व्यक्तींनी समोरासमोर केलेले संभाषण म्हणजे प्रत्यक्ष संभाषण होय. यामध्ये शिक्षक-विद्यार्थी, डॉक्टर-रुग्ण, वकील-अशील, विक्रेता-ग्राहक या स्वरूपाचे संभाषण प्रत्यक्ष संभाषणात येते.

२. अप्रत्यक्ष संभाषण

अप्रत्यक्ष संभाषणात दोन व्यक्ती समोरासमोर संभाषण करत नाहीत तर फोन, मोबाईल, रेडिओ, दूरचित्रवाणी, पत्र, ई-मेल, सीडी, कॅसेट यांसारख्या माध्यमांतून एकमेकांशी संवाद साधता येतो.

३. औपचारिक संभाषण

व्यवसाय, व्यवहार या प्रसंगी समोरच्या व्यक्तीशी आपणाला औपचारिकपणे संभाषण करावे लागते. व्यवसायात एखाद्या व्यक्तीशी नव्याने ओळख होते, त्या व्यक्तीशी औपचारिक संभाषण केले जाते. तसेच चर्चासत्र, सभा याप्रसंगी वक्ते परस्परांशी संभाषण करतात, ते औपचारिक स्वरूपाचे असते. बँका, विमा, मार्केटिंग या ठिकाणी औपचारिक संभाषण बघावयास मिळते.

४. अनौपचारिक संभाषण

आई-मुलगी, प्रियकर-प्रेयसी, मित्र-मैत्रीण, पती-पत्नी या नात्यांमध्ये वेगवेगळ्या विषयांवर मनमोकळ्या गप्पा होत असतात. या संभाषणात एकमेकांचे

म्हणणे ऐकून घेतले जाते. आपल्यावरील अन्याय, अपेक्षा, इच्छापूर्ती बोलून दाखविल्या जातात याला अनौपचारिक संभाषण म्हणतात.

५. संभाषणकौशल्यातील अडचणी

संभाषण कौशल्यामध्ये आत्मविश्वासाला महत्त्व आहे. श्री मंगेश देशमुख यांनी आपल्या ग्रंथात संभाषणकौशल्यातील अडचणी सांगितल्या आहेत. संभाषणकौशल्यामध्ये धर्मबंधन, दुसऱ्या राजकीय पक्षाचा असणे, दुसऱ्या गावातील, प्रांतातील असणे, दुसऱ्याकडून फसविले जाणे, आरोग्याच्या तक्रारी, अस्वच्छता, या अडचणी जाणवतात. याचबरोबर एकाग्रता कमी असणे, स्वतःला इतरांपेक्षा कमी लेखणे, न्यूनगंडाची भावना निर्माण होणे, आवाज बारीक असणे हे संभाषण कौशल्यावर परिणाम करणारे घटक आहेत. या अडचणी दूर केल्यास संभाषणकौशल्य प्राप्त करणे सोपे जाते.

६. संभाषण कौशल्य सुधारण्याचे उपाय

संभाषणकौशल्य सुधारण्यासाठी आपले भाषेवर प्रभुत्व हवे. वादविवाद टाळले तर मित्र वाढतात. दुसऱ्यांच्या मताबद्दल आदर दाखवावा, त्यांच्या मताशी सहमत नसल्यास सौम्यपणे तसे सांगावे. जर आपली चूक झाली असेल तर तत्काळ मान्य करावे. स्वतः आपण कमी बोलावे दुसऱ्यांना जास्त बोलण्याची संधी द्यावी. दुसरा बोलत असेल तर त्याला उत्तम प्रतिसाद द्यावा. दुसऱ्याशी जेव्हा आपण संवाद साधतो तेव्हा त्यांच्या नजरेला नजर भिडविल्यास आपला आत्मविश्वास वाढतो. आपण जो पोशाख परिधान करतो तो स्वच्छ, नीटनेटका व रंगसंगतीनुसार असावा. कोणतीही गोष्ट करताना दुसऱ्याच्या नजरेतून पाहावे.

दुसऱ्याचे चांगले गुण बघण्याची सवय लावावी. दुसऱ्यांना त्यांच्या चुका दाखविताना आधी त्यांच्या गुणांचे कौतुक करावे व नंतर सौम्य शब्दांत त्यांच्या चुका दाखवून द्याव्यात.

आपले संभाषणकौशल्य सुधारण्यासाठी वरील गोष्टी फार महत्त्वाच्या आहेत. हे उपाय आपल्या जीवनाला वेगळा अर्थ देऊ शकतील.

३.५ भाषणकौशल्य

सभेमध्ये आपले विचार स्पष्ट, मुद्देसूद रीतीने, परिणामकारकपणे, साभिनय व्यक्त करण्याच्या कलेला भाषण म्हणतात. भाषण या शब्दाचा अर्थ 'एकट्या व्यक्तीचे चाललेले बोलणे' असा घेतला जातो. आपण जेव्हा भाषण करतो तेव्हा

आपले बोलणे प्रसंगोपात्त व उत्स्फूर्त स्वरूपाचे असते. आपण भाषण करताना छोट्या-मोठ्या समूहांसमोर बोलत असतो. तेव्हा त्याचे स्वरूप अनौपचारिक राहरत नाही. त्याचा विषय ठरलेला असतो. अशा औपचारिक बोलण्याला वक्तृत्व असे म्हणतात. भाषणाचे हेतू समाज-प्रबोधन, समाज-उद्दीपन हे प्रामुख्याने असतात; तर कधी कधी भाषण हे मनोरंजन, प्रशिक्षण यासाठी केले जाते.

भाषण म्हणजे भाषेवर प्रभुत्व, विचारांची जुळवाजुळव, भारदस्त शब्दयोजना व सुभाषितांचा उपयोग आणि थोड्या वेळात आपले मुद्दे आटोपशीरपणे मांडण्याची शैली होय. भाषण करताना आपल्या बोलण्याचा हेतू श्रोत्यांना समजला पाहिजे. आपण कोणत्या ठिकाणी कोणत्या विषयावर बोलतो याचे भान भाषणकर्त्याने ठेवले पाहिजे. श्रोत्यांना उपयोगी पडतील असे परिपक्व विचार मांडले गेले पाहिजेत.

१. भाषणकौशल्यात भाषेचे स्थान

भाषण कौशल्य आत्मसात होण्यासाठी वक्ता व श्रोता यांना एक सामाईक भाषा अवगत असणे महत्त्वाचे आहे. भाषा क्षणिक गरज भागविण्यापुरती नाही तर तिला अधिक अर्थवाहक, आशयपूर्ण व कार्यक्षम बनविता येते. भाषेला सौंदर्य प्राप्त करून देणारे अलंकार, सुभाषिते, म्हणी यांचे ज्ञान वक्त्याजवळ असेल तर भाषण ओघवते व रसाळ होते.

२. भाषणाची तयारी

भाषण करताना स्वत:च्या बोलण्यातून अंत:करणाची कोमलता, उत्साह व श्रोत्यांविषयीचा आनंद प्रदर्शित करण्याचे भान ठेवले पाहिजे. आपण भाषण करताना चुका करत नाही ना, याची काळजी घेतली पाहिजे. स्वत:चे बोलणे श्रोत्यांना कळले पाहिजे. भाषणकौशल्य वाढविण्यासाठी आकाशवाणीवरून प्रसारित केली जाणारी भाषणे, निवेदने, संवाद, नाटके ऐकली पाहिजे. सुटसुटीत शब्दरचना असणारी वाक्ये तयार करण्याची सवय ठेवली पाहिजे. भाषण करताना प्रारंभ, मुख्य गाभा व सारांश अशी मांडणी असावी. विनोद, चालू घडामोडी, प्रसंग यांचा वापर करावा. नवीन मुद्दा मांडण्यापूर्वी मागील मुद्द्याला उजळणी द्यावी.

भाषण करताना प्रेक्षकांचे लक्ष आपणाकडे वेधून घेतले पाहिजे. आपल्यामध्ये आत्मविश्वास व सकारात्मकता असायला हवी. भाषणाला सुरुवात करण्यापूर्वी माहिती, साधने गोळा करावी. भाषणाचा शेवट चांगला व झळाळणारा असावा. भाषणातील महत्त्वाचे मुद्दे, विशेष गोष्टी यांची उजळणी करावी. प्रेक्षकांचे आभार मानावेत.

वक्त्याने भाषणाला सुरुवात करण्यापूर्वी दिलगिरी किंवा खेद व्यक्त करू नये.

विषयाला धरून बोलावे. प्रेक्षकांना आपलेसे करून घ्यावे. त्यांच्याबद्दल दुरावा, शत्रुत्व किंवा त्यांच्या भावना दुखावतील अशी सुरुवात करू नये. भाषणाचा शेवट प्रश्न विचारून करू नये. नवीन मुद्दा शेवटी सांगू नये.

३.भाषणाचा सराव

वक्त्याने भाषणाचा सराव करण्यासाठी मोठ्याने वाचले गेले पाहिजे. वाचताना अडथळे येत असतील तर ते काढून टाकावेत. मुद्दे मांडलेले आहेत का? मुद्यांना आधारभूत गोष्टी आहेत का? वाक्ये सोपी आहेत का? याकडे लक्ष देण्यासाठी मोठ्याने वाचनाचा सराव करावा. सराव करताना आरशासमोर उभे राहून बोलावे. आपले हावभाव, चुका याकडे लक्ष द्यावे.

समारोप

जीवन सफल करण्यासाठी कौशल्याची गरज असते. आपण कोणतीही गोष्ट मन लावून केल्यास आपण यशस्वी होऊ शकतो. श्रवण, वाचन, लेखन, संभाषण, भाषण ही भाषिक कौशल्ये सहजासहजी आत्मसात होत नसतात, त्यासाठी चिकाटी, प्रयत्नांची गरज असते. भाषिक कौशल्याचे आपणाला निश्चितच फायदे होतात. आपले व्यक्तिमत्त्व सुधारण्यासाठी या कौशल्यांचा फायदा होतो. यशस्वी जीवनाची गुरुकिल्ली म्हणजे भाषिक कौशल्ये आहेत. यासाठी प्रयत्नांची, कष्ट करण्याची जिद्द असावी लागते. या संशोधनपर लेखनात भाषिक कौशल्ये म्हणजे काय? त्यांचे फायदे काय आहेत. भाषिक कौशल्याचे प्रकार, कौशल्ये आत्मसात करण्यासाठी कोणकोणत्या अडचणी येतात, त्यावर उपाय काय आहेत, हे जाणून घेण्याचा प्रयत्न केलेला आहे. एकूणच अभ्यासकांना हा शोधनिबंध दिशादर्शक ठरेल अशी आशा आहे.

संदर्भसूची

१) The News International Webster's Comprechensive Dictionary - अकलुजकर प्रसन्न, फिचर रायटींग, श्रीविद्या प्रकाशन, पुणे
२) अध्ययनकौशल्ये - यशवंतराव चव्हाण मुक्त विद्यापीठ, नाशिक
३) अध्ययनासाठी संवादकौशल्ये - य. च. म. मुक्त विद्यापीठ, नाशिक
४) डॉ. गोविलकर लीला, डॉ. पाटणकर जयश्री- व्यावहारिक मराठी, स्नेहवर्धन प्रकाशन, पुणे
५) देशमुख मंगेश- 'शिखर यशाचे' सुरेशचंद्र प्रकाशन, पुणे २००६
६) डॉ. नसिराबादकर ल. रा. - व्यावहारिक मराठी, फडके प्रकाशन, कोल्हापूर

७) परुळेकर आशा - 'व्यक्तिमत्त्व कसे घडवाल', उन्मेश प्रकाशन, पुणे १९९३
८) बातमीची कार्यक्षेत्रे व संगीत समीक्षा - यशवंतराव चव्हाण महाराष्ट्र मुक्त विद्यापीठ, नाशिक
९) 'वाचन व लेखन कौशल्ये' - य. च. म. मुक्त विद्यापीठ, नाशिक
१०) 'मराठी भाषेची संवाद कौशल्ये' - य. च. म. मु. विद्यापीठ, नाशिक
११) शेजवलकर प्र. चिं. - 'तुमच्या उज्ज्वल भवितव्यासाठी' स्नेहवर्धन प्रकाशन, पुणे १९८५

डॉ. द. के. गंधारे
मराठी विभाग प्रमुख
अॅड. एम. एन. देशमुख महाविद्यालय
राजूर ता. अकोले, जि. अहमदनगर

प्रकरण ३

निबंधलेखन : स्वरूप व प्रकार

प्रा. हरेश शेळके

निबंध हा एक गद्य वाङ्मय प्रकार आहे, निबंध या नावाने ओळखले जाणारे सर्व लेखन एकाच प्रकारचे नसते. निबंध हा शब्द नि + बंध या धातूवरून तयार झाला आहे. याचा अर्थ 'बांधणी करणे' असा होतो. निबंधात बांधणी करावयाची असते. ही बांधणी विचारशील आणि तर्कसुसंगत असावयास हवी. आपले अवतीभवतीचे निरीक्षण, वाचन, चिंतन, विचार करण्याची पद्धत, वैचारिक दृष्टिकोन, अनुभव ह्या सर्व गोष्टींचा उपयोग निबंध लेखनासाठी होतो. निबंधाची सुरुवात, त्याचा गाभा आणि त्याचा शेवट आकर्षक पाहिजे. म्हणजे आपण ज्या विषयावर निबंध लिहिणार आहोत त्या विषयाशी संबंधित कविता, वचन, एखादे महत्त्वपूर्ण वाक्य अशा पद्धतीने जर आपल्या निबंधाची सुरुवात करता आली तर निबंधाला एक दिशा आहे असे लक्षात येते. निबंधाचा शेवटही आपणाला तसाच कवितेच्या ओळींनी, एखाद्या चारोळीने, गझलेच्या ओळींनी करता आला तर उत्तमच. म्हणून शेवटही या पद्धतीने करण्याचा प्रयत्न करावा.

निबंधलेखनाच्या बाबतीत एक अत्यंत महत्त्वाची गोष्ट म्हणजे, त्यातून व्यक्त होणारा वैयक्तिक दृष्टिकोन. ह्या वैयक्तिक दृष्टिकोनानुसार निबंध आकार घेत असतो. निबंधातून निबंधलेखकाचे वाचन, अवलोकन, निरीक्षणे, समाजविषयक दृष्टिकोन, त्याचा वैचारिक दृष्टिकोन, त्याची विवेकशील वृत्ती, भाषाशैली, हस्ताक्षर, विषयाचे ज्ञान यांचे दर्शन तर घडतेच, परंतु याबरोबरच त्याच्या व्यक्तिमत्त्वाचेही दर्शन घडते. निबंधात विचारांची बांधणी करावयाची असते. ही बांधणी करण्यासाठी त्या विषयाशी समरस होणे आवश्यक असते. त्या विषयासंबंधी जी माहिती उपलब्ध असेल म्हणजे उदाहरणार्थ, ग्रंथालयात, इंटरनेटवरती, पाठ्यपुस्तकांमध्ये, वर्तमानपत्रांतील लेखांमध्ये,

विविध पुरवण्यांमध्ये, मासिके व साप्ताहिकांमध्ये इत्यादी ठिकाणी जाऊन, माहितीचा शोध घेऊन आपण आपला निबंध फुलवला पाहिजे. कोणत्याही विषयाचा एकांगी विचार करून चालत नाही, तर त्या त्या विषयाच्या सर्वांगीण व परिपूर्ण मांडणीसाठी त्या विषयाच्या चारही बाजूंचा किंबहुना आपल्या मांडणीसाठी विषयाच्या उलट-सुलट बाजूंचा विचार करणे अत्यंत आवश्यक असते.

निबंध हा कालसापेक्ष असतो. ज्या काळात तुम्ही निबंध लिहिता त्या काळाचे प्रतिबिंब त्यात पडलेले असावे, म्हणजे आपल्या निबंधात चालू काळाचे संदर्भ यावेत; कारण निबंधात विचारांच्या बांधणीला अनन्यसाधारण असे महत्त्व असते. म्हणून त्यातील विचारांची बांधणी कौशल्यपूर्ण असली पाहिजे. चालू काळाचे संदर्भ यावेत याचा अर्थ अवतीभवतीच्या जगाबद्दलची, समाजाबद्दलची आपली निरीक्षणे आपल्याला मांडता यायला हवीत. यामुळे निबंधाला अपेक्षित असलेल्या विषयावर आपण मार्मिकपणे भाष्य करू शकतो. निबंधलेखनातून आपली भाषाशैलीही लक्षात येते. आपला निबंध जास्तीतजास्त चांगला होण्यासाठी त्यामध्ये विषयाशी संबंधित संदर्भ, वाचनाचे जास्तीतजास्त संदर्भ, कवितेच्या ओळी, सुविचार, विचारवंतांचे महत्त्वाचे विचार इ. मांडण्याचा जरूर प्रयत्न करावा.

एकदा तयारी झाल्यानंतर मग निबंधाचा प्रारंभ वा विषयविस्तार हे काम काही फारसे कठीण नाही. मनात मुद्द्यांचा क्रम स्थूलपणे योजून एकदम विषयालाच प्रारंभ केला व मग हळूहळू तो विषय क्रमाने विस्तारत नेला की, निबंध आपोआप तयार होईल. (निबंधाची मांडणी कशी असावी हे आपण पुढे पाहणारच आहोत.) मुद्द्यांचे वा क्रमबद्ध रचनेचे बंधन त्रासदायक होईल इतकेही पाळण्याची जरुरी नाही. मुद्दा सोडून उगाच भटकण्याने वा केवळ आपणास माहीत आहे म्हणून विनासाध्य जास्त वर्णन करण्याने निबंध बिघडतो. चुकीची माहिती दिल्यास निबंधाचे सारे वजन नष्ट होईल. चुकीचा तपशील देणे यापेक्षा बिलकूल न देणे अधिक श्रेयस्कर. निसर्गाचे, प्रसंगाचे वर्णन करणे, कल्पनापूर्ण विश्वात दंग होणे, आत्मवृत्तात्मक निवेदने लिहिणे यांसारखे निबंधाचे प्रकार विद्यार्थ्यांना फारसे अवघड वाटत नाहीत; पण विवेचक, चर्चात्मक, विचारप्रवर्तक असे काही लिहिण्याचा प्रसंग आला की, सारे अडून राहते; मग माहिती व प्रतिपाद्य विषयातील वाद यांचेही स्मरण राहात नाही, आणि त्यामुळे निबंध कसा असतो, त्याचे रूप कसे असते हेही विसरून जाण्याचा संभव निर्माण होतो. ह्या सर्व सूचना किरकोळ वाटत असल्या तरी याच प्रकारच्या चुका बहुसंख्य विद्यार्थी करीत असतात.

सारांशाने पुन्हा सांगावयाचे झाले तर असे म्हणता येईल की, श्रेष्ठ निबंध कशा

प्रकारचे असतात, मुळात निबंध म्हणजे काय, हे समजावून देण्यासाठी ह्या लेखाचा उपयोग व्हावा.

निबंधलेखनासंदर्भातील काही महत्त्वाचे मुद्दे

१. निबंधात बांधणी करावयाची असते. ही बांधणी नियमबद्ध असली पाहिजे.

२. निबंधलेखनासाठी वाचन, निरीक्षणे, अवलोकन, वैचारिक दृष्टिकोन विद्यार्थ्यांनी वाढवणे गरजेचे आहे, कारण ह्याच गोष्टींचा उपयोग निबंधलेखनासाठी होतो.

३. निबंधाचा प्रारंभ, त्याचा गाभा व शेवट आकर्षक असला पाहिजे.

४. निबंधातील विचार सुस्पष्ट असायला हवेत, त्यासाठी भाषाशैलीचा केलेला वापर वैशिष्ट्यपूर्ण असला पाहिजे.

५. वैयक्तिक दृष्टिकोनानुसार निबंध आकार घेत असतो, त्यामुळे निबंधात वैयक्तिक दृष्टिकोनाला अनन्यसाधारण असे महत्त्व असते.

६. निबंधातून निबंधलेखकाचे वाचन, अवलोकन, त्याची भाषाशैली यांचे दर्शन तर घडतेच, याबरोबरच त्याच्या व्यक्तिमत्त्वाचेही दर्शन घडते.

७. निबंधलेखनासाठी त्या त्या विषयाच्या परिपूर्ण मांडणीसाठी विषयाचा विविधांगी विचार करणे आवश्यक असते.

८. ज्या काळात तुम्ही निबंध लिहिता त्या काळाचे प्रतिबिंब त्यात पडलेले असावे. निबंध हा पुष्कळदा कालसापेक्ष असतो.

९. निबंधलेखकाने ग्रहण केलेले ज्ञान, त्याचे वाचन, अवलोकन व त्याचे व्यक्तिमत्त्व यांचे दर्शन निबंधातून झाले पाहिजे.

१०. निर्णायक आणि खंडनमंडनात्मक भूमिका ही विद्यार्थ्यांच्या वाङ्मयीन निबंधलेखनाला अनुकूल नसते. चिकित्सक जिज्ञासूपणा ही त्याची यथार्थ भूमिका ठरते.

११. निबंधलेखन करताना तो तो विषय संपूर्णपणे आपणास समजतो किंवा नाही, हे आजमावण्याचा प्रयत्न विद्यार्थ्यास करावा लागतो.

१२. निबंध लिहिताना क्षणभर थांबून आपण स्वत: जवळच्या भांडवलाकडे नीटपणे पाहिले पाहिजे. काहीसे 'स्टॉक टेकिंग' केले पाहिजे. असे केल्याने आपणास विचारांची किंवा मुद्द्यांची कमतरता जाणवणार नाही.

१३. निबंधलेखनात हस्ताक्षर सुवाच्य असावे.

१४. निबंधलेखनात भरपूर उदाहरणे व संदर्भांचा उपयोग करावा.

निबंध कसा लिहावा ?

निबंध हा व्यक्तिनिष्ठ लेखनप्रकार असला तरी पुढील मुद्द्यांचा उपयोग केला तर तो प्रभावी होऊ शकतो.

१.   पूर्वतयारी

निबंधाची पूर्वतयारी करणे आवश्यक असते. निबंधलेखनासाठी सखोल अवांतर वाचनाची फार गरज असते. यामध्ये वेगवेगळ्या थोरामोठ्यांची चरित्रे, आत्मचरित्रे, वैचारिक निबंध, ललित लेखन, कवितासंग्रह, याबरोबरच वर्तमानपत्रे व साप्ताहिके व पाक्षिकांचा अभ्यास करणे, वाचन करणे खूप मोलाचे आहे; कारण कोणत्याही विषयावर निबंधलेखन करताना ते वैविध्यपूर्ण असायला हवे; याबरोबरच त्यामध्ये विविध संदर्भ व उदाहरणे यांची रेलचेलही असावी.

आजच्या विद्यार्थ्यांनी माहितीजालाच्या युगात खूप वाचन करणे, अवतीभवतीच्या समाजजीवनाविषयीचे आपले आकलन अधिकाधिक समृद्ध करत नेणेही खूप महत्त्वाचे झालेले आहे. म्हणून विद्यार्थ्यांनी निबंधलेखन करताना त्यामध्ये वैचारिक दृष्टिकोनाबरोबरच स्वतःच्या व्यक्तिगत दृष्टिकोनाचेही चांगले दर्शन घडविले पाहिजे.

२. निबंधाची निवड

दिलेल्या चार-पाच निबंधांपैकी एक निबंध निवडावयाचा असतो. विद्यार्थ्यांनी निबंध निवडताना घाई करू नये. थोडा वेळ विचार करून निबंध निवडावा. आपण ज्या विषयावर लिहू शकू असा व आपली पूर्वतयारी व आवड लक्षात घेऊनच विषयाची निवड करावी. निवडलेल्या विषयावर मुद्देसूदपणे, संदर्भासहित व उदाहरणे देऊन लेखन करावे.

३. आराखडा

निबंधलेखनापूर्वी त्याची रूपरेषा तयार करावी. प्रश्नपत्रिकेत शेवटच्या पानाचा उपयोग कच्चा कागद म्हणून करावा. वेळप्रसंगी वरती कच्चा कागद असे लिहावे व तेथे आपण ज्या विषयावर निबंधलेखन करणार आहोत त्या विषयाचे क्रमाने जे मुद्दे मांडणार आहोत त्याचा कच्चा आराखडा तयार करावा. कोणत्या मुद्द्यात कोणता मजकूर देणार आहोत याचाही विचार करून ठेवावा; म्हणजे निबंधलेखन करताना आपल्याला मुद्देसूदपणे आपले आकलन मांडता येते व निबंधाची बांधणी योग्य पद्धतीने करता येते.

४. परिच्छेद

निबंधात जे विचार मांडावयाचे असतात ते सुसंगतपणे मांडणे आवश्यक असते. एका परिच्छेदात एक विचार मांडला पाहिजे. परिच्छेद लहान असावेत. एका मुद्द्यातून दुसरा मुद्दा सहजपणे निर्माण व्हावा. परिच्छेदात्मक रचना असली की, आपला निबंध दिसावयासही सुंदर दिसतो आणि वाचणाऱ्यालाही कंटाळा येत नाही.

५. आरंभ आणि शेवट

निबंधाची सुरुवात आकर्षक आणि शेवट परिणामकारक असावा. सुरुवात आकर्षक करताना कवितेच्या ओळी, चारोळी, सुविचार, एखादे वचन, ओवी, अभंग यापैकी कोणत्याही एका प्रकारे सुरुवात केल्यास वाचक निबंधाकडे आकर्षित होतील. येथे एक गोष्ट अवश्य ध्यानात घ्या– तुम्ही ज्या एका विशिष्ट पद्धतीने निबंधाची सुरुवात करणार आहात त्याच पद्धतीने शेवट झाला पाहिजे किंवा जो विचार प्रारंभी मांडला असेल तोच विचार फुलवीत निबंधाचा शेवट झाला तर निबंध परिणामकारक होतो; म्हणून निबंधाच्या शेवटाची व आरंभाचीही विद्यार्थ्यांनी चांगली तयारी करणे आवश्यक आहे.

६. उदाहरणे देण्याची गरज

निबंधलेखनासाठी एखादा विचार पटवून देण्यासाठी त्याला अनुरूप अशी उदाहरणे देणे आवश्यक असते. निबंधलेखनात दिलेल्या उदाहरणांमुळे निबंधाचा आशय अधिकाधिक जिवंत होत जातो. उदाहरणांच्या संदर्भामुळे निबंध परिपूर्ण होण्यासही मदत होते, म्हणून विद्यार्थ्यांनी निबंधलेखन करताना उदाहरणांचा उपयोग जरूर करावा.

७. भाषाशैली

निबंधलेखनात भाषाशैली महत्त्वाची असते. तिच्यामुळे निबंधाचा विषय खुलतो. निबंधाची भाषा साधी, सरळ तर असावी, परंतु ती आकर्षकही असावी. निबंधाची शैली विषयानुरूप असावी. आवश्यक तेथेच अलंकारांचा उपयोग करावा. मोठमोठे संस्कृत शब्द व कृत्रिम भाषा टाळावी. अवतरणे, म्हणी, सुभाषिते यांचा वापर विचारपूर्वक करावा. त्यांचा अकारण वापर करू नये; नाहीतर रसभंग होतो. निबंधलेखनात शुद्धलेखन महत्त्वाचे असते.

८. शुद्धलेखन

निबंधलेखनात सर्वांत महत्त्वाचा आणि प्रत्येकासाठी अनिवार्य असलेला

घटक म्हणजे शुद्धलेखन. आपले हस्ताक्षर सुवाच्य तर असावेच; याबरोबरच दीर्घ, ऱ्हस्व ह्या सर्व बाबी व्यवस्थित असाव्यात याचीही विद्यार्थ्यांनी काळजी घ्यावी. निबंधलेखनात शुद्धलेखनाला खूप महत्त्व असते.

९. वाणिज्य विषयावरील निबंधलेखन करताना

वाणिज्य शाखेचा संबंध आर्थिक व उत्पादनविषयक प्रश्नांशी येतो. ह्या शाखेतील व्यवहारांचा जनतेशी संबंध असतो. सर्वसामान्य जनतेला वाणिज्यविषयक प्रश्नांची माहिती देणे, त्या सदंर्भातील विचारांची देवाणघेवाण करणे हे काम वाणिज्यविषयक निबंधाचे असते. अशा प्रकारच्या निबंधवाचनाने सामान्य माणसाचे वाणिज्यविषयक ज्ञान तर वाढतेच; याबरोबरच वाणिज्य विषयासंदर्भातील शंकांचे, प्रश्नांचे निरसनही होण्यास मदत होते.

हे निबंध सामान्य लोकांसाठी लिहावयाचे असतात, म्हणून त्यांची भाषा साधी-सरळ असणे आवश्यक असते. अशा निबंधात आकडेवारी देताना ती अद्ययावत असावयास हवी व आवश्यक तेथेच ती द्यावी, आवश्यक तेथे रूढ पारिभाषिक शब्द जरूर वापरावेत. अपरिचित शब्दांचा वापर करू नये. अशा प्रकारच्या निबंधात वाणिज्यविषयक विविध व्यवहारांच्या ज्ञानाचा उपयोग करून सर्वसामान्य वाचकांना कळेल अशा पद्धतीने निबंध लिहिता आला पाहिजे. आपला निबंध जास्तीतजास्त वाचनीय कसा होईल या दृष्टीने प्रयत्न करावा.

१०. वैज्ञानिक विषयावरील निबंधलेखन करताना

हे निबंधही विज्ञान क्षेत्राबाहेरील सामान्य लोकांसाठी लिहिलेले असतात. ह्या निबंधातून सर्वसाधारणपणे विज्ञान म्हणजे काय, वैज्ञानिक दृष्टिकोन म्हणजे काय, विज्ञानातील संकल्पना, विज्ञानविषयक साहित्य इ. गोष्टींचा परिचय करून दिला जातो. विज्ञानविषयक घडणाऱ्या विविध घडामोडींचाही परिचय येथे केलेला दिसून येतो. सर्वसामान्य माणसाचे जे प्रश्न असतात, थोडक्यात अंधश्रद्धेच्या संदर्भात, जीवनविषयक इ. प्रश्नांविषयी विज्ञानविषयक निबंध चांगल्या प्रकारचे मार्गदर्शन करण्याचे कामही करतात. वैज्ञानिक सत्य लोकांसमोर ठेवून त्यांचे उद्बोधन अशा प्रकारचे निबंध करू शकतात. ह्या निबंधांची भाषाही सर्वसामान्य वाचकाला समजावयास साधी व सुटसुटीत असावी. तांत्रिक परिभाषा व क्लिष्ट शब्द टाळले नाहीत, तर असले निबंध कंटाळवाणे होतात. आवश्यक तेथे इंग्रजी शब्दांचा वापर अशा प्रकारच्या निबंधात करावयास हरकत नाही.

वाणिज्य आणि वैज्ञानिक विषयांवरील निबंध सामान्य जनतेसाठी कसे लिहावे,

यासंबंधी वर विवेचन केले, ते एवढ्यासाठी की, ह्या शाखेतील विद्यार्थ्यांनी ज्ञान संपादन केल्यानंतर लोकांसाठी जरूर काहीतरी लिहावे, अशी अपेक्षा आहे. अर्थात, त्यांना परीक्षेसाठी निबंध लिहावे लागतात, हे विसरून चालणार नाही. परीक्षेसाठी ह्या दोन्ही शाखांतील विद्यार्थ्यांनी निबंधलेखन करताना वरील माहितीचा अवश्य उपयोग केला तर त्यांचे निबंध त्या त्या शाखेतील विषयांना अनुरूप असे होतील. निबंधलेखनासंदर्भात वरील सर्व बाबींचा विद्यार्थ्यांनी गांभीर्याने विचार करावा.

निबंधाचे प्रकार

निबंधासाठी जे विषय दिलेले असतात, त्यानुसार त्याचे निरनिराळे प्रकार पाडले जातात. सर्वसामान्यपणे परीक्षेत पुढील प्रकारचे निबंध असतात.

१. वैचारिक निबंध

या प्रकारात विचारांना महत्त्व असते. वैचारिक विषयावर निबंधलेखन करताना विद्यार्थ्यांच्या सामाजिक, सांस्कृतिक, राजकीय, संस्कृतीविषयक दृष्टिकोनालाही खूप महत्त्व असते, कारण अशा प्रकारच्या निबंधात आपण कसा विचार करतो, सामाजिक, सांस्कृतिक प्रश्नांकडे कसे पाहतो ह्या गोष्टींनाही खूप महत्त्व असते. असे निबंधलेखन करताना आपल्याला विचारांचा तोल कायम टिकवता आला पाहिजे; शिवाय आपल्याला कोणत्याही विषयाचा चहूबाजूंनी विचार करता आला पाहिजे. यासाठी दररोजचे वर्तमानपत्र, मासिके, साप्ताहिके याचबरोबर वैचारिक ग्रंथांचे सखोल वाचन आवश्यक आहे. वैचारिक निबंधलेखनामध्ये एखाद्या मार्मिक विषयावर अतिशय गंभीरपणे मत व्यक्त केलेले असते. याबरोबरच एखादा विचार महत्त्वपूर्ण असतो त्याची चर्चा या निबंधात केलेली असते. लोकसंख्या वाढ, हुंडाबंदी, आंतरजातीय विवाह, अंधश्रद्धा व विज्ञानदृष्टी, युवकांपुढील आव्हाने, आजचे मराठी नाटक, स्त्रीमुक्ती आंदोलने, विद्यार्थी आणि समाजसेवा इत्यादी निबंधांचा अंतर्भाव वैचारिक निबंधात करता येईल.

२. व्यक्तिचित्रणात्मक निबंध

अशा प्रकारच्या निबंधात एखाद्या व्यक्तीचे स्वभावचित्रण करावे लागते. या प्रकारात काही लोकोत्तर व्यक्तिमत्त्वासंबंधी देखील लिहावे लागते. उदा. लोकमान्य टिळक, श्रीमती इंदिरा गांधी, महात्मा फुले, संत गाडगेमहाराज, डॉ. बाबासाहेब आंबेडकर इ. एखादे वेळेसे काल्पनिक व्यक्तीवरदेखील निबंध लिहावा लागतो. उदा. आमच्या महाविद्यालयातील शिपाई, रस्त्याच्या कोपऱ्यावरचा चांभार इ. अशावेळी ह्या व्यक्तिचित्रांच्या संदर्भात तुम्ही जे अवलोकन केलेले असेल त्याचा उपयोग होतो.

व्यक्तिचित्रणात्मक निबंध लिहिताना आपणाला अनुभव, निरीक्षण, विविध प्रकारचे वाचन, चिंतन अशा गोष्टींची सवय आवश्यक असते, कारण ज्या व्यक्तिमत्त्वाबद्दल तुम्ही लेखन करता त्या व्यक्तिच्या जीवनाच्या संदर्भात महत्त्वपूर्ण अशा घडामोडींकडे तुम्हाला लक्ष द्यावे लागते; म्हणजे उदा. संत गाडगेमहाराजांवर जर आपण निबंधलेखन करणार आहोत तर, ग्रामस्वच्छता, पर्यावरण, आदर्श गावे अशा विविध गोष्टींचे संदर्भ आपल्या निबंधलेखनात येणे आवश्यक आहे. व्यक्तिचित्रणात्मक निबंधामध्ये त्या व्यक्तिचा परिचय करून द्यावा लागतो, याबरोबरच त्या व्यक्तिला तुम्ही प्रभावीपणे वाचकांच्या डोळ्यांसमोर कसे उभे करू शकता याला अधिक महत्त्व असते. व्यक्तिचित्रणात व्यक्तीचा स्वभाव, तिचे वेगळेपण वगैरेंसंबंधी लिहिणे आवश्यक असते. त्या व्यक्तिच्या बाह्य वर्णनापेक्षा तिचे अंतरंग खुले करून दाखविणे महत्त्वाचे असते.

३. वर्णनात्मक निबंध

ज्या निबंधात स्थळ, प्रसंग, देखावा, वस्तू वगैरेंचे वर्णन असते, त्या निबंधाला वर्णनात्मक निबंध म्हणतात. उदा. माथेरान, मी पाहिलेला भयानक अपघात, पावसाळ्यातील एक दिवस, वसंत ऋतु, मी केलेली सहल, माझा अविस्मरणीय क्षण, माझा प्रवास, माझे बालपण इत्यादी, अशा प्रकारच्या निबंधात वर्णनाला महत्त्व असते. हे वर्णन करताना वर्णनातील बारीकसारीक तपशील, घडामोडींचे चित्रण, घटनाप्रसंग, व्यक्तिचित्रे, निसर्गवर्णने, स्थळांचे तपशील, ऋतुंचे महत्त्व इत्यादी गोष्टींचे तपशील वाचकाला जिवंत वाटतील अशा पद्धतीने रेखाटले पाहिजेत. वाचकाला प्रत्यक्ष ते स्थळ किंवा तो प्रसंग पाहात आहे असे वाटले पाहिजे. अशा प्रकारच्या निबंधात कल्पकतेला वाव असतो. पूर्वीचे ज्ञान व अवलोकन यांच्या जोडीला कल्पनेचे साहाय्य घेतले की अशा प्रकारचा निबंध परिणामकारक होऊ शकतो. ह्या प्रकारचे निबंधलेखन वाचकाला विविध गोष्टींचे दर्शन घडवते.

४. कल्पनात्मक निबंध

अशा प्रकारच्या निबंधात लेखकाच्या कल्पनेला आव्हान असते. ह्या प्रकारातील निबंध लिहिण्यासाठी विद्यार्थ्यांची कल्पनाशक्ती आणि विचार करण्याची पद्धत यांची सांधेजोड पक्की झाली तर निबंधलेखन उत्तम होऊ शकते. ह्या प्रकारच्या निबंधात वेगवेगळी वर्णने, घटनाप्रसंग, भविष्यकालीन विचारवेध, तीव्र संवेदनशीलता, चिंतनाची बैठक, कल्पनारम्यता, अद्‌भुत वर्णनांची मांडणी, विचारांची बैठक इत्यादी सर्व गोष्टींचे पालन व्यवस्थित करणे आवश्यक असते. उदा. 'मी भारताचा पंतप्रधान झालो तर', 'मला लॉटरी लागली तर', 'मी प्राचार्य झालो तर', 'मी पायलट झालो

तर', 'मी राजकीय नेता झालो तर' इत्यादी विषयांवर वैविध्यपूर्ण असे लेखन ह्या प्रकारात विद्यार्थ्यांकडून अपेक्षित असते.

विद्यार्थ्यांच्या सरावलेखनासाठी आपण एका निबंधलेखनाचे उदाहरण पाहू.

बेरोजगारी : एक समस्या

ज्या देशाच्या घटनेनेच निधर्मी राष्ट्राची संकल्पना स्वीकारली आहे, त्याच आपल्या देशात आज मोठ्या प्रमाणावर धार्मिक मूलतत्त्ववाद रुजू लागला आहे. जमातवादी लोकांच्या विघातक कारवायांना वेग आला आहे, नक्षलवाद वेगाने फोफावत आहे. 'धर्म' म्हणजे काय हेही न कळणारी युवाशक्ती जमातवाद्यांच्या वेगळ्या झेंड्याखाली गोळा होऊ लागली आहे. कोणतीही क्षुल्लक बाब जातीय दंगल घडवून आणण्यास पुरेशी ठरत आहे. प्रांतवाद व भाषिकवादही डोके वर काढत आहे. विभाजनवाद ठिकठिकाणी डोके वर काढत असून, युवाशक्ती त्याच्या मोहजालात फसत आहे. हे असे का व्हावे? हा प्रश्न तुमच्या–आमच्यासारख्या सामान्यजनांना अस्वस्थ करीत आहे. अस्वस्थ करणारा हा प्रश्न आपल्याला घेऊन जातो वाढत्या बेरोजगारीकडे.

'रिकामे डोके सैतानाचे घर' या म्हणीप्रमाणे उदरनिर्वाहाचे साधन नसलेला आजचा युवक धर्मवादाच्या, नक्षलवादाच्या, प्रांतवादाच्या मोहजालात सापडत आहे. 'जन्माला येणारा प्रत्येक जीव खाणाऱ्या तोंडाबरोबरच कामासाठी दोन हातही घेऊन येतो' असे म्हणतात. पण, आज या दोन हातांनाच काम नाही अन् काम नसलेले हे हात विघातकतेच्या कामाला जुंपले जात आहेत. हे असेच चालू द्यावयाचे का? याला काही उत्तर आहे का?

होय, याला उत्तर आहे. या हातांना योग्य ते काम, बेरोजगारांना रोजगार अन् रिकाम्या पोटात पुरेसे अन्न; हेच याचे उत्तर होऊ शकते. भारतातील लोकसंख्येपैकी ५६% लोक १४ ते ६० या वयोगटातील म्हणजे काम करणाऱ्यांच्या वयोगटातील आहेत. या ५६ टक्के लोकांवर स्वतःशिवाय उरलेल्या ४४ टक्के लोकांना पोसण्याची जबाबदारी आहे. आता प्रश्न हा आहे की, या काम करू शकणाऱ्या किती लोकांना आपण काम पुरवू शकतो? आज देशात काम करू शकणाऱ्या वयोगटातील पाच कोटींहून अधिक लोकांना कोणत्याही स्वरूपाचा रोजगार उपलब्ध नाही; तर याहूनही अधिक लोकसंख्या अर्धरोजगारी वा अंशतः रोजगारीवर समाधान मानीत आहे. देशातील आकडेवारी पाहिली असता ३८ टक्के लोक प्रत्यक्षात काम करणारे असून उरलेल्या ६२ टक्के लोकांना पोसण्याची जबाबदारी त्यांच्यावर पडल्याचे दिसून येते.

ग्रामीण भागातील अल्प-भू-धारक व भूमिहीन शेतमजूर यांनाही कुंठितावस्थेतील भारतीय शेती पुरेसे काम देऊ शकत नाही. त्यांनाही आज एक प्रकारच्या अदृश्य बेरोजगारीसच तोंड द्यावे लागते. आकडेवारीच्या मोहजालात न फसता आपल्या आजूबाजूस चिकित्सक दृष्टिक्षेप टाकला तर आज काम करणाऱ्या वयोगटातील जवळजवळ चाळीस टक्क्यांहून अधिक लोक कोणत्या ना कोणत्या स्वरूपाच्या बेरोजगारीच्या विळख्यात अडकलेले दिसून येतील. शिवाय जगाच्या पाठीवर भारत हा सर्वांत तरुणांची संख्या अधिक असलेला देश म्हणून ओळखला जातो.

तरुणांचा वर उल्लेख करण्याचे कारण आज मोठ्या प्रमाणात शाळा, महाविद्यालये व विद्यापीठांमधून अनेक तरुण-तरुणी शिक्षण घेऊन बाहेर पडत आहेत; परंतु आपल्या रूढ व पारंपरिक शिक्षणाला समाजव्यवस्थेत रोजगार मिळण्याच्या दृष्टीने उपयुक्तता फार कमी आहे. त्यामुळेच रोजगाराभिमुख अभ्यासक्रमांची रचना तयार करणे अगत्याचे झाले आहे. आज १२ वी नंतर काय? बी. ए., बी. कॉम नंतर काय? असे अनेक प्रश्न उपस्थित होत आहेत. सध्याच्या काळात एकूण युवापिढीतही निराशावादी वातावरण असलेले दिसून येते. यासाठी युवावर्गाला डोळ्यांसमोर ठेवून परीक्षेभिमुख अभ्यासक्रमांपेक्षा गुणवत्ताप्रधान आणि रोजगाराभिमुख शिक्षण देणे ही शिक्षणसंस्थांची व विद्यापीठांची जबाबदारी राहणार आहे.

ग्रामीण भागातील बेकार व अर्धबेकारांना पुरेसा रोजगार उपलब्ध व्हावा, दारिद्र्यरेषेखालील भूमिहीन शेतमजुरांच्या कुटुंबातील किमान एका व्यक्तीस दरवर्षी किमान शंभर दिवसांचा रोजगार उपलब्ध व्हावा, यांसारखी उद्दिष्टे डोळ्यांसमोर ठेवून देशात यापूर्वी राष्ट्रीय ग्रामीण रोजगार कार्यक्रम व ग्रामीण भूमिहीन रोजगार कार्यक्रम यांसारखे काही कार्यक्रम अमलात आणले गेले आहेत; नंतर अधिकाधिक व्यापक अशा जवाहर रोजगार योजना व जवाहर ग्रामसमृद्धी योजना देशात राबविल्या गेल्या आहेत. आजही अतिशय व्यापक स्वरूपाची संपूर्ण ग्रामीण रोजगार योजना देशात राबविली जात आहे.

वरील सर्व विवेचन करण्याचे कारण, आज आपल्याकडे सर्वच क्षेत्रांत संदिग्धता निर्माण झाली आहे, म्हणूनच बेरोजगारीची समस्या सर्व थरांत भासत आहे. हे सर्वकाही असले तरीही आपल्याला आजच्या तरुण पिढीकडे जास्तीतजास्त गांभीर्याने लक्ष द्यावे लागेल, कारण माजी राष्ट्रपती डॉ.ए.पी.जे.अब्दुल कलाम यांनी 'बलशाली भारता'चे स्वप्न ह्याच तरुणांकडे पाहून ठरविले आहे; म्हणून आजची तरुण पिढी जितकी सक्षम होत जाईल आणि नवनव्या आव्हानांचा सहज सामना करील तेव्हाच खऱ्या अर्थाने 'नवा भारत' निर्माण होईल. आपल्याला नवा, प्रगतशील आणि

विवेकी असा समाज निर्माण करायचा आहे; यासाठी आपल्यासमोरील असणारी जी आव्हाने आहेत ती कमी करून त्यांच्यावर मात करावी लागणार आहे. ती वेळ आता आलेली आहे. केवळ स्वप्न पाहून चालणार नाही, तर त्या स्वप्नांच्या दिशेने कृतिशील पाऊल टाकणेही आपल्याला गरजेचे आहे; म्हणून सार्वत्रिक पातळीवर एकत्र येऊन आपण सर्वांगीण बेरोजगारीची समस्या संपुष्टात आणण्यासाठी प्रयत्न करायला हवेत. मला वाटतं ते आपल्या सर्वांचेच कर्तव्य आहे.

संदर्भसूची

१) राजाध्यक्ष विजया, संपा., 'मराठी वाङ्मय कोश' खंड ४ था, महाराष्ट्र राज्य साहित्य आणि संस्कृती मंडळ, मुंबई, प्रथमावृत्ती, नोव्हेंबर २००२

२) कुलकर्णी य.प्र. व इतर, संपा., 'व्यावहारिक मराठी : पाठ्यपुस्तक' पुणे विद्यापीठ प्रकाशन, पुणे-७, प्रथमावृत्ती, फेब्रुवारी १९८५

३) जाधव रा.ग., 'वाङ्मयीन निबंधलेखन : स्वरूप आणि साधने' कॉण्टिनेण्टल प्रकाशन, पुणे-३०, प्रथमावृत्ती १९६८

४) बिरादार वसंत, 'भाषाविज्ञान : व्याकरण आणि निबंधलेखन' मराठवाडा पब्लिशिंग हाऊस, औरंगाबाद, प्रथमावृत्ती, जानेवारी १९९७

५) गोविलकर लीला, संपा., 'निबंधमालिका : निवडक मराठी निबंध' के' सागर पब्लिकेशन्स्, पुणे, प्रथमावृत्ती-२००४

प्रा. हरेश संपत शेळके
मराठी विभाग
न्यू आर्ट्स, कॉमर्स ॲण्ड सायन्स कॉलेज
पारनेर, जि. अहमदनगर, पिन - ४१४३०२
email :- hareshshelke@gmail.com

प्रकरण ४

जीवनव्यवहारातील भाषेचे स्थान

प्रा. सुनील निगडे

एक समाजप्रिय प्राणी म्हणून माणसाची ओळख आहे. अशा या माणसाला जेव्हा आपल्या मनातील विचार, भाव-भावना दुसऱ्या व्यक्तीला सांगावयाच्या असतात तेव्हा त्याने 'भाषा' या माध्यमाचा उपयोग करून घेतला. या भाषारूपी माध्यमाचा उपयोग करून घेताना तो केवळ बोलत नाही तर तो लिहूनही दाखवितो; परंतु 'भाषा' हा शब्द 'बोलणे' या अर्थाने वापरला जातो. अशा या भाषेला मानवी जीवन व्यवहारामध्ये अत्यंत महत्त्वाचे स्थान आहे. मानवाच्या जीवन व्यवहारामध्ये तिची उपयुक्तता, तिची सामाजिकता आणि सांस्कृतिकता किती आहे हे आजही आपण अनुभवत आहोत. याबद्दल डॉ. अशोक केळकर यांनी केलेले विधान महत्त्वाचे वाटते. ते म्हणतात, 'भाषा माणसाचे आत्मभान जागविण्याचे काम करीत असते'. म्हणजेच भाषा ही माणसाची केवळ जाणीव वाढवत नाही तर त्याला जाणीवतेची जाणीव करून देत असते.

मानवाने प्रारंभीच्या काळात हावभावांचा उपयोग केला. डोळे मिचकावणे, डोळे वटारणे, नाक उडविणे, नाक मुरडणे, मान डोलावणे, चेहऱ्यावर विशिष्ट हावभाव करणे इत्यादी हावभावयुक्त कृती करून तो आपल्या मनातील भावना व्यक्त करीत होता; परंतु पुढे त्याने आपल्या बुद्धीच्या जोरावर प्रगती केल्यानंतर ध्वनिमय भाषा तो वापरू लागला; कारण विचार-विकार विनिमयाच्या इतर साधनांपेक्षा ध्वनी हे अत्यंत प्रभावी साधन आहे. अशा या साधनाचा तो वापर करू लागल्यानंतर त्याच्या वेगवान प्रगतीस प्रारंभ झाला. वरील विवेचनावरून हे लक्षात घेतले पाहिजे की, भाषा ही ध्वनींची बनलेली असून ती श्राव्य आहे.

भाषा म्हणजे काय ?

खरे तर भाषा हा मानवी समूहाला लागलेला एक शोध आहे; कारण मानवाच्या दैनंदिन जीवनात त्याला काही हवे असल्यास किंवा काही सांगावयाचे असल्यास तो भाषेच्या माध्यमातून बोलत असतो. त्याच्या मनात निर्माण झालेले विचार, भावना तो शब्दांच्या माध्यमाद्वारे बोलून दाखवितो. म्हणजेच जीवन कलहाच्या विकास प्रक्रियेतून भाषेचा जन्म झालेला आहे.

भाषा हा शब्द भाष् या संस्कृत धातूवरून आला असून त्याचा अर्थ 'बोलणे' किंवा बोलण्याचा व्यवहार करणे असा आहे. एखादी व्यक्ती ज्या अर्थाने शब्द उच्चारत असेल तोच अर्थ ऐकणाऱ्या व्यक्तीला त्या ध्वनीच्या उच्चारणाने जाणवला पाहिजे, समजला पाहिजे. काही वेळा उच्चार-श्रवणातून जर विचार समजले नाहीत तर अशावेळी ते विचार मानव लिहून कळवितो. आवाजांच्या किंवा ध्वनींच्या ज्या सांकेतिक खुणा ठरविल्या गेल्या आहेत त्या खुणांनी लेखन केले जाते, त्याला 'लिपी' असे म्हणतात. लिपीतील प्रत्येक खुणेला 'अक्षर' म्हणतात. भाषेतील शब्द व्यक्त करण्यासाठी अशा लिपीची नितांत गरज असते. ही लिपी भाषा आणि लेखन यांचा समन्वय साधण्याचे कार्य करीत असते. म्हणजेच लिपी हे भाषेचे साधन ठरते. उच्चार व लेखन ही भाषेची दोन रूपे आहेत.

मानवाची मूलभूत भावना ही असते की, आपल्या आजूबाजूस असणाऱ्या इतर मानवांशी संपर्क साधणे यासाठी तो भाषेचा उपयोग करीत असतो. अशा या भाषेत हावभाव, दृश्यसंकेत यांना स्थान नसते; तर सर्वांत महत्त्वाचे म्हणजे भाषा ही प्रामुख्याने मौखिक अथवा ध्वनिमय अशी क्रिया आहे. 'मानवी मुखावाटे निघालेल्या ध्वनींचा सार्थ समूह म्हणजे भाषा'. अर्थातच भाषा हा शब्दप्रयोग आपण अनेक अर्थांनी वापरतो. उदा. प्राण्यांची भाषा, पक्ष्यांची भाषा, हावभावांची भाषा, रस्त्यावरील वाहतुकीच्या दिव्यांची भाषा, संगणकाची भाषा. या सर्वच ठिकाणी भाषा हा शब्दप्रयोग अगदी नेहमीच्या अर्थाने आपण वापरत नाही तर तो 'संकेतप्रणाली' या अर्थाने वापरलेला असतो. अर्थातच ध्वनी हे भाषेचे माध्यम असून भाषेची संकेत व्यवस्था ध्वनी संकेतांवर आधारलेली असते. असा हा ध्वनी अनेक गुणवैशिष्ट्यांनी युक्त असतो. ध्वनीच्या गुणकारकतेमुळे भाषा ही सर्वाधिक उपयुक्त संकेत व्यवस्था झाली आहे. या संकेत व्यवस्थेवरच माणूस आपल्या भोवताली असणाऱ्या इतर माणसांशी संपर्क साधत असतो; कारण संपर्क साधणे ही मानवाची मूलभूत भावना आहे. वरील सर्व विवेचनावरून भाषा संकल्पना स्पष्ट होते. याशिवाय भाषा वैज्ञानिकांनी भाषेच्या केलेल्या काही व्याख्या पुढीलप्रमाणे-

१) भाषा म्हणजे व्यवहारास प्रवृत्त करणाऱ्या सार्थ व अन्वित ध्वनींचा समूह – प्रा. कृ. पा. कुलकर्णी

२) समाजातील सर्व व्यक्ती ज्या भाषिक पद्धती आपल्या स्मरणात ठेवून देतात, त्या सर्वांची बेरीज म्हणजे भाषा-सस्युर

३) यादृच्छिक ध्वनी संकेतांवर आधारलेली, समाज व्यवहाराला साहाय्यभूत अशी पद्धती म्हणजे भाषा-श्री. न. गजेंद्रगडकर

४) भाषा ही ध्वनी रचनांच्या संकेतीकरणावर आधारलेली संज्ञापन प्रणाली आहे.-डॉ. अंजली सोमण

वरील व्याख्यांवरून आपणाला 'भाषा म्हणजे काय' ही संकल्पना अधिक स्पष्ट होते. भाषा म्हणजे मानवनिर्मित ध्वनीपासून निर्माण होणाऱ्या अर्थपूर्ण संकेतांची योग्य मांडणी करून संदेशन करणारी एक विचारप्रणाली आहे, एक सामाजिक संस्था आहे. भाषा म्हणजे मानवाने आपल्या मनातील विचार, भावना व्यक्त करण्यासाठी आपल्या मुखावाटे (वागींद्रियाद्वारे) काढलेल्या ध्वनींचा सार्थ समूह होय. वागींद्रिय म्हणजे (वाक्+इंद्रिय) बोलण्यासाठी वापरली जाणारी इंद्रिये उदा. ओठ, दात, जीभ, स्वरयंत्र, अलिजिव्हा.

मानवाला आपले विचार इतरांना कळविण्यासाठीचे मौखिक आणि ध्वनिरूप साधन म्हणजे भाषा. असे हे शब्दरूप साधन मौखिक आणि ध्वनीरूप असते. अशा या ध्वनीरूप साधनाला अपवादात्मक अडथळा येत असला तरी कष्टाची आणि वेळेची बचत एकीकडे होते तर दुसरीकडे एखादी वस्तू प्रत्यक्ष हजर न करता डोळ्यासमोर ती आपण उभी करू शकतो. उदा. झाड हा शब्द उच्चारला तर ऐकणाऱ्याच्या समोर पाने, फुले, फळे, घरटी, पक्षी हे सर्व घटक सांकल्पनिक अर्थाने एकत्र समजतात. मानव आपल्या बौद्धिक क्षमतेच्या आधारावर ध्वनींना संकेत उत्पन्न करीत असतो. हे संकेत केवळ योगायोगावर (यादृच्छिकता) अवलंबून असतात. उदा. कावळा म्हटले तर बोलणारा व ऐकणारा या दोहोंमध्ये एकाच प्रकारचे अर्थपूर्ण संकेत हे येत असतात. यावरच भाषा व्यवस्था अवलंबून असते.

खरे तर रूढीने, संकेताने शब्दांना अर्थ प्राप्त होत असतात. ते अर्थ मानव स्वीकारतो. असे असले तरी भाषा ही नेहमी बदलत असते. ती प्रवाही असते. मानवाच्या समोर कळत-नकळत ही भाषा सतत बदलत असते आणि सतत बदलणे हेच भाषेच्या जिवंतपणाचे लक्षण मानले जाते. हा बदल भाषेच्या ध्वनी व उच्चारप्रक्रिया या बाह्यरूपात जसा होतो तसा अर्थप्रक्रिया या भाषेच्या अंत:स्वरूपातही होत असतो. यामुळेच की काय, कबिराने भाषेला 'बहता पानी' असे म्हटलेले आहे.

भाषा ही अगदी नदीच्या प्रवाहाप्रमाणे सापडेल त्या वाटेने वाहात असते. भाषेत बदल होतात म्हणजे नेमके काय होते ? तर प्रचलित असलेले काही शब्द मागे पडतात व त्या शब्दांची जागा नवीन शब्द घेतात. उदा. पूर्वी 'तारीख' हा शब्द वापरला जात होता परंतु आज त्याऐवजी 'दिनांक' हा शब्द रूढ झाला. तसेच काही शब्दांचे अर्थही बदलतात. समाज बदलतो म्हणून भाषा बदलत असते आणि म्हणूनच असे म्हटले जाते की, जीवनात भाषा असते आणि भाषेत जीवन असते.

संज्ञापनातील भाषेची भूमिका

भाषेचे अस्तित्व हे मानवी जीवनातील प्रत्येक क्षेत्रामध्ये असते. भाषेमुळेच माणूस प्रेम करतो, दुसऱ्यावर रागवतो, आज्ञा देतो, आज्ञा पाळतो इत्यादी. एकमेकांशी संपर्क साधण्यासाठी भाषा हे सर्वस्पर्शी असे माध्यम आहे. मानव हा भाषेमुळेच माहितीचे आदान–प्रदान करतो, एवढेच नव्हे तर ज्ञान, विचार, अनुभव, भावना यांची देवाणघेवाण करीत असतो. म्हणजेच एकमेकांना ती समजून घेतो. एकमेकांशी नाती प्रस्थापित करतो. या देवाणघेवाणीच्या प्रक्रियेला संज्ञापन (संप्रेषण, संदेशन) असे म्हणतात. भाषेचे साहाय्य घेऊन जे संदेशन केले जाते, त्यास 'भाषिक संदेशन' असे म्हणतात. जेव्हा एखादी व्यक्ती आपल्या मातृभाषेतील भाषिक क्षमता आत्मसात करते, तेव्हा त्या व्यक्तीच्या ठिकाणी त्या भाषेची व्याकरणिक नियम व्यवस्था आलेली असते आणि त्याचा वापर जेव्हा ती व्यक्ती जीवन व्यवहार करीत असताना करते तेव्हा योग्य त्या ठिकाणी योग्य ती भाषिक कौशल्ये वापरत असते. म्हणजेच संदर्भ पाहून बोलणे, ऐकण्याची क्षमता त्या व्यक्तीच्या ठिकाणी येणे हे संज्ञापनामध्ये महत्त्वाचे असते. व्यक्तीच्या ठिकाणी असलेल्या भाषिक भांडारातून स्थळ, काळ, वेळ, परिस्थितीनुसार भाषा वापरण्याची क्षमता ही येत असते.

मानव हा भाषेचा उपयोग करून आपला दैनंदिन व्यवहार, दररोजचे कार्य पूर्ण करीत असतो. त्याच्या या कृतीचे बारकाईने निरीक्षण केले तर हे समजते की, भाषेचा वापर हा केवळ व्याकरणिक नियमांनी होत नसतो तर सामाजिक नियम व्यवस्था, सामाजिक संकेतांनी तो होत असतो. कोणाशी अरे–तुरे बोलायचे ? कोणाशी अहो–जाहो, आपण च्या भाषेत बोलायचे ? हे त्या व्यक्तीचा दुसऱ्या व्यक्तीशी अनौपचारिक व औपचारिक संबंध कसा आहे यावर सर्वस्वी अवलंबून आहे. म्हणजेच शब्दवापराचे क्षेत्र कोणते ? शब्दवापराचे प्रयोजन कोणते ? परिस्थिती कोणती ? काळ कोणता ? यावर व्यक्तीला शब्दांची निवड करावी लागते. उदा. आपण स्वयंपाकघरात तांदूळ,

हळद, नारळ, जेवण, पाणी असे शब्द वापरतो; परंतु त्याच वस्तूसाठी देवघरात वेगळे असे शब्दप्रयोग वापरतो. उदा. अक्षता, भंडारा, श्रीफळ, नैवेद्य, तीर्थ. म्हणजेच दोन वेगवगेळ्या ठिकाणी वेगवेगळी भाषिक व्यवस्था आपण पाळत असतो. एकूणच भाषा ही एक सामाजिक संस्था आहे.

भाषिक सर्जनशीलता

आपण पूर्वी कधीही ऐकली नाहीत किंवा स्वत: उच्चारली नाहीत अशी नवीन वाक्ये, नवीन रचना किंवा नवीन भाषिक प्रयोग करू शकतो. असे केलेले उच्चारण ऐकणाऱ्यालाही विशेष असे प्रयत्न न करता समजते. याचे कारण प्रत्येक व्यक्तीच्या ठिकाणी भाषेची एक नियम व्यवस्था सिद्ध झालेली असते. ही नियम व्यवस्था सर्जनशील असते. म्हणजेच एकच आशय व्यक्त करण्यासाठी अनेक रचना आपण उपलब्ध करू शकतो. उदा. 'भीती' हा आशय व्यक्त करण्यासाठी मानव अनेक रचना वापरतो. भाषेच्या या सर्जनशीलतेमुळेच भाषेची विनिमयक्षमता अमर्याद अशी झालेली आहे.

संस्कृतमधील 'सृज' या धातूपासून सर्जनशीलता हा शब्द तयार झाला असून त्याचा अर्थ नवे निर्माण करण्यासाठी शक्ती असा होतो. म्हणजेच सर्जनशीलता या संकल्पनेत ठरीवपणा, तोचतोचपणा, निश्चितपणा यांना थारा नसतो; तर नवी कल्पना, नवा दृष्टिकोन असे अर्थ यातून निर्माण होतात. अशी ही सर्जनशीलता एक मानसिक शक्ती आहे. मानव हा सर्जनशील प्राणी आहे व भाषानिर्मिती ही माणसाची सर्जनशील अशी कृती आहे. उदा. महाविद्यालय हा शब्द घेऊन त्यातील अक्षरांच्या साहाय्याने आपणाला काही नवे शब्द तयार करता येतात. उदा. महा, मल, मय, हाल, विद्या, मद्य, लय, यम, यल म्हणजेच एकाच शब्दातील, घटकांची नवनव्या पद्धतीने मांडणी करून अनेक शब्द घडविण्यात सर्जनशीलता दिसते. अशी ही भाषिक सर्जनशीलता वाढविण्यासाठी समानार्थी शब्द, द्विअर्थी शब्द, म्हणी, वाक्प्रचार, सुभाषिते, दृष्टान्त, पंचपंक्ती, रूपके, प्रतीके यांचा संदर्भानुसार वापर करण्याचे कौशल्य विकसित करावे लागते.

विविध जीवनक्षेत्रातील भाषा व्यवहाराची ओळख

मानवाने आपल्या विविध जीवनक्षेत्रांमध्ये भाषेचे उपयोजन केलेले आढळते. व्यवसायपरत्वे जशी भाषेची वेगवगेळी रूपे आपणास आढळतात तशी जीवनाच्या विविध क्षेत्रांमध्ये भाषेची वेगवगेळी रूपे आढळतात; कारण भाषा ही मूलत: मानवाच्या जीवन व्यवहाराच्या अत्यंत गरजेतून निर्माण झालेली असते. या भाषा

भांडारात निरनिराळे व्यावसायिक शब्द कशी भर घालतात हे प्रथमत: आपण पाहूया.

१) सोनार : बागेसरी, उजवणे, नळी वतनी, सवाणा, हरण, कान टोचणे इत्यादी.
२) चांभार : कातडे कमावणे, टीप शिवणे, सांधणे, घुना देणे, मोठ पाडणे इत्यादी.
३) न्हावी : वस्तारा, कैची, मशीन, धोपटी, नराणी, पाणी लवणे, चंपी, हजामत इत्यादी.
४) लोहार : पाणी देणे, शेवटणे, धार लावणे, घण मारणे, भाता मारणे इत्यादी.
५) तेली : घाणा, ठोक, लाट, कुपरी, हत्ती, जांगी, चौकट इत्यादी.
६) व्यापार : पाला करणे, मुंडाफोड करणे, वधारणे, तेजी, मंदी इत्यादी.
७) सुतार : करवत, कानस, पटाशी, किकरे, वाकस, रंधा, पक्कड, हातोडी, पाचर, कराळ, श्याव, कानं इत्यादी.
८) शेती : नांगरणी, लोढणे, पाळी, पेरणी, सरी, वाफा, लागवड, कोळपणी, पाणी पाजणे/देणे, भांगलणी, खुरपणी, तणकट, गबाळ, सांज, उतार, बेणं, आडसाली, साली, पाभर, कुळव, नांगर, कोरडवाहू, बागायती, रब्बी, खरीप, उपणणे, ठिबक सिंचन, वसाण, बेरणे इत्यादी.
९) शिंपी : दोरा, सुई, बटण, काझी, बक्कल, शिलाई, दंड मारणे, टाचा मारणे, टीप मारणे इत्यादी.

उपरोक्त व्यवसायानुसार भाषा भांडारामध्ये बदल आढळून येतो; कारण प्रत्येक समाजाचे एक भाषा भांडार असते. भाषा भांडारामध्ये जे निरनिराळे व्यावसायिक शब्द भर घालतात, त्याला 'व्यवसायनिष्ठ बोली' असे म्हणतात. त्या त्या व्यवसायाची भाषा ग्राहकांना आकर्षित करण्यासाठी विशिष्टपणे योजलेली असते. एवढेच नव्हे तर त्या त्या व्यवसायाच्या गरजेतून नवीन शब्दांची भरही पडत असते. त्या बदलत्या शब्दांचा अर्थ त्या व्यवसायातील संदर्भानुसार घेतला जातो. उदा. हातमागावर काम करणाऱ्या विणकरांना नवीन रिळे येईपर्यंत जेव्हा काम नसते, अशा रिकाम्या दिवसाचा उल्लेख ते 'तार तुटली' असा करतात किंवा जर त्या व्यवसायात कोणत्याही कारणाने एखाद्याची नोकरी गेली तर त्याचा उल्लेख ते 'भाकरी गेली' असा करतात. शेती व्यवसायामध्ये जर एखादा शेतमजूर कामचुकारपणा करीत असेल तर त्याचा उल्लेख दिवसाला 'खडे मारणे' असा केला जातो. जर त्याने वारंवार अशी कृती केली तर एखाद्या दिवसाची मजुरी त्याला दिली जात नाही. त्याला 'खाडा' असे म्हणतात. वरील विवेचनावरून हे लक्षात येते की, त्या त्या व्यवसायाचा एक विशिष्ट असा शब्दकोश असतो. हा शब्दकोश त्या त्या

व्यवसायाचे संज्ञापन करीत असतो. आज भाषेचा एक नवा खजिना म्हणून या शब्दभांडाराकडे पाहिले जात आहे. अशा भाषेचा स्वतंत्रपणे अभ्यासही केला जातो, तो चालू आहे.

यानंतर जीवनाच्या विविध क्षेत्रांमध्ये भाषेचे उपयोजन कसे केले जाते हे पाहणे गरजेचे आहे. राजकारण, आरोग्य, अर्थकारण, धर्मकारण, शिक्षण यासारख्या जीवनाच्या विविध क्षेत्रांमध्ये त्या त्या ठिकाणच्या गरजेनुसार भाषेची वेगवेगळी रूपे अस्तित्वात येतात. ही वेगवेगळी रूपे निर्माण होताना त्या त्या क्षेत्रातील वैशिष्ट्यपूर्ण संकल्पना, कृती, वस्तू इत्यादींसाठी वेगवेगळे शब्द निर्माण झालेले असतात. त्यामुळेच जीवनाच्या विविध क्षेत्रांमध्ये भाषेची भिन्न भिन्न रूपे आढळतात. म्हणजेच त्या त्या जीवनक्षेत्राची म्हणून एक विशिष्ट अशी परिभाषा असते व ती रूढ झालेली आढळते. त्यातूनच मानवाचे व्यवहार चालतात, मानवी मूल्यांचे दर्शन घडते. अशा भाषा व्यवहाराच्या 'क्षेत्र-विशिष्ट' संदर्भक्षेत्राला 'लघुक्षेत्र' असे म्हणतात. कोणता शब्द कोणत्या ठिकाणी, कोणत्यावेळी वापरावा याचे रूढ संकेत हे ठरलेले असतात. प्रत्येक जीवन क्षेत्रानुसार ते कसे वापरले जातात, ते आपण पाहूया.

१. राजकीय क्षेत्र

राजकीय क्षेत्रामध्ये आपल्या साध्याच्या पूर्ततेसाठी जाणते नेते प्रभावी भाषेचा वापर करीत असतात; कारण अशा राजकीय क्षेत्रातील नेत्यांना आपल्या ध्येयवादाला अनुसरून समाजाचे परिवर्तन घडवून आणावयाचे असते आणि यातून या क्षेत्रातील भाषा भांडारामध्ये वाढ होत असते. एकंदरीत राजकीय क्षेत्रामध्ये भाषा हे एक महत्त्वाचे साधन आहे. याची प्रचिती पुढील काही उदाहरणांतून येते. उदा. सरकारचे डोके ठिकाणावर आहे काय, चले जाव, वंदे मातरम्, माझं असं म्हणणं आहे, आज या ठिकाणी, मी सांगू इच्छितो, सभात्याग, बहुमत, आघाडी, युती, बंडखोर, अपक्ष, अधिवेशन, ठराव, सभापती, अध्यक्ष, आमदार, खासदार, नामदार, विरोधी पक्षनेता, मंत्री, मुख्यमंत्री, पंतप्रधान, माजी मंत्री, कार्यकर्ते, पुढारी इत्यादी.

२. आरोग्य

कोणत्याही जीवनक्षेत्राचा ज्ञान व्यवहार हा त्या त्या परिभाषेच्या खिडकीतून होत असतो. त्याला आरोग्यक्षेत्रही अपवाद नाही. अशा या आरोग्यक्षेत्रामध्ये आयुर्वेदाच्या परिभाषेत कफ प्रकृती, वात प्रकृती, पित्तप्रकृती हे केवळ शब्द नाहीत तर त्या संकल्पना ठरल्या आहेत. याला आयुर्वेदाच्या तत्त्वज्ञानामध्ये त्रिदोष म्हणतात. हे त्रिदोष म्हणजे शरीराची शासन यंत्रणा असते. शरीराचे संरक्षण करून आरोग्यामध्ये

झालेला बिघाड दुरुस्त करणे व शारीरिक सामर्थ्य वाढविणे हे या त्रिदोषाचे कार्य असते. रोजच्या दैनंदिन भाषेपेक्षा वेगवेगळे शब्द या जीवनव्यवहारामध्ये वापरले जातात. उदा. रक्तगट, अतिदक्षता विभाग, बाह्यरुग्ण विभाग, वैद्य, रुग्ण, शल्यचिकित्सा, तपासणी, दंतवैद्य, अर्धशिशी, उष्माघात, नेत्रचिकित्सा, निदान, क्षयरोग, पक्षाघात, हृदय विकार, रक्तदाब, मधुमेह, आम्लपित्त इत्यादी.

३. अर्थकारण

अर्थव्यवहारामध्ये एका देशाच्या दुसऱ्या देशाशी चालणाऱ्या व्यापारातून परस्परांच्या भाषेत शब्दांची देवाणघेवाण होत असते. मराठी भाषेत या जीवन क्षेत्रामध्ये इंग्रजी, अरबी, पोर्तुगीज भाषेतील शब्द भांडार असल्याचे निदर्शनास येते. म्हणजेच व्यापारामुळे भाषेचा प्रसार होतो. उदा. आयात, निर्यात, पावती, देयक, धनादेश, ताळेबंद, लाभांश, समभाग, हुंडी, वधारणे, तेजी, मंदी, निर्देशांक, भागीदारी, नफा, तोटा, माल, बाकी इत्यादी.

४. धर्मकारण

धर्मसंस्था ही निसर्गनिर्मित नसून ती मानवनिर्मित संस्था आहे. अशा धर्म संस्थेमध्ये भाषा संशय, भ्रम, वाद आहेत. ते केवळ ज्ञान व्यवहाराची भाषा माणसाला समजली तरच मिटतील व अज्ञान दूर होईल; विविध पंथ, संप्रदाय यांच्यातील भूमिका केवळ भाषेमुळेच समजतील. भाषेच्या माध्यामातूनच ज्ञान प्रकाशात येत असते आणि ज्ञानाची व्यवस्था लावता येते. भाषेच्या या सर्वंकषतेच्या आधारावर जर मानवाला भाषेवर पकड मिळविता आली तर जीवनावरही पकड मिळविता येते हे मानवाला समजले आहे.

अशा या धर्मसंस्थेमध्ये काही भाषिक संकेत ठरलेले असतात. त्यानुसार कोणत्यावेळी कोणता शब्द वापरावयाचा हे त्या समाजाने ठरविलेले असते. यादृष्टीने पुढील काही उदाहरणे महत्त्वाची वाटतात. उदा. स्वर्ग, नरक, पाप, पुण्य, मोक्ष, दिंडी, वारी, प्रवचन, कीर्तन, पारायण, सप्ताह, भक्ती, मुक्ती इत्यादी वरील उदाहरणातून हे समजते की, धार्मिक संस्थेतही भाषेचा वैविध्यपूर्ण व वैशिष्ट्यपूर्ण वापर केला जातो. मानवी समूहाने अगदी आदिम पातळीवर धर्मसंस्था निर्माण केल्याने समाज जीवनावर तिची सर्वाधिक प्रबळ अशी सत्ता असल्याचे आढळून येते; कारण सृष्टीचे नियमन करणारी ईश्वरविषयक कोणतीतरी एक दिव्य, अलौकिक शक्ती असल्याची काल्पनिक शक्यता निर्माण होऊन त्यातूनच पुढे धर्म कल्पना निर्माण झाली. धर्म हा शब्द मुख्यत: आज्ञा, रूढी, कर्तव्य, अधिकार, न्याय,

नीती, गुण, सदाचार, कर्म अशा अनेक अर्थांनी वापरला जातो. धर्माच्या आचरणविषयक भागातून प्रार्थना, ध्यान, जप, कर्मकांड इत्यादी शब्द आपणांस वापरलेले समजतात. याशिवाय अभंग, पद, भूपाळी, गोंधळ, जागरण, भेदिक, ललित, आरती, भारूड अशा अनेक शब्दांचेही उपयोजन झालेले दिसते. अशा प्रकारे धर्मसंस्थेने भाषेच्या मौखिक व लिखित आविष्कार शैलीचा अत्यंत कौशल्याने उपयोग केला आहे व मानव समूहाचे भावनिक, मानसिक, सामाजिक असे अवकाश त्यामुळे व्यापले आहे.

५. शिक्षण

भाषेशिवाय मानव जगू शकतो पण तगू शकत नाही. मानवाचे सामाजिक, सांस्कृतिक विकास घडविण्याचे काम शिक्षणव्यवस्था करीत असते. माणसाला माणसात आणण्याचे कार्य खऱ्या अर्थाने शिक्षणव्यवस्था करीत असते. खरे तर प्रत्येक मानवाला जन्मजात भाषा येत असते; पण ती जन्मजात येत असलेली भाषा गरजेनुसार वाकविता येत नाही, चांगली अशी येत नाही, विविध वळणांनी युक्त अशी येत नाही. यासाठी मानवाला अनुभवाएवढेच शिक्षण महत्त्वाचे आहे. शिक्षणामुळेच मानवाला समृद्ध अशी भाषा अवगत करता येते.

मानवाला व्यावहारिक पातळीवरून सांस्कृतिक पातळीवर आणण्यासाठी, लेखन-वाचनासाठी लागणारी प्रमाण भाषा शिकणे गरजेचे असते; कारण भाषा हेच इतर विषय शिकविण्याचे माध्यम आहे. शाळा-महाविद्यालयांमध्ये असणारा प्रत्येक विषय ही एक स्वतंत्र अशी अभ्यास शाखा आहे. समाजाच्या विकासासाठी शिक्षण आवश्यक आहे. भाषा व शिक्षण यांचा अत्यंत जवळचा असा संबंध आहे; कारण समाजातील सर्व घटकांना एकाच प्रकारे, वेगवेगळ्या शास्त्रांतील ज्ञान द्यावे ही शिक्षणाची जबाबदारी आहे. अशा या शिक्षणक्षेत्रामध्ये भाषेचे उपयोजन करण्यासाठी असंख्य असे शब्द असल्याचे निदर्शनास येते. उदा. खडू, फळा, पेन, वही, पुस्तक, कागद, पेन्सिल, गुण, शिक्षक, विद्यार्थी, वर्ग, शाळा, महाविद्यालय, विद्यापीठ, गुरुजी, मास्तर, प्राध्यापक, गुण, टक्केवारी, गुणक्रमांक, निकाल, पास, नापास, प्रथमश्रेणी, खडू, फळा योजना, एक शिक्षकी शाळा, तपासणी, दृक्-श्राव्य साधने इत्यादी या सर्व शब्द भांडारातून शिक्षण क्षेत्रातील वैशिष्ट्यपूर्ण संकल्पना, कृती, वस्तू इत्यादी गोष्टी समजून येतात.

अशा प्रकारे जीवनाला आकार देणारी एक विचारप्रणाली म्हणून भाषेकडे पाहिले जाते. ज्याला जीवनाचा अभ्यास करावयाचा असेल त्याने भाषेकडे वळलेच

पाहिजे, तरच जीवनाचा अभ्यास करणे शक्य आहे. उदा. वेद-पुराणातील जीवन कसे होते हे समजण्यासाठी वेद-पुराणातील भाषा समजणे गरजेचे आहे. एवढेच नव्हे, तर मानवी जीवनाचे कोणतेही अंग घेतले तर त्याचे प्रतिबिंब भाषेत पडलेले दिसते.

संदर्भसूची

१) वैखरी-भाषा आणि व्यवहार – अशोक रा. केळकर

२) व्यक्तिमत्त्व विकास आणि भाषा – डॉ. मधुकर मोकाशी

३) भाषा विज्ञान परिचय – डॉ. स. ग. मालशे, डॉ. अंजली सोमण, डॉ. द. दि. पुंडे

४) भाषा आणि जीवन – मराठी अभ्यास परिषद पत्रिका अंक ३, ४

प्रा. सुनील जगन्नाथराव निगडे
मराठी विभाग प्रमुख
ए. सी. दिवेकर महाविद्यालय, वरवंड,
ता. दौंड, जि. पुणे

प्रकरण ५

प्रशासनिक मराठी

डॉ. संदीप सांगळे

स्वतंत्र महाराष्ट्र राज्याच्या निर्मितीनंतर मराठीला महाराष्ट्रात राजभाषेचा दर्जा मिळाला. महाराष्ट्र शासनाचे सर्व कामकाज लोकभाषा मराठीतून सुरू झाले. शासनाने घेतलेल्या निर्णयाची अंमलबजावणी करणाऱ्या यंत्रणेला आपण 'प्रशासन' असे म्हणतो. लोकांचे प्रश्न सोडवण्यासाठी कार्यरत असणाऱ्या प्रशासकीय यंत्रणेला मराठीतून प्रश्नांची मांडणी करावी लागते. त्यासाठी अर्ज, माहितीपत्रक, घोषणापत्र, निविदा, टिप्पणीलेखन, इतिवृत्त लेखन इ. स्वरूपाच्या ढाच्यात मांडणी करावी लागते. कार्यालयीन कामकाज चालवण्यासाठीही या गोष्टी महत्त्वाच्या असल्यामुळे लोकाभिमुख प्रशासन अधिक गतिमान होण्यासाठी त्या आवश्यक आहेत. दैनंदिन व्यवहारात पत्रलेखन, अर्जलेखन आपण करतच असतो; पण आपले म्हणणे नेमकेपणे मुद्देसूद मांडता येणे ही कौशल्याची गोष्ट आहे. प्रशासकीय कामकाजातील व्यावहारिकता जपण्यासाठी अर्जलेखन, टिप्पणीलेखन इ. लेखन करताना वैयक्तिक भावभावनांपेक्षा विषयाची नेमकेपणे मांडणी, मुद्देसूदपणा आवश्यक असतो. अर्थात त्याची पायाभरणी महाविद्यालयीन पातळीवर करण्यासाठी, विद्यार्थ्यांच्यामध्ये प्रशासकीय स्वरूपाच्या गोष्टींची माहिती करून देण्याच्या हेतूने पुणे विद्यापीठाच्या अभ्यासक्रमात पुढील प्रशासकीय घटकांचा समावेश केला आहे. त्याची आपण सविस्तरपणे माहिती घेऊ.

प्रशासनिक मराठी

अ) अर्जलेखन
ब) कार्यालयीन टिप्पणीलेखन
क) इतिवृत्त लेखन

ड) घोषणापत्र

इ) निविदालेखन

फ) माहितीपत्रक

ख) जाहिरात लेखन आणि जाहीर निवेदन

अ) अर्जलेखन

दैनंदिन समाजव्यवहारात नोकरी मिळवण्यासाठी, पाणी, वीज इ. बाबतीत समस्या मांडण्यासाठी, शैक्षणिक कारणांसाठी, शेतीविषयक प्रश्न मांडण्यासाठी अशा विविध कारणांसाठी आपण अर्ज करत असतो. साधारणपणे अर्ज म्हणजे लिखित स्वरूपाची विनंती, प्रार्थना. विविध सरकारी कार्यालयांत केले जाणारे अर्जाचे हेतू वेगवेगळे असल्याने त्याच्या स्वरूपात आशय, आविष्कारात बदल होतो. अर्जाचे लेखन करताना नेमकेपणे, संक्षिप्त स्वरूपात, मुद्देसूदपणे करणे गरजेचे असते. काही ठिकाणी विहित नमुन्यात अर्ज करावा अशी सूचना दिलेली असते. तेथे मुळाबरहुकूम तोच ढाचा ठेवावा व त्यावर स्वत:ची सही करून आवश्यक कागदपत्रांसह नियोजित ठिकाणी, योग्य वेळी पोहोचावा ही अपेक्षा असते. अर्जलेखनाचा विषय, आशय, आविष्कार व हेतूनुसार पुढील प्रकार पडतात.

अर्जलेखनाचे प्रकार

अ) नोकरीसाठीचा अर्ज

ब) रजेचा अर्ज

क) विविध स्वरूपाची प्रमाणपत्रे मिळविण्यासाठी अर्ज

ड) दैनंदिन समस्यांसाठीचा तक्रार अर्ज (वीज, पाणी इ.)

इ) कार्यालयीन कामकाज माहितीसाठीचा अर्ज

ई) माहिती मिळवण्यासाठी अर्ज

ख) कार्यालयीन समन्वयासाठीचा अर्ज

ग) कर्ज, विमा, ठेव इ. घेण्यासाठी अर्ज

अशा विविध कारणांसाठी आपण वेळोवेळी अर्जलेखन करत असतो. विहित नमुन्यातील अर्ज वगळता इतर अर्जलेखन करताना साधारणपणे पुढील गोष्टींचा विचार केला जातो.

अर्जलेखनाची पद्धत

१. नाव, पत्ता, दिनांक

अर्जाच्या सुरुवातीलाच उजवीकडे स्वत:चे संपूर्ण नाव, पत्ता व दिनांक लिहावा.

उदा.

श्री. माने रमेश राजाराम
मु.पो. शिंदेवाडी, ता. भोर, जि. पुणे
पिन कोड - ४१२ २०६
दिनांक - ०१/०६/२०१३

२. अर्ज कोणत्या अधिकाऱ्याकडे कोणत्या विभागात करावयाचा आहे याची माहिती प्रति, असे म्हणून लिहावी.

उदा. प्रति,
मा. प्राचार्य,
मॉडर्न महाविद्यालय, पुणे - ०७

अर्जदाराने प्रति, नंतर संबंधित अधिकाऱ्याचे नाव, हुद्दा, विभाग व पत्ता नमूद करावा. जेणेकरून कार्यालयीन कार्यवाहीसाठी त्याचा उपयोग होईल.

३. विषय

अर्जाचा हेतू/विषय/कारण येथे थोडक्यात नमूद करावे.

उदा. रजेसाठी अर्ज, दुष्काळी मदत मिळणेबाबत ... इ.

४. संदर्भ

जाहिरातीला अनुसरून अर्ज करताना संदर्भ लिहावा. उदा. दैनिक सकाळ, ४ जून २०१३ जाहिरात.

५. मुख्य आशय

माननीय, महोदय अशा सन्मानिक शब्दानंतर मुख्य विषयाची सुरुवात करावी. आपली समस्या, तिची कारणे, संबंधित कार्यालयाकडून मदतीसाठी विनंती स्पष्टपणे नमूद करावी.

आपण नोकरीसाठी अर्ज केला असेल तर शैक्षणिक माहिती, परीक्षा, उत्तीर्ण वर्ष, गुण, श्रेणी स्पष्टपणे नमूद करून, डी.टी.पी. टायपिंग करून, एमएस-सीआयटी कोर्स व इतर खेळातील, विषयातील अतिरिक्त नैपुण्ये नमूद करावीत.

६. अनुभव

नोकरीसाठी अर्ज करताना याअगोदर कोणत्या संस्थेत, कोणत्या हुद्द्यावर, कोणत्या कालावधीत काम केले ते नमूद करावे.

७. अर्जाच्या शेवटी

नाव व सही करावी.
उदा. आपला विश्वासू,
श्री. रोहित पाटील

८. सोबत

शेवटी सोबत असा शब्द लिहून १).. २).. ३).. अशा क्रमाने प्रमाणपत्रे जोडली आहेत ते सांगावे.

नमुना

दैनिक सकाळ वृत्तपत्रात बातमीदार पदासाठी जाहिरातीच्या आधारे अर्ज करा.

श्री. आर्यन रामचंद्र पाटील
गंगाधाम सोसा.
सुखसागर नगर, कात्रज
पुणे - ४११०४६
दि. २२/६/२०१३

प्रति,
संपादक
दैनिक सकाळ, पुणे

विषय : बातमीदार पदासाठी अर्ज
संदर्भ : दैनिक सकाळमधील मंगळवार दि. १८/६/२०१३ ची जाहिरात.

महोदय,

शैक्षणिक वर्ष २०१२-१३ मध्ये मी वाणिज्य शाखेची पदवी पुणे विद्यापीठातून प्रथम श्रेणीमध्ये उत्तीर्ण झालो आहे. टंकलेखनाचाही कोर्स मी पूर्ण केला आहे. पत्रकारितेची पदविका मी रानडे इन्स्टिट्यूटमधून पूर्ण केली आहे. तरी सकाळ वर्तमानपत्रामध्ये बातमीदार म्हणून मला काम करण्याची संधी मिळावी, ही विनंती.

कळावे,

आपला विश्वासू,

आर्यन पाटील
पुणे

सोबत:१) दहावी, बारावी, पदवी गुणपत्रक

२) दहावी, बारावी, पदवी प्रमाणपत्रे

३) टंकलेखन प्रमाणपत्र

४) पत्रकारिता पदविका प्रमाणपत्र

ब) कार्यालयीन टिप्पणीलेखन

कार्यालयात आलेल्या पत्राला/अर्जाला तत्काळ उत्तर दिले जात नाही. अर्जातील विषय समजून घेऊन संबंधित विभागाचा लिपिक कार्यालयीन कार्यवाहीसाठी त्याबाबत टिपण तयार करतो व संबंधित अधिकाऱ्याकडे निर्णय घेण्यासाठी पाठवतो. साधारणपणे या टिपण लेखनालाच टिप्पणी लेखन असे म्हणतात. कार्यालयात येणारे विविध अर्ज सविस्तरपणे वाचणे अधिकाऱ्याला शक्य नसते; म्हणून त्याचा संक्षेप करून नियम, अधिनियम, कार्यालयीन संकेत या चौकटीत संबंधित लिपिक टिप्पणी तयार करतो. त्यामुळे तो अनुभवी व जबाबदार असतो. टिप्पणी ही आपल्या वरिष्ठांना संबंधित प्रकरणाची माहिती देण्यासाठी लिहिली जाते.

टिप्पणीचे प्रकार

कार्यालयीन टिप्पणीचे साधारणपणे चार प्रकार पडतात.

अ) नित्याची टिप्पणी

ब) माहितीपर टिप्पणी

क) कार्यवाहीची टिप्पणी – अधिकाऱ्याकडून निश्चित आदेशाची अपेक्षा करणारी टिप्पणी

ड) पूरक टिप्पणी

अ) नित्याची टिप्पणी

कार्यालयीन दैनंदिन स्वरूपात मोठ्या प्रमाणावर अर्ज, पत्रके येत असतात; त्यावर काय कार्यवाही करायची त्याचे ज्ञान संबंधित लिपिकाला व अधिकाऱ्याला

असेल; या साचेबद्ध प्रकरणात ठरावीक स्वरूपाची टिप्पणी वरिष्ठांच्या माहितीस्तव लिहिली जाते, तिला 'नित्याची टिप्पणी' म्हणतात.

उदा. माहितीसाठीचे अर्ज, स्मरणपत्र, कागदपत्र पुरविण्याचे पत्र या टिप्पण्या नगण्य स्वरूपाच्या असल्याने त्या दीर्घकालीन स्वरूपात जतन करणे गरजेचे नसते.

ब) माहितीपर टिप्पणी

कार्यालयात आलेल्या पत्रावर व्यापक स्वरूपाची कृती करण्याची फारशी गरज नसते किंवा तशी अपेक्षाही नसते; तरी त्याचा मथितार्थ वरिष्ठांच्या नजरेला आणून देणे महत्त्वाचे असते. हा मजकूर माहितीस्तव असल्याने तो जपून ठेवला जातो.

क) कार्यवाहीची टिप्पणी

या टिप्पणी प्रकारात संबंधित अधिकाऱ्याने विचार करून त्या प्रकरणाबाबत काय कार्यवाही करावी या संदर्भात निश्चित आदेशाची अपेक्षा केलेली असते. धोरणात्मक स्वरूपाचा निर्णय यात असल्याने उपस्थित प्रश्नांसंबंधीचे नियम, अधिनियम, पोटनियम, कार्यालयीन संकेत, पूर्व प्रकरणांचा संबंध लक्षात घेऊन त्यांचे मूल्यमापन केले जाते व त्यासंबंधी उपयुक्त अशा सूचना केल्या जातात; त्यावर वरिष्ठांना निर्णय घेणे सोपे जाते. भविष्यकाळात उपयोगी पडणारी असल्याने ही टिप्पणी जतन करून ठेवली जाते.

ड) पूरक टिप्पणी

संबंधित अर्जात माहिती पुरवणे आवश्यक असल्याने ही माहिती टिप्पणीत आल्यास तिचा विस्तार होतो. तेव्हा अतिरिक्त माहिती देण्यासाठी जी स्वतंत्र टिप्पणी लिहिली जाते त्याला 'पूरक टिप्पणी' असे म्हणतात. ही एक विशिष्ट माहिती असल्याने ती माहितीपर टिप्पणी असते.

टिप्पणी लेखनाची प्रक्रिया

टिप्पणी लिहिण्यापूर्वी संबंधित प्रकरण काळजीपूर्वक वाचून, समजून घेऊन, त्या प्रकरणात नमूद केलेले मुद्दे, त्यासंबंधीची माहिती घेऊनच टिप्पणी लेखन करावे.

कार्यवाहीच्या पत्रात नमूद केलेल्या वस्तुस्थितीची थोडक्यात माहिती देऊन उपस्थित प्रश्नासंबंधी अनुकूल व प्रतिकूल मुद्दे द्यावेत. संबंधित अर्जात संस्थेच्या नियमाविरुद्ध काही गोष्टी असल्यास त्या नमूद कराव्यात. वरिष्ठांना निर्णय घेणे सोपे जावे यासाठी सकारात्मक किंवा नकारात्मक स्वरूपाचा अभिप्राय लिहावा.

१) टिप्पणी लेखनाच्या सुरुवातीला उजव्या कोपऱ्यात संबंधित विभागाचे नाव, शाखेचे नाव नमूद करावे.
२) टिप्पणी लेखन वस्तुनिष्ठपणे, मुद्देसूद व संक्षिप्त असावे.
३) टिप्पणीची भाषा साधी, सोपी असावी.
४) टिप्पणी लेखनात स्तुतिस्तोत्र, दोषारोप टाळून, विनम्र भाषेत आलेल्या अर्जावर मतप्रदर्शन निःपक्षपातीणे करावे.
५) टिप्पणीत प्रत्येक मुद्द्याला क्रमांक द्यावेत; कारण संदर्भासाठी त्याचा उपयोग होतो.
६) टिप्पणी लेखनाच्या शेवटी डावीकडे टिप्पणी लेखकाच्या नावाचे आद्याक्षर लिहून दिनांक लिहावा.
७) टिप्पणी ज्या अधिकाऱ्याला सादर करायची आहे त्याच्या हुद्द्यानुसार चढत्या क्रमाने नावे लिहावीत.

मूळ अर्ज

श्री. नारायण एकनाथ पवार
वरिष्ठ लिपिक
मॉडर्न महाविद्यालय, पुणे-०५
दि. १७ जून २०१३

प्रति,
मा. प्राचार्य,
मॉडर्न महाविद्यालय,
पुणे

महोदय,

मी आपल्या महाविद्यालयात गेली ३० वर्षे लिपिक या पदावर कार्यरत आहे. माझ्या मुलाने इयत्ता १२ वीची परीक्षा विशेष प्रावीण्यासह प्रथम श्रेणीत उत्तीर्ण केली आहे. त्याला परदेशी शिक्षणासाठी पाठवायचे आहे. तरी खर्चासाठी भविष्यनिर्वाह निधीतून मला १ लाख रुपये रक्कम मिळावी, ही विनंती. माझ्या भविष्यनिर्वाह निधीचा खाते क्र. ३६४/३५-२५ असा आहे.

कळावे,

आपला विश्वासू,

(श्री. नारायण एकनाथ पवार)

कार्यवाहीसाठी वरिष्ठांकडून आदेशाची अपेक्षा करणारी टिप्पणी

आस्थापना कार्यालय
मॉडर्न महाविद्यालय

१) श्री. नारायण एकनाथ पवार हे आपल्या महाविद्यालयात ३० वर्षांपासून वरिष्ठ लिपिक या पदावर कार्यरत आहेत. त्यांची सेवा ही उत्तम स्वरूपाची आहे.
२) श्री. पवार यांच्या मुलाला त्यांनी मागणी केल्याप्रमाणे उच्च शिक्षणासाठी १ लाख रुपये त्यांच्या भविष्य निर्वाह निधी क्र. ३६४/३५-२५ मधून देण्याची मागणी न्याय्य वाटते.
३) शासन निर्णय क्रमांक ४३५ दि. ५ जून २००४ नुसार भविष्य निर्वाह निधीतून अशी रक्कम मंजूर केली जाते.
४) श्री. पवार यांना १ लाख रुपये देतानाच्या अटी आणि शर्ती मान्य असून ते संबंधित कागदपत्रे देण्यास तयार आहेत.
५) श्री. पवार यांच्या भविष्य निधी खात्यावर रु. ४,९०,००० जमा आहेत.

कार्यालयीन अधीक्षक
मॉडर्न महाविद्यालय, पुणे-०५
दि. १९ जून २०१३

क) इतिवृत्त लेखन

सरकारी, सहकारी, खाजगी संस्था, महामंडळे यांना त्यांच्या कामकाजासाठी विविध सभांचे आयोजन करावे लागते. कार्यक्रमपत्रिकेनुसार त्यावर चर्चा होते व त्यातून काही निर्णयही घेतले जातात. या सर्व गोष्टींची महिती इतर सदस्यांना होण्यासाठी सभेच्या कामकाजाचे इतिवृत्त लिहिणे आवश्यक असते. कंपनीची/संस्थेची दैनंदिन कामकाजासंबंधीची सभा, विशेष सर्वसाधारण सभा, वार्षिक सर्वसाधारण सभा अशा विविध प्रसंगी आयोजित केलेल्या सभांचे इतिवृत्त लेखन प्रसंगानुरूप व कारणानुसार बदलताना दिसते. तरी इतिवृत्त लेखनाची स्थूल स्वरूपाची मांडणी यात किमान गोष्टींचे साम्य आढळते.

इतिवृत्तलेखनाचे फायदे

१) संस्थेच्या/कंपनीच्या वार्षिक सभेपुढे ठेवण्यासाठी
२) गैरहजर सदस्यांना घेतलेल्या निर्णयांची माहिती होण्यासाठी
३) संस्थेच्या कामकाजात अशा इतिवृत्तांना दस्तऐवजाचे रूप येत असल्याने धोरणात्मक निर्णय घेण्यासाठी त्याचा उपयोग होतो.

४) संस्थेची प्रगती व कार्याचा आढावा घेण्यासाठी त्याचा उपयोग होतो.

इतिवृत्तलेखनाचे प्रकार

१) अहवालात्मक इतिवृत्त
२) वृत्तांतात्मक इतिवृत्त

१) अहवालात्मक इतिवृत्त

विशिष्ट हेतूसाठी परिश्रमपूर्वक सर्वेक्षण करून, माहिती गोळा करून, इतिवृत्त लेखनाच्या उद्दिष्टानुसार त्याची मांडणी केली जाते. अहवालात्मक इतिवृत्ताचे दोन प्रकार पडतात.

१) वस्तुनिष्ठ/माहितीपर इतिवृत्त
२) चिकित्सक इतिवृत्त

१) वस्तुनिष्ठ माहितीपर इतिवृत्त : एखाद्या विशिष्ट घटनेसंदर्भात संकलित केलेल्या माहितीचे यात निवेदन असते. त्यात ठरावीक प्रकारचा निष्कर्ष किंवा शिफारशी नसतात.

२) चिकित्सक इतिवृत्त : या इतिवृत्तात एका विशिष्ट घटनेच्या संदर्भात माहितीचे संकलन करून त्याच्या विश्लेषणाच्या आधारे निष्कर्ष काढले जातात व त्यावर शिफारशी सुचवल्या जातात.

अहवालात्मक इतिवृत्ताचे लेखन

१) इतिवृत्ताचे शीर्षक
२) इतिवृत्तलेखनाचा आदेश, क्रमांक व दिनांक
३) इतिवृत्तलेखन समितीचा तपशील
४) इतिवृत्तलेखनाची कक्षा
५) इतिवृत्तलेखनाची परिशिष्टे
अ) साधन सामग्रीचा तपशील व तिचे मूल्यमापन
ब) निष्कर्ष
क) शिफारस
ड) समारोप
इ) सभासदांच्या सह्या
ई) मूलभूत कागदपत्रे
उ) संदर्भसूची

२) वृत्तान्तात्मक इतिवृत्त

घडलेल्या घटना किंवा कार्याचा एकसंधपणे लिहिलेला वृत्तान्त असतो. त्यात संस्थेचे पदाधिकारी, सदस्य यांना माहिती पुरवण्याचा हेतू असतो. ती घटनेचे प्रत्यक्ष वर्णन करीत असल्याने वस्तुनिष्ठपणे लिहावी लागतात. असे इतिवृत्त लिहिताना पुढील गोष्टी लक्षात ठेवाव्यात. त्यामध्ये संस्थेचे नाव, दिनांक, वेळ, स्थळ, अध्यक्ष, उपस्थित सदस्य, घटनानुक्रमे तपशील, इतिवृत्त लेखकाचे नाव व सही इत्यादी माहिती असावी लागते.

इतिवृत्त लेखनाचा नमुना

उत्तराखंड राज्यातील आपत्कालीन स्थितीसाठी, निधी जमवण्यासाठी पुणे रोटरी क्लबने बोलाविलेल्या विशेष सभेचे इतिवृत्त

पुणे रोटरी क्लबची विशेष सभा २० जून २०१३ रोजी सायंकाळी ६ वाजता क्लबच्या कार्यालयात श्री. विक्रम चौधरी यांच्या अध्यक्षतेखाली बोलाविण्यात आली. या सभेसाठी क्लबचे १०० पैकी ७० सदस्य उपस्थित होते. त्यांची नावे व सही सोबत जोडली आहे.

उत्तराखंड राज्यात ओढवलेल्या नैसर्गिक आपत्तीच्या परिस्थितीला सामोरे जाण्यासाठी आर्थिक मदत करण्याचा विषय चर्चिला गेला. सुरुवातीला उत्तराखंडमधील धार्मिक स्थळांचा व जीवितहानीचा तपशील सांगण्यात आला. तेथील भीषण परिस्थितीसाठी मुख्यमंत्री निधीला मदत करण्याचे सर्वानुमते ठरले.

निधी किती रकमेचा गोळा करायचा? जमा झालेला निधी मुख्यमंत्री निधीत जमा करायचा का अन्य यंत्रणेकडे द्यायचा, यावर चर्चा झाली व यातून सर्वानुमते पुढील निर्णय घेण्यात आले.

१) उत्तराखंडासाठी किमान १ लाख रुपये निधी जमवावा.

२) जमा झालेला निधी मुख्यमंत्री निधीतच जमा करावा.

या निर्णयाची अंमलबजावणी करण्यासाठी गजानन कुलकर्णींच्या अध्यक्षतेखाली त्रिसदस्यीय समिती नियुक्त करण्यात आली.

वरील समितीने एक आठवड्यात रोटरी क्लबच्या सर्व सदस्यांच्या मदतीने निधी गोळा करून तो समारंभपूर्वक मुख्यमंत्री निधीत जमा करावा असा निर्णय घेण्यात आला. सचिवांनी आभार मानून सभा संपली.

ग. ल. यादव
सचिव, रोटरी क्लब, पुणे
दि. २१ जून २०१३

क) घोषणापत्र

कार्यालयाने घेतलेल्या निर्णयाची सर्वसामान्यांना माहिती होण्यासाठी घोषणापत्रं काढली जातात; यात कर्मचाऱ्यांसाठी लाभांश जाहीर करणे, ताळेबंद जाहीर करणे, परीक्षा नियोजित वेळेपेक्षा पुढे ढकलणे इत्यादींसाठी घोषणापत्र जाहीर केले जाते. या घोषणापत्रात कार्यालयाचे नाव, पत्ता, दूरध्वनी क्रमांक, फॅक्स, ई-मेल, नोंदणी क्रमांक याबरोबरच घोषणेचा मजकूर नेमक्या शब्दांत देऊन घोषणापत्र प्रस्तुत करणाऱ्या अधिकाऱ्याची सही, स्थळ, दिनांक हे द्यावे लागते.

घोषणापत्राचा नमुना

महाराष्ट्र लोकसेवा आयोग, मुंबई

घोषणापत्र क्र. १

महाराष्ट्र लोकसेवा आयोगाच्या वतीने घेण्यात येणारी राज्यसेवा पूर्व परीक्षा रविवार दि. २ जून २०१३ रोजी महाराष्ट्रातील सर्व जिल्हा केंद्रांवर आयोजित केली होती. ती परीक्षा काही तांत्रिक अडचणींमुळे रविवार दि. ९ जून २०१३ रोजी महाराष्ट्रातील सर्व जिल्हा केंद्रांवर नियोजित वेळेत घेण्यात येईल याची सर्व विद्यार्थ्यांनी नोंद घ्यावी.

सचिव,
महाराष्ट्र लोकसेवा आयोग
मुंबई,
श्रीधर पंडित
दि. २९ मे २०१३

घोषणापत्र क्र. २

अमेरिकन ड्रग हाऊस
टिळक रस्ता, पुणे-४
दूरध्वनी क्र. २४५४३९०

घोषणापत्र

सर्व संबंधितांना कळविण्यात येते की, आमच्या कंपनीत कार्यरत असलेले

श्री. ज्ञानदेव चिटणीस यांना दि. १५ जून २०१३ पासून कंपनीने सेवेतून मुक्त केले आहे. आमच्या कंपनीच्या संदर्भात श्री. चिटणीस यांच्याशी कोणत्याही स्वरूपाचा आर्थिक व्यवहार करू नये, केल्यास त्यास कंपनी जबाबदार राहणार नाही.

ब्रिजेश मिश्रा
संचालक,
अमेरिकन ड्रग्ज, पुणे.
दि. १६ जून २०१३

ड) **माहितीपत्रक**

सरकारी, सहकारी व कंपन्यांच्या कार्यालयात राबविल्या जाणाऱ्या विविध योजनांची माहिती सर्वसामान्यांना होण्यासाठी माहितीपत्रके काढली जातात. माहितीपत्रकाचे सर्वसाधारणपणे दोन प्रकार पडतात-

१) कार्यालयीन अधिकारी व कर्मचाऱ्यांसाठी काढलेली माहितीपत्रके

२) संस्थेच्या संबंधित सर्वांसाठी काढलेली माहितीपत्रके

माहितीपत्रकांची रचना साधारणपणे पुढीलप्रमाणे असते-

संस्थेचे नाव, पत्ता, दूरध्वनी क्रमांक, रजि.नंबर, योजनेचे नाव, प्रास्ताविक, प्रत्यक्ष माहिती, समारोप, संपर्क अधिकाऱ्याचे नाव, प्रसिद्धी अधिकाऱ्याचे नाव व पत्ता.

माहितीपत्रक नमुना

महाराष्ट्र राज्य घर बांधणी कर्ज पुरवठा मंडळ मर्यादित,
'घरकुल', सेनापती बापट रोड, पुणे.
दूरध्वनी क्र. २४२४३०१०

माहितीपत्रक

निरनिराळ्या कार्यालयांत सेवेत कायम असणाऱ्या दरमहा रु. १०,००० ते २०,००० पगार असणाऱ्या कर्मचाऱ्यांना स्वत:चे घर बांधण्यासाठी मंडळाची कर्जपुरवठा योजना आहे. त्याच्या अटी व नियम पुढीलप्रमाणे –

१) कर्मचारी शासकीय सेवेत कायमस्वरूपी असावा.

२) १ जानेवारी २०१३ रोजी त्याचे उत्पन्न दरमहा रु. १०,००० ते २०,००० दरम्यान असावे.

३) कर्मचाऱ्याला स्वत:चे घर बांधण्यासाठी मूळ पगाराच्या ८० पट इतकी रक्कम कर्ज म्हणून दिली जाते.

४) या कर्जावर द.सा.द.शे. १२ टक्के व्याज आकारले जाईल.
५) कर्जाची परतफेड दरमहा करायची असून, ती २५ वर्षे कमाल मुदतीची आहे.
६) कर्मचारी २५ वर्षांच्या अगोदरच निवृत्त होत असल्यास ही मुदत निवृत्तीच्या वर्षापर्यंत राहील.
७) कर्मचाऱ्यांनी आपल्या विहित नमुन्यातील अर्ज आपल्या कार्यालयामार्फत पाठवायचे आहेत.

कर्जपुरवठा अधिकारी
महाराष्ट्राचे कर्जपुरवठा महामंडळ
'घरकुल', सेनापती बापट रस्ता, पुणे-०७

निविदा

निविदा ही एक प्रकारची सूचनावजा जाहिरातच असते; पण निविदेत उत्पादकाला उत्पादनपूर्व बोली लावून काही अटी आणि नियम घालून काम केले जाते. विविध आस्थापनांतील कामे स्वीकारणारे ठेकेदार, उद्योजक यांना कामाच्या स्वरूपाची माहिती देऊन विशिष्ट अटी आणि नियमांच्या आधारे ठरावीक मुदतीत, ठरावीक किमतीत काम करून घेण्याचे बंधन घातले जाते. त्यामुळे उद्योजकांत स्पर्धा निर्माण होऊन कमीतकमी किमतीत दर्जेदाररीत्या काम पूर्ण केले जाते.

साधारणपणे शासन, शासकीय संस्था, शिक्षण संस्था, कंपन्या, विविध स्वरूपाचे उद्योगसमूह, खाजगी कंपन्या अशा निविदा काढत असतात.

निविदा लेखन

१) निविदा लेखन करण्यापूर्वी निविदा देणाऱ्या कंपनीकडून कामाच्या स्वरूपाची माहिती वस्तुनिष्ठपणे घ्यावी. निविदा बंद होण्याची, निविदा उघडण्याची, निविदा मिळण्याची तारीख, वेळ व ठिकाण द्यावे लागते. निविदा देणाऱ्या अधिकाऱ्याचे नाव, पद त्याची सही इत्यादी तपशील द्यावा लागतो. निविदा सूचना असे लिहून निविदा कोणत्या कोणत्या विभागांकडून आली आहे त्याचा पूर्ण पत्ता, कामाचा विषय, विविध सूचना क्रमांक, तारीख लिहावी. संबंधित विभागाचे बोधचिन्ह त्यात द्यावे.

निविदेसोबत जोडावयाची कागदपत्रे, आगाऊ रक्कम, अटी व नियम स्पष्टपणे नमूद करावीत. उजवीकडे तळाशी अधिकाऱ्याचे नाव, पद, स्वाक्षरी इत्यादी नमूद करून, डावीकडे तारीख व स्थळ नमूद करावे.

संदर्भसूची

१) व्यावहारिक मराठी – पुणे विद्यापीठ प्रकाशन, पुणे ०७

२) व्यावहारिक मराठी – डॉ. कल्याण काळे, डॉ. दत्तात्रय पुंडे
   निराली प्रकाशन, पुणे

३) व्यावहारिक मराठी भाषा – शरदिनी मोहिते

४) व्यावहारिक मराठी – डॉ. ल. रा. नसिराबादकर, फडके प्रकाशन, कोल्हापूर

५) व्यावहारिक मराठी – डॉ. लीला गोविलकर, डॉ. जयश्री पाटणकर
   स्नेहवर्धन प्रकाशन, पुणे

६) कहाणी वर्तमानपत्राची – चंचला सरकार (अनुवाद), दिनकर गांगल – नॅशनल
   बुक ट्रस्ट

७) व्यावहारिक, उपयोजित मराठी आणि प्रसारमाध्यमे – संपादक – डॉ. संदीप सांगळे,
   डायमंड पब्लिकेशन्स, पुणे

८) प्रसारमाध्यमे आणि मराठी भाषा – संपादक – डॉ. भास्कर शेळके

९) व्यासपीठ – डॉ. महादेव वाळुंज

१०) मराठी भाषेची संवाद कौशल्ये – यशवंतराव चव्हाण महाराष्ट्र मुक्त विद्यपीठ, नाशिक

११) प्रशासनिक मराठी भाषेचा विकास – गीता भागवत,
    राज्य मराठी विकास संस्था, मुंबई

डॉ. संदीप विठ्ठलराव सांगळे
मराठी विभाग प्रमुख
एस. एस. ढमढेरे महाविद्यालय
तळेगाव ढमढेरे, ता. शिरूर, जि. पुणे
email :- sandeepvsangale@gmail.com

प्रकरण ६

संवाद लेखन स्वरूप

प्रा. भाऊसाहेब गव्हाणे

कोणत्याही विचार प्रकटीकरणाच्या प्रक्रियेत भाषा हा घटक महत्त्वाचा असतो. विचार प्रकट करण्याची क्रिया ही भाषेच्या माध्यमातूनच होत असते. प्राचीन काळात भाषा निर्माण झाली. त्यापूर्वी हावभावाची, हालचालींची भाषा अवगत होती. मनुष्य जीवन जगत असताना त्याचा संपर्क अनकांशी येत असतो. आपण कित्येकजणांशी बोलतो, त्यांचे बोलणे ऐकून घेतो, कधी पत्रे पाठवून इतरांशी संपर्क ठेवतो, तर कधी स्वतःच्या मनाशी स्वगत, हितगुज करीत असतो. व्यक्तिमत्त्व विकासाच्या प्रक्रियेतील जी कौशल्ये आहेत त्याचा वापर आपण दररोज करत असतो. त्यामध्ये संभाषण, भाषण, श्रवण, लेखन, वाचन इ. कौशल्यांचा वापर होत असतो. एखाद्याने विचारलेल्या प्रश्नावर उत्तर देणे व त्याचे समाधान झाले तरच ते संभाषण पूर्ण होऊ शकते. बोलणाऱ्याने आणि लिहिणाऱ्याने आपले म्हणणे परिपूर्णतेने मांडले की, भाषिक कौशल्याला पूर्णत्व येत असते. त्यावेळी वाचकांचा किंवा श्रोत्यांचा विचार करण्याची गरज नसते, परंतु संवाद कौशल्यांच्या बाबतीत वाचक, श्रोते यांची प्रतिक्रियाही महत्त्वाची असते. संवादामध्ये बोलणारा संवादक व ऐकणारा स्वीकारक यांच्या क्रिया-प्रतिक्रिया महत्त्वाच्या असतात.

संवाद कल्पना

संवाद, विसंवाद, सुसंवाद असे अनेक शब्द रोजच्या व्यवहारात आपण वापरत असतो. 'संवाद' ही एकेरी चालणाऱ्या वाहतुकीप्रमाणे नसते; तर बोलणारा आणि ऐकणारा या दोघांच्या प्रक्रियांवर चालणारी ही प्रक्रिया आहे. मनुष्य जीवनात भावनांना महत्त्वाचे स्थान असते. या भावना प्रकट करण्याच्या प्रक्रियेत पंचेंद्रियांचा

समावेश दिसून येतो. यामध्ये बघणे (seeing), ऐकणे (hearing), चव घेणे (testing), स्पर्श करणे (touching) आणि वास घेणे (smelling) अशा पाच क्रियांचा समावेश होत असतो. वाद-विवाद करतानादेखील मनुष्य एकमेकांशी संवाद साधत असतो. आपली मते दुसऱ्याजवळ स्पष्टपणे मांडत असतो, तर दुसरा त्या मताला होकार किंवा नकार देत असतो. या प्रक्रियेला आपण संवाद असे म्हणू शकतो. संवाद या घटकाला समाज व्यवहारामध्ये महत्त्वाचे स्थान आहे. इंग्रजीमध्ये संवादाला communication असा शब्दप्रयोग केलेला दिसतो. या संवादाचे तीन प्रकार पडतात. 1) Interpersonal communication म्हणजे व्यक्ती-व्यक्तींमध्ये होणारा संवाद संपर्क 2) Group communication म्हणजे गटागटांमध्ये होणारा संवाद संपर्क 3) Mass communication जनतेशी होणारा संवाद जनसंपर्क; अर्थात या प्रत्येक संवादाचा प्रभाव हा वेगवेगळा असण्याची शक्यता आहे. एखादा वक्ता चांगल्या प्रकारे विषय प्रतिपादन करत असेल तर त्याचा संवाद प्रभावी ठरू शकतो, तर एखादा श्रोता जास्त जिज्ञासू असेल तर त्याचा हा संवाद जास्त प्रमाणात प्रभावी ठरू शकतो. या संवादासाठी तुम्ही कोणत्या प्रभावी माध्यमाचा वापर तुमच्या संवादासाठी करता त्यावरती तुमच्या संवादाचे यश-अपयश अवलंबून असते. (The success of communication depends upon an effective use of the media.) आपल्या मनातील विचार प्रभावीपणे दुसऱ्यापर्यंत पोहोचवणे व त्याचा इच्छित परिणाम ऐकणाऱ्यावर होणे या प्रक्रियेला संवाद म्हणता येते.

संवाद लेखन म्हणजे काय?

आजच्या समाजामध्ये एकमेकांच्या विचारांशी देवाणघेवाण करणे याला फार महत्त्व प्राप्त झालेले आहे; असे म्हटले जाते की, जो बोलतो त्याचे हुलगे खपतात जो बोलत नाही त्याचे गहूही खपत नाहीत; म्हणजे आजचे युग हे स्पर्धेचे युग आहे. आजच्या युगाला 'जाहिरातीचे युग' असेही म्हटले जाते. आपल्या ज्ञानाची आणि वस्तूची जाहिरात करावी लागते. आपल्याकडील ज्ञान दुसऱ्याला देण्यासाठी ते प्रभावीपणे मांडणे ही गोष्ट तितकीच महत्त्वाची आहे. माणूस संवादासाठी देहबोलीचा वापर करताना दिसतो. श्रवण, दृष्टी, स्पर्श, चव आणि वास या पंचइंद्रियांमार्फत संवादाची प्रक्रिया पूर्ण होत असते. या पंचइंद्रियांमध्ये माणसाचे डोळे हा संवाद कौशल्यासाठी-देहबोलीच्या माध्यामातला एक अत्यंत महत्त्वाचा अवयव आहे. आजच्या काळात वेगवेगळ्या प्रसारमाध्यमांसाठी संवादलेखन केले जाते. आकाशवाणीवरील श्रुतिका, नाटिका, नभोनाट्य, संगीत, सूत्रसंचालन, निवेदन,

चालू जमाना इ. कार्यक्रमांच्या माध्यमांसाठी संवादलेखन केले जाते. दूरदर्शन या प्रसारमाध्यमाने आज फार मोठी क्रांती केलेली दिसून येते. निवेदन, सूत्रसंचालन, वृत्तनिवेदन, बातम्या, माहितीपट, व्यक्तींची माहिती, मनोरंजन, पर्यावरण, वाहतूक, नागरी समस्या इ. कार्यक्रमांच्या माध्यमातून प्रेक्षकांशी संवाद साधण्याचे काम केले जाते. आकाशवाणी हे प्रसारमाध्यम श्रोत्यांशी संवाद साधते, तर दूरदर्शन हे माध्यम प्रेक्षकांशी संवाद साधताना दिसून येते. यासाठी भाषेची जाण, भाषेची उत्कृष्ट अभिव्यक्ती, आशयाला भिडण्याची क्षमता असणारा वक्ता महत्त्वाचा ठरत असतो. 'संवाद'जेवढे प्रभावी असतील तेवढी त्या विचारांची परिणामकारकता श्रोत्यांपर्यंत, प्रेक्षकांपर्यंत पोहोचत असते. वेगवेगळ्या प्रसारमाध्यमांसाठी संवादलेखन करण्यासाठी आज लेखक, निवेदकाची गरज भासू लागलेली दिसते. संवाद हा सहजसंवादी, सर्वांना सहज समजेल असा असावा लागतो; तर त्याची परिणामकारकता लोकांपर्यंत पोहोचते. संवाद लेखनात भाषेला अनन्यसाधारण स्थान असलेले दिसते. संवादप्रक्रियेमध्ये भाषेवर प्रभुत्व असणे गरजेचे असते. योग्यवेळी योग्य भाषेतील शब्दरचनेचा प्रभावी वापर करणे गरजेचे असते.

बदलता काळ आणि संवादशैली

आजच्या काळात समाजात वावरत असताना आपल्याला अनेक लोकांशी संपर्क साधणे गरजेचे झालेले आहे. त्यामुळे जीवन व्यवहारात संवादाला विशेष महत्त्व प्राप्त झालेले आहे. जागतिकीकरण प्रक्रियेत ज्ञानाची देवाणघेवाण मोठ्या प्रमाणात होताना दिसते; भाषिक व्यवहार हा काळानुसार बदलत राहिला आणि मातृभाषेचे कार्य जीवनातील विविध क्षेत्रांत प्रगल्भ होऊ लागले. व्यवहार भाषा ही घरातल्याघरात बदलते. ती स्थळ-काळ बदलानंतर विश्रामकक्ष, स्वयंपाकघर, समारंभ अशा ठिकाणी बदलत असते. योग्य ठिकाणी योग्य शब्दांचा वापर केला जातो, तरच त्या ठिकाणचे महत्त्व लक्षात येते. देव आणि देवघर या स्थळाविषयी बोलताना फुले, जपमाळा, रुद्राक्ष, सहाण, चंदन, लेप, भक्त, पुजारी हे शब्द एकामागून एक येत राहतात. येथील संबंध हा आध्यात्मिक, पावित्र्याशी संबंधित आहे. स्वयंपाकघरात गेल्यानंतर आंबट, गोड, कडू, चवदार इ. शब्दांना प्राधान्य असते; स्वयंपाक चवदार, छान, चांगला झाला असे शब्दप्रयोग आढळतात. बोली भाषेला एक आंतरिक गोडवा/सौंदर्य असते. त्याची जपणूक संवादाच्या माध्यमातून होणे गरजेचे असते. ललित साहित्य व शास्त्रीय साहित्य यातील शब्द, संवादशैली यामध्ये बदल होताना दिसतो. शास्त्रीय भाषेत एका शब्दाला एकच अर्थ अपेक्षित असतो; तर ललित

साहित्यात एका शब्दाला अनेक अर्थ निर्माण होऊ शकतात. रूढी, चालीरीती, धर्मरिवाज आणि परंपरा जसजशा बदलत जातात तसतसे भाषावैशिष्ट्यांचे क्षेत्र बदलत जाताना दिसते. सामाजिक स्थित्यंतर घडले की आपोआपच त्या समाजातील आर्थिक, सामाजिक, राजकीय बदल झाला तर त्याचे प्रतिबिंब संवादातील भाषेवर पडत असते. निजामाने मराठवाड्यावर राज्य केले त्यामुळे फारसी आणि उर्दू शब्दांनी मराठी भाषा प्रांतात प्रवेश केलेला दिसतो. उदा. कुडता, लेंगा, तारीख, तवारीक इ. तसेच इंग्रजी भाषेतील रेडिओ, मोटार, तिकीट, टेबल, रेल्वे इ. बेमालूमपणे गुंफलेले शब्द दिसून येतात. भाषा आणि समाज यांचे नाते अगदी जवळचे असते. भाषा ही एक सामाजिक प्रक्रिया असल्याने समाजाचा भाषेवर परिणाम होणे हा अपरिहार्य भाग असतो. व्यवसायानुसार भाषेत नवीन शब्द येत असतात व भाषेत ते मिसळून जातात आणि संवादांमध्ये त्याचा वापर सुरू होतो. 'इंगा दाखविणे'हा शब्दप्रयोग चर्मकार समाजाच्या व्यवसायातून आलेला आहे, तर 'भादरणे' हा शब्दप्रयोग नाभिक व्यवसायातून आलेला आहे.

संवादशैली बदलण्याची अनेक कारणे असू शकतात. वयानुसार, सामाजिक परिस्थितीनुसार, काळानुसार, प्रदेशानुसार, विविध माध्यमांनुसार, स्थळांनुसार संवादशैली बदलत जाते.

जनसंपर्क आणि संवाद

लोकशाहीप्रधान देशामध्ये जनसंपर्क या गोष्टीला महत्त्वाचे स्थान दिसून येते. जनता लोकप्रतिनिधींना निवडून देते; यातूनच शासनाची निर्मिती होत असते. लोकप्रतिनिधी व प्रशासन हे शासनाच्या विविध योजना, धोरणे राबवीत असतात. ही सर्व धोरणे व योजना जनतेच्या कल्याणासाठी असतात. आजच्या काळात लोकसुद्धा प्रशासनाबाबत जागृत झालेले आहेत. जनतेच्या प्रत्यक्ष व अप्रत्यक्ष सहभागातून लोकशाहीचा कारभार चालत असतो, त्यामुळे शासनाचे कर्मचारी, शासन यांच्यात जनसंपर्क असणे गरजेचे असते. शासन आणि शासित यातील भिंत नष्ट केलीच पाहिजे. त्या प्रत्येक व्यक्तीला हा अनुभव करून दिला पाहिजे की, तो एका सरकारी कामाला मदत करतो आहे. निरंतर वाढणाऱ्या या संस्थेत लोकांचा प्रशासनाशी संपर्क वाढला पाहिजे. शासनाबरोबरच वेगवेगळ्या संघटना, संस्था, खाजगी कंपन्या, शैक्षणिक संस्था यांनाही स्पर्धेच्या युगात जनसंपर्काची आवश्यकता भासत आहे. जनसंपर्क संवादामुळे जनता व प्रशासन, ग्राहक व विक्रेता, उत्पादक व उपभोक्ता यांच्यात एक दुवा निर्माण होण्याचे काम होत असते. जनसंपर्क किती प्रभावी आहे

यावर शासन तसेच संघटनेचे यश अवलंबून असताना दिसते. जनसंपर्क ही प्रक्रिया अत्यंत गुंतागुंतीची व व्यापक स्वरूपाची असते. एखादा तज्ज्ञ डॉक्टर रोग्याची नाडी पाहून रोगाचे निदान करतो; त्याचप्रमाणे एखादा कुशल प्रशासक जनतेची नाडी म्हणजे जनतेच्या भावना, त्यांच्या इच्छा समजावून घेतो आणि आपली ध्येय-धोरणे कुशलतेने संवादाच्या माध्यमातून जनसंपर्क करत असतो. जे. डी. मिलेट म्हणतात, 'जनसंपर्क म्हणजे जनतेच्या इच्छा, अपेक्षा जाणून घेणे आणि त्या इच्छा अपेक्षांची पूर्ती प्रशासनाकडून कशी होते हे स्पष्ट करणे होय.' जनसंपर्कातील संवाद म्हणजे नुसते बोलणे नव्हे तर त्यातून मानवी मनाचे दर्शन घडले पाहिजे. वेगवेगळ्या लोकांशी प्रभावीपणे संवाद साधणे महत्त्वाचे असते. त्यातून प्रभावी जनसंपर्क निर्माण होण्यास मदत होत असते. संवाद यशस्वी होण्यासाठी स्वत:जवळ आत्मविश्वास, सभाधीटपणा असायला हवा. विविध भाषांवर प्रभुत्व हवे. योग्य वेळी, योग्य तऱ्हेने संवाद साधणे जनसंपर्कात महत्त्वाचे असते. समोरच्या व्यक्तीच्या भावना समजावून घेऊन आपला विचार त्याच्या मनात रुजवणे महत्त्वाचे असते. त्यासाठी संपन्न व्यक्तिमत्त्व, व्यासंग, विद्वत्ता, वक्तृत्व आणि भाषावैभव आपल्याकडे हवे असते. एखादी गोष्ट थोडक्यात मांडणे यासाठी गरजेचे असते. एका व्यक्तीने अनेक व्यक्तींशी किंवा अनेकांबरोबर संवाद साधणे याला जनसंपर्क म्हणता येते. जनसंपर्क प्रभावी होण्यासाठी परिणामकारक अभिव्यक्ती, भाषाप्रभुत्व, देहबोली, देहबोलीची योग्य भाषा या गोष्टी महत्त्वाच्या ठरतात. समोरच्या व्यक्तीशी संवाद साधण्याची भाषा कोणतीही असली तरी ती परिणामकारक अभिव्यक्तीची असावी लागते. भाषाप्रभुत्व हा घटक संवादाचा आत्मा आहे, असे म्हणता येते. भाषेत योग्य ते शब्द आले तर ती अभिव्यक्ती समोरच्या प्रेक्षक/श्रोत्यांच्या मनात योग्य व अपेक्षित भावना निर्माण करू शकते. संवादामध्ये देहबोली या घटकाला महत्त्व आहे; कारण मनुष्य बोलत असताना आपल्या अंगविक्षेपाने तो विचार प्रभावी मांडताना यशस्वी होतो. शारीरिक भाषा, हावभाव इ. मुळे समोरच्या व्यक्तींशी संवाद साधणे प्रभावी होत असते. मनुष्य फक्त तोंडानेच बोलतो असे वाटत असले तरी संपूर्ण देहच या संवादाला प्रतिसाद देताना दिसून येतो. सौजन्यशील, विनयशील भाषा ही माणसाच्या व्यक्तिमत्त्वाची प्रभावी अभिव्यक्ती असते असे म्हणावे लागते.

विविध माध्यमांसाठी होणारे संवादलेखन

भाषा ही मानवी जीवन व्यवहारातील घटना आहे. भाषा नसेल तर जीवन मुके होईल; जीवनातील विविध क्षेत्रांत आज प्रभावी भाषेचा वापर महत्त्वाचा ठरणारा

दिसतो. भाषा ही उदरनिर्वाहाचे साधन होताना दिसते आहे. वेगवेगळे व्यवसाय करणारे व्यावसायिक तेथील प्रादेशिक असो वा राष्ट्रीय असो ती भाषा ते शिकून घेतात; कारण त्यांना आपला व्यवसाय करत असताना ग्राहकांशी संवाद साधायचा असतो. याचा अर्थ असा की, भाषा ही जीवनाला जोडली गेली की जीवनातील अनेक गोष्टी सोप्या होतात याचा प्रत्यय येतो. अलीकडच्या काळात दूरदर्शन, आकाशवाणी, चित्रपट, माहितीपट, संगणक इ. सारखी महत्त्वाची संवाद माध्यमे प्रभावी ठरताना दिसतात. सर्व प्रसारमाध्यमांमध्ये आकाशवाणी हे सुलभ असे संवाद माध्यम दिसून येते. त्यामुळे गाव-शहर, देश-जग एकमेकांशी जोडलेले दिसते. आकाशवाणीसाठी लेखन करताना बातमी, भाषण, रूपक, नभोनाट्य, श्रुतिका इ. कार्यक्रमांचे आयोजन होताना दिसते. यातील संवाद हा लोकभाषेच्या आश्रयाने चालू असतो. साधी, सरळ, सोपी वाक्यरचना ही चांगल्या संवादाची वैशिष्ट्ये दिसून येतात. वास्तवाची प्रखर जाणीव देणे ही रूपकाच्या संवादशैलीचे महत्त्वाचे गमक आहे. रूपकातील भाषा जनसामान्यांची असायला हवी. नभोनाट्य, श्रुतिका यामध्ये मोजक्या शब्दांत प्रसंग उभा करावयाचा असतो. तो प्रसंग प्रभावी भाषासंवादातून प्रकट झाला पाहिजे. श्रुतिकांचे स्वरूप कौटुंबिक संवादाचे असले पाहिजे. दूरदर्शनचे जाळे आज जगभर पसरलेले दिसते. दूरदर्शनवर बातम्या, चित्रपट, माहितीपट, शासन संदेश या बरोबरच मालिका यांनी हा पडदा व्यापला आहे. मनोरंजन, प्रबोधन, माहिती, घडामोडी यांना यामध्ये महत्त्वाचे स्थान असलेले दिसते. दूरदर्शन मालिकेचा संवाद हा आत्मा असतो. संवादलेखन ही कला आहे. या कलेची अभिव्यक्ती ही भाषेच्या माध्यमातून होत असते. चटकदार, सुटसुटीत, खटकेबाज संवाद मालिकांना लोकप्रियता मिळवून देताना दिसतात. उदा. अलीकडच्या काळातील देवयानी, पुढचं पाऊल आणि इतर अनेक मालिकांमध्ये संवादाला विशेष महत्त्व प्राप्त झालेले दिसते. संवादलेखन परिपूर्ण होण्यासाठी पुढील गोष्टी महत्त्वाच्या ठरतात. संवादलेखनात बोली भाषेचा वापर असावा, संवाद चपखल होण्यासाठी शब्दांची फेक महत्त्वाची असावी. अभिनयानुरूप असे संवादाचे स्वरूप असावे, संवाद मूळ विचारास अनुरूप/ अनुकूल असावेत. अर्थपूर्ण भाषा संवादात महत्त्वाची ठरणारी असते. संवाद हे प्रवाही असावेत. प्रेक्षकांचा, श्रोत्यांचा प्रतिसाद लक्षात घेऊन संवाद योजना करावी.

सुचवलेल्या प्रसंगावर आधारित संवादलेखन- सामाजिक जीवनामध्ये मनुष्याला सकाळपासून संध्याकाळपर्यंत अनेकांशी संवाद साधावा लागतो. यामध्ये शिक्षक- विद्यार्थी, विक्रेता-ग्राहक, शेतकरी-व्यापारी, नेता-कार्यकर्ता अशी अनेक संवादशैलीची रूपे दिसून येतात. संवाद दोन्ही बाजूंनी चालू असेल तरच त्याला एकरूपता प्राप्त

होते. एकेरी संवाद शक्य होत नाही. जाहिरात ही देखील एक प्रकारे श्रोत्यांशी संवाद साधताना दिसते. एखादा विद्यार्थी शिक्षकाकडे गेला तर त्याने गुड मॉर्निंग, नमस्कार या सारखे शब्दप्रयोग करून संवादाला सुरुवात करायला हवी. आपली समस्या, प्रश्न योग्य व सार्थ भाषेत मांडावयास पाहिजे. ओघवती व सहजसंवादी भाषा या संवादासाठी उपयोगी ठरते. त्या शिक्षकाने त्याचा प्रश्न व्यवस्थित ऐकून घेऊन थोडक्यात त्याला समजेल अशा भाषेमध्ये सांगण्याची गरज असते. तू मूर्ख आहेस, तुला समजत नाही अशी वाक्ये पुढील श्रोत्याच्या संवादावर परिणाम करू शकतात; तर तू चांगला प्रश्न विचारलास, तुझ्याकडून मला हीच अपेक्षा होती. असे सकारात्मक संवाद पुढील श्रोत्याला प्रेरणा देऊन जात असतात. विक्रेता आणि ग्राहक या संवादामध्ये देखील हेच तत्त्व दिसून येते. संवाद करताना दोघांची भाषा ही एक असायला हवी. भाषा ही साधी, सोपी समजणारी असावी लागते. ग्राहक त्या भाषेत बोलत असेल त्या भाषेचा वापर विक्रेत्याने करायला हवा. दोन भाषा वापरल्या तर तो सुसंवाद न राहता विसंवाद होण्याची शक्यता आहे. आमची ही वस्तू किती चांगली आहे हे पटवून देण्यासाठी विक्रेत्याला संवादशैलीची गरज भासते. ग्राहक राजा असतो या न्यायाने त्याने दिलेल्या प्रश्नावर न रागवता आपले म्हणणे पटवून देणे गरजेचे असते. शेतकरी व्यापारी यांच्यातील संवादशैली महत्त्वाची असते; एखाद्या बियाण्यांच्या दुकानात गेल्यावर त्या व्यापाऱ्याने त्याच्याशी त्याच्या बोलीभाषेत संवाद साधला पाहिजे. आपला माल किती चांगला आहे हे पटवून देण्यासाठी त्याने आपले संवाद कौशल्य पणाला लावण्याची गरज असते. रामराम, नमस्कार यासारख्या शब्दांनी संवाद सुरू होण्याची गरज आहे. तुमचा फायदा हाच आमचा नफा हे तत्त्व त्याने त्याच्याशी संवाद साधत त्याच्या गळी उतरवण्याची तयारी करायला हवी. हे सर्व संवादाने शक्य आहे.

ई-मेल किंवा इंटरनेटचा संवादासाठी वापर

संवाद ही दुहेरी चालणारी प्रक्रिया आहे. पूर्वी दूर अंतरावरच्या व्यक्तीला संदेश, निरोप पाठवण्यासाठी पोस्टाचा माध्यम म्हणून उपयोग केला जात असे यालाच पत्रव्यवहार असे म्हटले जाई. एकविसाव्या शतकात ही परिस्थिती बदलली. नवीन तंत्रज्ञान आले. इंटरनेटचा वापर सर्वत्र होऊ लागला, त्यामुळे संदेशाची देवाण-घेवाण वेगाने होऊ लागली. इंटरनेटच्या मदतीने पत्रव्यवहार करण्याच्या पद्धतीला ई-मेल असे म्हटले जाते. हा पत्रव्यवहार करताना ई-मेल पत्ता वेगळा असतो. आजच्या काळात संवादासाठी या इलेक्ट्रॉनिक माध्यमाचा वापर सर्रास केला जातो. इंटरनेटवरचे

चॅटिंग, मोबाईलवरील संवाद या गोष्टी अलीकडे आलेल्या आहेत. संप्रेषण ही मानवाची प्राथमिक गरज आज निर्माण झाली आहे. कोणत्याही कारणासाठी दुसऱ्या व्यक्तीशी संपर्क साधणे महत्त्वाचे असते. काळाच्या ओघात साधने ही बदलत गेली. आजच्या इंटरनेटपर्यंत ती पोहोचली. आज जगात संवाद साधण्याचे प्रभावी साधन म्हणून ई-मेल व इंटरनेटकडे पाहिले जाते.

संदर्भसूची

१) प्रसारमाध्यमे आणि मराठी भाषा – डॉ. भास्कर शेळके

२) मूलभूत भाषाकौशल्ये – यशवंतराव चव्हाण मुक्त विद्यापीठ, नाशिक

३) व्यावहारिक उपयोजित मराठी आणि प्रसारमाध्यमे – डॉ. संदीप सांगळे डायमंड पब्लिकेशन्स, पुणे

४) मीडिया – डॉ.विश्वास मेहेंदळे

५) माहिती तंत्रज्ञान – सुजाता कोण्णूर व इतर

प्रा. भाऊसाहेब दादासाहेब गव्हाणे
मराठी विभाग प्रमुख
सुभाष बाबूराव कुल महाविद्यालय
केडगाव, ता-दौंड, जि-पुणे ४१२२०३
email :- bhausaheb73@gmail.com

प्रकरण ७

सारांश लेखन : स्वरूप आणि महत्त्व

प्रा. दीपक गायकवाड

---

१. सारांश लेखन : गरज व महत्त्व

सारांश लेखन हा लेखनप्रकार आजच्या धावपळीच्या जीवनात आवश्यक बनला आहे. येणाऱ्या काळात तर तो अधिक जास्त गरजेचा वाटू लागेल, कारण दिवसेंदिवस मनुष्याला समाजात व कुटुंबात मुक्तपणे वेळ देऊन संवाद साधता येत नाही. थोडक्यातच आपण आपले विचार मांडत असतो. फोनवर थोडक्यात बोलणे, वृत्तपत्रातील बातम्या थोडक्यात वाचणे अशी मानसिकता बनत चालली आहे. कोणत्याही सरकारी/प्रशासकीय कार्यालयात 'आपले म्हणणे थोडक्यात सांगा' असेच आपल्याला ऐकायला मिळते. प्रशासकीय काम योग्य वेळेत पूर्ण करण्यासाठी कमीतकमी शब्दांत अधिकाधिक सांगण्याची प्रवृत्ती विकसित झाली आहे. प्रशासकीय कामात मोठमोठ्या टिपा कमीत कमी शब्दांत करण्याची गरज असते, त्यामुळे वेळेचीही बचत होते. या सर्वांसाठी सारांश लेखन गरजेचे आहे.

'दिलेल्या मूळ उताऱ्यातील विचार संक्षेपाने आपल्या भाषेत लिहून दाखवणे म्हणजेच सारांश लेखन होय.'

सारांश लेखनासाठी जो उतारा दिलेला असतो त्याचे सार थोडक्यात सांगावयाचे असते, म्हणजे मूळ उताऱ्यातील विचार समजून घेऊन १/३ (एक तृतीयांश) एवढ्या प्रमाणात त्याचा सार लिहावयाचा असतो, म्हणजे शंभर शब्द असल्यास साधारणत: ३५ ते ४० शब्दांत सारांश लेखन करावयाचे असते. परीक्षेसाठी जो सारांश लेखनासाठी उतारा दिलेला असतो त्याची शब्दसंख्या उताऱ्याच्या शेवटी कंसात लिहिलेली असते, विद्यार्थ्यांनीही सारांश लेखन झाल्यानंतर सारांश केलेल्या उताऱ्यातील शब्द संख्या मसुद्याचे शेवटी लिहायला हरकत नाही.

• सारांश लेखनाचे तंत्र/पद्धती

सुरुवातीला दिलेला मूळ उतारा विद्यार्थ्यांनी लक्ष देऊन २ ते ३ वेळेस वाचावा. अनेकदा मन एकाग्र न होता विद्यार्थी उतारा निष्काळजीपणे वाचत असतो. त्यामुळे उताऱ्यातील मूळ विचारांचे आकलन होत नाही. विचारांचे आकलन होऊन ते थोडक्यात मांडण्यासाठी सारांश लेखन करण्याची सवयच हवी. यामुळे आकलन प्रक्रिया वाढून अगदी मोजक्या शब्दांत आणि ते ही स्वतःच्या शब्दांत सारांश लेखन करण्याची सवय लागते. सारांश लेखन करताना त्यातील तपशिलांचा फापटपसारा टाळावा. मुख्य मुद्द्याच्या स्पष्टीकरणासाठी आलेला विस्तार/पुनरावृत्ती टाळावी. त्यामधील उदाहरणे, वर्णने, अलंकार, विशेषणे, क्रियाविशेषणेही अनावश्यक वाटत असल्यास काढून टाकावीत. सारांशात मूळ उताऱ्यातील विचार घेऊन त्यामध्ये कोणताही बदल करू नये किंवा स्वतःची भर टाकू नये. बऱ्याचदा विद्यार्थी सारांश लेखन करताना मूळ उताऱ्यातील काही वाक्ये काढून किंवा एकमेकांना जोडून सारांश लेखन करताना दिसतात. असे सारांशलेखन करणे चुकीचे आहे. सारांशातील वाक्यात मूळ उताऱ्यातील मुद्द्यांची सलगता व संगती हवी. सारांश केलेला उतारा एक स्वतंत्र उतारा वाटला पाहिजे.

• सारांशाचे शीर्षक

सारांश लेखन लिहिल्यानंतर त्या उताऱ्याला उचित शीर्षक देणे आवश्यक असते, ते शीर्षक त्या उताऱ्यातील विचारांशी अन्वर्थक असले पाहिजे. हे शीर्षक लांबलचक एखाद्या वाक्यासारखे असू नये. प्रश्नपत्रिकेत सांगितलेले असो वा नसो सारांशाला शीर्षक दिलेच पाहिजे.

• सारांश लेखनाचा नमुना

हास्यवदनाची थोरवी फारच थोड्या लोकांना कळते. नीतिमान असावे, असा उपदेश आपल्या कानीकपाळी नित्य होत असतो; पण माणसाने नेहमी सुहास्यवदन असावे, असे कोणी कोणाला सांगताना ऐकू येत नाही. तसेच म्हटले तर कट्टर, कर्मठ माणसापेक्षा नेहमी हसतमुख असणारा मनुष्य अधिक योग्यतेचा असला पाहिजे. सकाळ-संध्याकाळ चार-चार घटका जपजाप्य करणारा माणूस नेहमी आंबट चेहरा करून राहात असेल, आजूबाजूच्या माणसांवर खेकसत असेल व प्रत्येक कामात चिडचिड करीत असेल, तर त्याच्या धर्ममार्तंडत्वामुळे समाजाचे व त्याचे कोणते कल्याण होईल? उलट सदा हसतमुख असणारा मनुष्य केवळ आपल्या सान्निध्याने, लोकांच्या दुःखाने गारठलेल्या अंतःकरणात आशेची ऊब निर्माण करील. आधीच

जग हे कडू गोष्टींनी, अनुभवांनी भरपूर भरलेले आहे. अनंत संकटांनी, व्याधींनी व यातनांनी गांजलेल्या या जगात दुःखीकष्टी चेहऱ्यांचा अंधार सर्वत्र भरलेला आहे. हास्याचे सूर्यकिरण या जगात दुर्मीळ आहेत. ते किरण जेथून प्रसृत होतील त्या चेहऱ्याचे पावित्र्य, शेकडो धर्मक्षेत्रांहून अधिक समजले पाहिजे.

(शब्दसंख्या–१३२) प्रा. ना. सी. फडके

शीर्षक – हास्यवदनाची थोरवी

सारांश : नीतीने वागावे, असे नेहमी बोलले जाते. पण हसतमुख असावे, असे कोणी सांगत नाहीत. सांजसकाळ जपतप करूनही दुर्मुखलेल्या तिरसटांच्या सहवासात कुणालाच समाधान नसते. उलट हसतमुख-हसऱ्या माणसांच्या संगतीत दुःखाला थाराच नसतो. विविध दुःखांच्या काळोखाने जग भरलेले आहे. त्यात हास्याची तिरीप आनंदाचा लख्ख प्रकाश निर्माण करते. म्हणूनच लेखकास हसरा चेहरा तीर्थक्षेत्राहून जास्त पवित्र वाटतो.

(शब्दसंख्या – ५२)

२. दिलेल्या संवादाचा संक्षेप करणे

दोन किंवा अधिक व्यक्ती एकत्र आल्या की त्यांच्यामध्ये जे बोलणे किंवा भाषण होते त्याला संभाषण असे म्हणतात. पण एखाद्या निश्चित विषयावर जे संभाषण चालते त्याला संवाद असे म्हणतात. संवाद हा भाषेद्वारा माणसाला जोडणारा महत्त्वाचा दुवा म्हणता येईल.

संवादाचा संक्षेप करणे ही एक कला आहे. बऱ्याचवेळा कार्यालयात मोठ-मोठी पत्रे, आदेश, सूचना यातील संवादाचा संक्षेप करावा लागतो. सारांश लेखनातील संवाद किंवा आपले विचार दुसऱ्यास सांगताना संवादाचा संक्षेप करणे महत्त्वाचे असते.

• संवादाच्या संक्षेपाचा नमुना

उदा."अहो सांगा तुमच्या सोलापूरमध्ये काय विशेष आहे ते?'' माझ्या दोघां सहप्रवाशांनी प्रश्न विचारला. ''आमच्या सोलापूरमध्ये ज्वारीची भाकरी खूप चांगली मिळते.'' मी उत्तर दिले.

संक्षेप – सोलापुरात काय विशेष आहे? या सह प्रवाशांच्या प्रश्नावर 'ज्वारीची भाकरी' असे मी म्हटले.

३. घोष वाक्य तयार करणे

उत्पादित वस्तू घेण्यासाठी घोष वाक्ये ही ग्राहकांच्या मनात लालसा निर्माण

सारांश लेखन : स्वरूप आणि महत्त्व / ७९

करत असतात त्यासाठी त्यांचा वापर केलेला असतो. काही कंपन्या/संस्था स्वत:ची घोषवाक्ये तयार करताना दिसतात. आपला हेतू, ध्येय, वैशिष्ट्ये या छोट्याशा घोषवाक्यात सार रूपाने प्रकट केलेले असते.

उदा. १) आयुर्विम्याला पर्याय नाही. (जीवन विमा निगम)
२) प्रवाशांच्या सेवेसाठी (एस.टी.)
३) उघडा डोळे बघा नीट (ए.बी.पी. माझा)

४. शीर्षक देणे

साहित्य क्षेत्रामध्ये शीर्षक या घटकाला अनन्यसाधारण महत्त्व आहे. पुस्तकाचे शीर्षक हा त्याचा आरसा असतो. पुस्तकामध्ये काय लिहिलेले आहे याचा अर्थबोध वाचकाला होतो, त्यासाठी ग्रंथाचे शीर्षक समर्पक, आकर्षक असायला हवे. शीर्षक वाचून पुस्तक वाचण्याची इच्छा वाचकाला होते. एखाद्या पदार्थाचा वास आल्यानंतर तो पदार्थ खाण्याची इच्छा होते, तद्वत शीर्षक वाचून पुस्तक वाचावे असे वाटायला हवे. शीर्षकावरून पुस्तक वाचण्याची इच्छा निर्माण व्हायला हवी. तशीच जिज्ञासाही जागृत व्हायला हवी, म्हणजेच लोकांची वाचनाविषयीची अभिरुची निर्माण करणे, वाढविणे, अर्थातच जिवंत ठेवण्याचे काम शीर्षक करत असते.

व्यक्तीची ओळख त्याच्या नावापासून सुरू होते; तसेच पुस्तकाचे शीर्षक ही त्याची पहिली ओळख असते. शीर्षक वाचून त्यामध्ये अंतर्भूत केलेल्या विषयासंबंधी तर्क लावला जातो; म्हणून शीर्षक हा घटक अत्यंत महत्त्वाचा आहे. शीर्षकाबाबतीत अनेक प्रवृत्ती व प्रकारही आढळतात. काही पुस्तकांतून लेखकाची भूमिका विशद होते, उदा. 'वाङ्मयीन टीपा आणि टिप्पणी'; काही लेखकांच्या रंगाच्या आवडीतून व्यक्त होतात. उदा. 'हिरवे रान'. एकूणच शीर्षक या घटकाचे महत्त्व लक्षात घेऊन त्याचे प्रगटीकरण होणे आवश्यक आहे.

५. संवादाचा विस्तार करणे

संवाद ही माणसाची मौखिक आणि लिखित क्षेत्रातील आवश्यक गरज आहे. भाषेद्वारा माणसांना जोडणारा तो महत्त्वाचा दुवा म्हणता येईल. एखाद्या विशिष्ट विषयावर, विशिष्ट संदर्भात दोन किंवा अधिक व्यक्ती बोलतात तेव्हा संवाद होतो. संवादात विशिष्ट विचार, सूत्र संगती असते, दिशा असते. विशिष्ट घटना, परिस्थिती विचारात घेऊन संवादाचा विस्तार करणे अभिप्रेत असते. साहित्यकृतीतील (कथा, कादंबरी, नाटक) संवाद सूत्रबद्ध आणि एका विशिष्ट दिशेने पुढे जाणारे असतात. कलाकृतीतील पात्रांचे विचार, स्वभाव प्रकट करण्याचे आणि कथानक पुढे नेण्याचे

कार्य संवाद करतात. संवादाचा विस्तार योजकतेने करायला हवा. संवादाची भाषा अकृत्रिम, सहज, स्वाभाविक असेल तेव्हा तो मनोवेधक होतो.

संवादलेखनातील महत्त्वाच्या बाबींपैकी एक म्हणजे संवादाचा विषय होय. संवादाच्या विषयामध्ये दोन किंवा अधिक भिन्न दृष्टिकोन असणे आवश्यक असते. तेव्हा त्यामध्ये रंजकता निर्माण होते. दुसरा महत्त्वाचा घटक म्हणजे भाषा होय. संवादाची भाषा ही बोलणाऱ्या व्यक्तीच्या तोंडी शोभेल अशी असावी. उदा. नोकर किंवा शेतकरी बोलेल ती त्याला साजेशी किंवा ग्रामीण असावी. भाषा ही बोली असावी, ग्रांथिक असू नये, वाक्य लांबलचक असू नये. वाक्ये छोटी व सुटसुटीत, मुद्द्याला धरून असावीत. संवाद चटकदार असावेत. उत्तरे, प्रतिउत्तरे यांत खटके, झटापट असावी म्हणजे संवादाला जिवंतपणा येतो. संवादलेखनात गरज असते, ती कल्पकतेची व मानवी स्वभावाच्या निरीक्षणाची. अशा प्रकारे संवादाचा विषय, भाषा या माध्यमांतून संवादाचा विस्तार व संवादाचे उत्कृष्ट लेखन करता येते.

६. वाक्प्रचाराचे उपयोजन

वाक्प्रचार म्हणजे रूढीने कायम केलेली बोलण्याची पद्धती होय. समाज जीवनातील अनेक घडामोडींची अभिव्यक्ती, वाक्प्रचारातून अनुभव, रूढी, चालीरीती, समजुती या पातळ्यांवर होते. भाषेत असे काही शब्दसमूह येतात की, त्यांचा शब्दश: अर्थ घेता येत नाही. रूढी परंपरेने त्यांना वेगळाच अर्थ प्राप्त झालेला असतो व तोच भाषेत रूढ होतो. मो. रा. वाळिंबे यांच्या मते, 'शब्दश: होणाऱ्या अर्थापेक्षा भिन्न व विशिष्ट अर्थाने रूढ होऊन बसलेल्या शब्दसमूहाला वाक्प्रचार असे म्हणतात.'

आपले म्हणणे दुसऱ्याला परिणामकारकरीत्या समजावून देण्यासाठी वाक्प्रचारांचा चांगला उपयोग होतो. समाजातील अनुभवांची, सार्वजनिक समजुतींची नोंदच वाक्प्रचारात असते. अत्यंत संक्षिप्त रूपात व ते ही परिणामकारकरीत्या एखाद्याला पटवून देण्यासाठी वाक्प्रचाराचे प्रयोजन असते. उदा. एखादे औषध अचूक लागू पडते, अत्यंत गुणकारी आहे, हे सांगण्यासाठी 'रामबाण उपाय' एवढा वाक्प्रचार पुरेसा होतो. वाक्प्रचारामुळे भाषेची समृद्धी वाढते. येणाऱ्या पुढच्या काळात भाषा प्रदूषण थांबविण्यासाठी वाक्प्रचारांचे संग्रह जतन करण्याची गरज आहे.

● **वाक्प्रचार व त्यांचे अर्थ**

अंगी ताठा भरणे – गर्विष्ठ होणे

अंगाची लाही होणे – अंगाचा भडका उडणे

ऊर बडविणे – दु:खाने छाती ठोकणे

ओठात एक व पोटात एक – एकवाक्यता नसणे

कंबरेचे सोडून डोक्याला बांधणे – लाज सोडणे

कंबर बांधणे – कामाला सिद्ध होणे

कान टोचणे – चिथविणे

काळजाला घरे पडणे – हृदयाला दुःख होणे

कान कापणे – फसवणे

७. अनेक शब्दांसाठी एक शब्द

लेखनामध्ये आटोपशीरपणा येण्यासाठी व पाल्हाळ कमी करण्यासाठी अनेक शब्दांसाठी एक शब्द वापरणे गरजेचे आहे. अशा शब्दांमध्ये मोठा व्यापक आशय प्रकट होत असल्यामुळे भाषेला डौल प्राप्त होतो, त्यामुळे या शब्दांचे महत्त्व जास्त आहे.

उदा. पाक्षिक – पंधरा दिवसांनी एकदा प्रकाशित होणारे

अजिंक्य – कधीही जिंकला न जाणारा

स्वगत – स्वतःशी केलेले भाषण

नंदादीप – देवापुढे सतत तेवत राहणारा दिवा

कृतज्ञ – केलेल्या उपकाराची जाण ठेवणारा

अजात शत्रू – ज्याचा कोणीही शत्रू नाही असा

अष्टावधानी – अनेक गोष्टीत एकाचवेळी लक्ष देणारा

नांदी – नाटकाच्या प्रारंभीचे स्तवन गीत

कामधेनु – इच्छिलेली वस्तु देणारी गाय

कृतघ्न – केलेले उपकार न जाणणारा

८. समास

भाषेचा उपयोग करत असताना आपण कमीत-कमी शब्द वापरत असतो. दोन किंवा अधिक शब्दांऐवजी आपण एकाच शब्दाचा उपयोग करतो. उदा. पोळीसाठी पाट असे न म्हणता 'पोळपाट' असे आपण म्हणतो. शब्दाच्या अशा एकत्रीकरणास 'समास' असे म्हणतात. 'परस्परांशी संबंधित अशा दोन किंवा अधिक शब्दांतील प्रत्यय वा शब्द यांचा लोप होऊन त्या शब्दांचा मिळून जो एक नवा शब्द तयार होतो त्याला समास असे म्हणतात, समासाचे प्रमुख प्रकार पुढीलप्रमाणे –

१) अव्ययीभाव समास – पहिले पद प्रधान

जेव्हा समासातील पहिले पद असून ते महत्त्वाचे असते व या सामासिक

शब्दांचा वापर क्रियाविशेषणासारखा केलेला असतो तेव्हा अव्ययीभाव समास होतो. उदा. आजन्म-जन्मापासून, यथाशक्ती-शक्तीप्रमाणे, प्रतिदिन-प्रत्येक दिवशी

२) तत्पुरुष समास – दुसरे पद महत्त्वाचे

ज्या समासातील दुसरे पद महत्त्वाचे असते व अर्थाच्या दृष्टीने गाळलेला शब्द किंवा विभक्तिप्रत्यय विग्रह करताना घालावा लागतो, त्यास तत्पुरुष समास असे म्हणतात. उदा. तोंडपाठ (तोंडाने पाठ), महादेव (महान असा देव)

३) द्वंद्व समास – दोन्ही पदे महत्त्वाची

ज्या समासातील दोन्ही पदे अर्थदृष्ट्या प्रधान म्हणजे समान दर्जाची असतात त्यास द्वंद्व समास असे म्हणतात. 'आणि, व, अथवा, किंवा' या उभयान्वयी अव्ययांनी ही पदे जोडतात. उदा. रामलक्ष्मण (राम आणि लक्ष्मण), पापपुण्य (पाप किंवा पुण्य).

४) बहुव्रीही समास – दोन्ही पदे गौण, तिसऱ्या अर्थाचा बोध

या समासात दोन्ही पदे गौण दर्जाची असतात. कोणतेही पद प्रधान नसते, त्या दोन पदांशिवाय तिसऱ्याच पदाचा बोध होतो.

उदा. नीलकंठ : निळा आहे ज्याचा कंठ असा तो – शंकर

अनंत : अंत नाही ज्याला तो – परमेश्वर

सहकुटुंब : कुटुंबाने सहित असा जो – गृहस्थ

असत्य : नाही सत्य ते – सत्य नसलेला

९. संधी

आपण बोलत असताना अनेक शब्द एकापुढे एक येतात, त्यावेळी एकमेकांचे शेजारी येणारे दोन वर्ण एकमेकांमध्ये मिसळतात व त्यांचा एक जोडशब्द तयार होतो. जोड शब्द तयार करताना पहिल्या शब्दातील शेवटचा वर्ण व दुसऱ्या शब्दातील पहिला वर्ण हे एकमेकांमध्ये मिसळतात व त्या दोहोंबद्दल एक वर्ण तयार होतो. वर्णाच्या अशा एकत्र होण्याच्या प्रकारास संधी असे म्हणतात.

संधीचे प्रकार

१) स्वरसंधी

एकमेकांशेजारी येणारे वर्ण हे 'जर' ने जोडले असतील तर त्यांना स्वरसंधी असे म्हणतात. स्वर + स्वर असे त्यांचे स्वरूप असते. उदा. कवि + ईश्वर = (इ + ई = ई) कवीश्वर

२) व्यंजनसंधी

जवळ जवळ येणाऱ्या या दोन वर्णांपैकी दोन्ही वर्ण व्यंजने असतील किंवा पहिला वर्ण व्यंजन व दुसरा वर्ण स्वर असेल तर त्याला व्यंजनसंधी असे म्हणतात. व्यंजन + व्यंजन किंवा व्यंजन + स्वर असे त्याचे स्वरूप असते. उदा. सत् + जन = (त् + ज्) = सज्जन. चित् + आनंद = (त् + आ) = चिदानंद

३) विसर्गसंधी

एकत्र येणाऱ्या वर्णातील पहिला विसर्ग व दुसरा वर्ण व्यंजन किंवा स्वर असेल तर त्याला विसर्गसंधी असे म्हणतात. विसर्ग + व्यंजन किंवा विसर्ग + स्वर असे त्याचे स्वरूप असते. उदा. तपः + धन = तपोधन = (विसर्ग + ध्), दुः + आत्मा = दुरात्मा = (विसर्ग + आ)

१०. भाषांतर

आजच्या जागतिकीकरणाच्या आणि स्पर्धेच्या गतिमान युगात भाषांतराशिवाय पर्याय नाही. जीवनाच्या सर्व क्षेत्रांच्या विकासासाठी भाषांतराची गरज आहे. भाषांतरासाठी किमान दोन भाषांची आवश्यकता असते.

भाषांतर म्हणजे काय – एका भाषेतील मजकूर, त्याचा आशय दुसऱ्या भाषेत आणणे. 'एका भाषेतील मजकूर दुसऱ्या भाषेत आणण्याची प्रक्रिया'. 'ज्या भाषेत मूळ मजकूर असतो तिला मूळ भाषा आणि ज्या भाषेत ज्या मजकुरांचे भाषांतर केले जाते तीस लक्ष्य भाषा असे म्हणतात'. भाषांतराचे दोन प्रकार आहेत –

१) मूलनिष्ठ भाषांतर : मूळ भाषेतील मजकुरांचे शब्दशः भाषांतर करणे

२) लक्ष्यनिष्ठ भाषांतर : मूळ भाषेतील मजकुराचा आशय सांगणारे भाषांतर करणे

- **इंग्रजीचे मराठीत भाषांतर**

इंग्रजी जागतिक भाषा म्हणून ओळखली जाते. जगातील निरनिराळ्या भाषांतून जी ज्ञाननिर्मिती, वाङ्मयनिर्मिती सुरू आहे त्याची माहिती आपल्याला इंग्रजी भाषेतून होत असते. इंग्रजीतून मराठीत भाषांतर करत असताना दोन्ही भाषांवर आपले चांगले प्रभुत्व असणे गरजेचे आहे. मराठी ही आपली मातृभाषा असल्याने तिचे ज्ञान असते, परंतु इंग्रजी भाषा सर्वांनाच ज्ञात असेल असे नाही. भाषांतरासाठी दोन्हीही भाषांचे व्याकरण व रचना विशेष माहीत असणे आवश्यक असते.

- **भाषांतराचा नमुना**

Mahatmaji was real leader of men and he led the people. He never played the gallery or cared to secure cheers from the crowd. Indeed more than at any time, today, there is an urgent need to understand the message of Bapu. He believed in work and according to him, life should be one, of ceaseless activity. He never believed in the maxim that ends justify the means. If only he lived for another quarter of a century he would have established internatioal peace based upon his philosophy of life.

महात्माजी हे लोकांचे खरे नेते होते आणि त्यांनी जनसामान्यांचे (लोकांचे) नेतृत्व केले. त्यांनी लोकानुनय केला नाही किंवा जनसमूहांकडून प्रशंसा मिळविण्याची काळजीही केली नाही. खरोखर आज बापूंचा संदेश समजावून घेण्याची निकडीची आवश्यकता आहे. त्यांचा कार्यावर विश्वास होता. 'साध्ये साधनांचा बरेवाईटपणा ठरवितात' या म्हणीवर त्यांचा विश्वास नव्हता. जर ते आणखी एक पाव शतक जगले असतें तर त्यांनी आपल्या जीवनविषयक तत्त्वज्ञानाच्या आधारे जागतिक शांतता प्रस्थापित केली असती.

संदर्भसूची

१) सुगम मराठी व्याकरण, मो.रा.वाळंबे, नितीन प्रकाशन, पुणे. (पृष्ठ क्र. १६६, १६७, १६८, ३४२, ३४५, ३४६)

२) व्यावहारिक मराठी – ल.रा.नसिराबादकर, फडके प्रकाशन, कोल्हापूर. (पृष्ठ क्र. ४४, ७४)

३) व्यावहारिक मराठी – काळे/पुंडे, निराली प्रकाशन, पुणे. (पृष्ठ क्र. १, १३, २०)

४) व्यावहारिक मराठी भाषा – शरदिनी मोहिते, स्नेहवर्धन प्रकाशन, पुणे

५) व्यावहारिक मराठी – संपा. डॉ. स्नेहल तावरे, स्नेहवर्धन प्रकाशन, पुणे

६) व्यावहारिक मराठी – पुणे विद्यापीठ प्रकाशन, पुणे

७) व्यावहारिक मराठी – डॉ. लीला गोविलकर, डॉ. जयश्री पाठक स्नेहवर्धन प्रकाशन, पुणे

प्रा. दीपक बी. गायकवाड
मराठी विभाग
श्री शाहू मंदिर महाविद्यालय,
पर्वती, पुणे-९

प्रकरण ८

कार्यक्रम संयोजन कौशल्ये

प्रा. नितीन मोटे

काळाबरोबर सर्व बदल घडत असताना मानवाने कायम परिवर्तनशील असण्यातच त्याच्या प्रगतीचे लक्षण दडलेले असते. काळाच्या ओघात व्यक्ती, समाज, समाजातील विविध क्षेत्रे यांच्यात सातत्याने सकारात्मक-नकारात्मक बदल घडत असतो. यातून विविध टप्प्यांवर परिवर्तन जाणवते. तेव्हा प्रत्येक व्यक्तिला आपली प्रगती करण्यासाठी अथवा स्पर्धेत टिकून राहण्यासाठी धडपड करावी लागते. केवळ धडपड करून चालत नाही, तर त्यासाठी त्या स्पर्धेस अनुरूप काही कौशल्ये आत्मसात करणेही तितकेच गरजेचे असते.

गतकाळाचे सिंहावलोकन केल्यास असे लक्षात येते की, बदलत्या काळात समाजात-सांस्कृतिक-राजकीय बदलाबरोबरच प्रत्येक व्यक्तिच्या चालण्या-बोलण्या बरोबरच त्याच्या कार्यात व विचारप्रक्रियेत प्रचंड बदल झाला आहे; याच्या कारणमीमांसेचा शोध घेतल्यास उदयास आलेल्या नवनवीन सामाजिक संस्था (सामाजिक, शैक्षणिक, राजकीय, आर्थिक, औद्योगिक) आणि विविध कार्यक्षेत्रे समोर येतात. या सर्वांमध्ये टिकून राहण्यासाठी अथवा यशस्वी होण्यासाठी काही प्रमाण-कौशल्ये प्रत्येक व्यक्तीने हस्तगत करणे महत्त्वाचे ठरते. अशा प्रमाण कौशल्यात 'कार्यक्रम संयोजन कौशल्ये' अतिशय महत्त्वाची मानली जातात.

प्रथम वर्ष कला पदवी अभ्यासक्रमात या घटकाचा समावेश करण्यामागे विद्यार्थ्याला पुढे जाऊन विविध क्षेत्रांत काम करताना या मूलभूत कौशल्याचे ज्ञान होणे, त्याच्या कार्यात तसेच व्यक्तिमत्त्वात बदल घडवून आणण्याच्या दृष्टिने अतिशय महत्त्वाचे आहे.

जीवन जगत असताना समाजाचा एक भाग म्हणून आपणास वेगवेगळ्या

८६ / व्यावहारिक, उपयोजित मराठी व प्रसारमाध्यमांची कार्यशैली

उपक्रमांत/कार्यक्रमांत भाग घ्यावा लागतो. तसेच प्रत्येक व्यक्तिचे म्हणून एक कार्यक्षेत्र निश्चित होते. त्यावेळी औपचारिकता म्हणून कार्यक्रमात सहभागी व्हावेच लागते. किंबहुना, कार्यक्रमाचा एक घटक म्हणून विशिष्ट जबाबदारी पार पाडावी लागते. अशावेळी कार्यक्रम संयोजन कौशल्ये महत्त्वाची ठरतात. विद्यार्थ्यांना त्या क्षेत्रात वेगळी ओळख बनविण्यासाठी तसेच यशस्वितेसाठीही ही कौशल्ये फायद्याची ठरू शकतात.

सामान्य जीवन जगत असताना इच्छा असो वा नसो बऱ्याच कार्यक्रमांना प्रेक्षक, श्रोता अथवा सहभागी सदस्य म्हणून हजेरी लावावीच लागते. त्यावेळी कार्यक्रमाचा आस्वाद घेण्यासाठीही या कौशल्याचा फायदा होऊ शकतो. अलीकडच्या काळात सूत्रसंचालन व निवेदन तसेच उत्तम वक्ता होणे ही व्यवसायाची नवीन क्षेत्रे बनली आहेत. विविध प्रसारमाध्यमे व कार्यक्षेत्रांत यासाठी उत्तम मागणी आहे. तसेच स्वतंत्र व्यवसाय क्षेत्र म्हणून सभा, संमेलने, परिसंवाद, वादविवाद, गटचर्चा, आख्यान-व्याख्याने, व्याख्यानमाला, चर्चासत्रं, उद्घाटन सोहळा, प्रकाशन सोहळा, कविसंमेलने, निरोप समारंभ, संगीत मैफिली आणि हल्ली लग्न समारंभातूनही एक निवेदक लग्नापूर्वीचे स्वागत-सत्कार व इतर सूत्रं सांभाळताना दिसतात.

थोडक्यात, आजकालच्या सर्वच व्यक्तिंना कार्यक्रम संयोजन कौशल्याची जाण असणे खूप गरजेचे आहे. इथे कार्यक्रम संयोजनात, संयोजन म्हणजे मिलाफ, सांधा, जोड असा अर्थ, कार्यक्रमातील रूपरेषेनुसार विविध घटकांच्या आखणी-मांडणी बरोबरच त्याची सु-सूत्रबद्ध जोडणी आणि सुलभता अपेक्षित आहे.

कार्यक्रम संयोजन कौशल्य पाहण्याअगोदर कार्यक्रम पूर्वतयारी आणि नियोजनाची कार्यप्रणाली थोडक्यात पाहिल्यास कार्यक्रम संयोजन कौशल्ये आकलनास फायद्याचे ठरेल. येथे विद्यार्थ्यांच्या सहज, सुलभ आकलनासाठी त्यांच्या परिचयाचे म्हणजे महाविद्यालयीन कार्यक्रम केंद्रस्थानी ठेवून मांडणी केली आहे.

- **कार्यक्रम पूर्वतयारी/नियोजन**

वार्षिक नियोजनानुसार विशिष्ट उद्देशाने कार्यक्रमाचे आयोजन करण्यात येते. त्यानुसार कार्यक्रमाचा कच्चा आराखडा तसेच खर्चाचे अंदाजपत्रक तयार करून वरिष्ठांकडून परवानगी घेणे/मंजूर करून घेणे गरजेचे असते. तत्पूर्वी अथवा परवानगी घेतेवेळेस कार्यक्रमास प्रमुख पाहुणा, वक्ता, उद्घाटक, अध्यक्ष या संदर्भात वरिष्ठांशी चर्चा करून निश्चित करण्याकडे अलीकडे बहुतांश कार्यक्रमांत प्रथा पडल्याचे दिसते. त्यानुसार अगोदरच निमंत्रणपत्रिका छापून संबंधितांपर्यंत पोहोचविल्याही जातात. बऱ्याचवेळा बहुतांश प्रेक्षक/श्रोते यावरून कार्यक्रमास उपस्थित रहावयाचे की नाही ते ठरवितात. कार्यक्रमपूर्व अशा पत्रिकांतून कार्यक्रमाचा उद्देश/वैशिष्ट्ये, विषय

आणि वक्ता समजतो. याचा फायदा आयोजकास व श्रोत्यांनाही नक्कीच होतो; म्हणून कार्यक्रमाच्या परवानगीनंतर निमंत्रणपत्रिका छापली जाते. ती छापणे बंधनकारक असतेच असे नाही आणि सर्वच कार्यक्रमांसाठी छापलीच जाते असेही नाही. तसेच त्याचे स्वरूप कसे असावे याचा आराखडा कार्यक्रमानुसार बदलतो. सामान्यत: यात कार्यक्रमशीर्षक, स्थळ, वेळ, प्रमुख वक्ते/उद्घाटक/अध्यक्ष, आयोजक संस्था अशा बाबींचा उल्लेख असावा; परंतु बऱ्याचशा पत्रिकांत त्या आयोजक संस्थेचा इतिहास, संस्थाप्रमुखांचे फोटो, ओळख, संपूर्ण कार्यक्रम पत्रिका अशा अनावश्यक बाबींचा भडिमार झालेला दिसतो. ही निमंत्रणपत्रिका आहे- जाहिरात पत्रक नाही हे ते विसरतात. निमंत्रणपत्रिकेत संबंधितास उपस्थित राहण्याचे आवाहन/विनंती करावयाचे राहूनही जाते. अशा चुका प्रकर्षाने टाळाव्यात, तसेच कार्यक्रमाअगोदरच प्रमुख अतिथींची ओळख/वैयक्तिक माहिती घ्यावी. परिचय करण्यासाठी त्याचा उपयोग होतो. कार्यक्रम आयोजन ही वैयक्तिक बाब नसून ते सांघिक कार्य असते. म्हणून इतर आयोजक सदस्यांना विविध भूमिकांचे वाटप करणे गरजेचे असते.

१) सूत्रसंचालक   –   निवेदक/सूत्रधार
२) प्रास्ताविक   –   कार्यक्रमप्रमुख
३) परिचय   –   सदस्य
४) स्वागत-सत्कार   –   प्रमुख वरिष्ठ व्यक्तींच्या हस्ते
५) मनोगत   –   सदस्य/वरिष्ठ
६) आभार   –   सदस्य/प्रमुख

तसे सभागृहातील मांडणी, माईक सिस्टीम, पाहुण्यांची व्यवस्था, चहापान, या बरोबरच कार्यक्रमात प्रतिमापूजन व स्वागतगीत अशाही घटकांचा समावेश केल्याचे दिसते; अशा भूमिकांचे वाटप करणे गरजेचे असते.

भूमिकांच्या वाटपानुसार प्रत्यक्ष कार्यक्रमाचा आराखडावजा-मांडणी ही कार्यक्रम पत्रिकेद्वारा केली जाते. यामध्ये महाविद्यालयीन कार्यक्रमपत्रिका, आराखडा खालीलप्रमाणे मांडता येईल.

• शैक्षणिक कार्यक्रम–व्याख्यान कार्यक्रम

कार्यक्रम पत्रिका	वेळ
प्रतिमापूजन/दीप प्रज्वलन	३ मि.
स्वागत गीत (विद्यार्थिनी)	५ मि.
प्रास्ताविक – प्रा. कदम पी.बी.	१० मि.
परिचय – प्रा. मोरे एस.एस.	०२ मि.

स्वागत-सत्कार – हस्ते प्रमुख	०२ मि.
मनोगत – प्रमुख वक्ते/प्रमुख पाहुणे/	
उद्‌घाटक – (नाव व पद)	३० मि.
मनोगत अध्यक्ष – (नाव व पद)	१५ मि.
आभार – प्रा. कांबळे एस.के.	०२ मि.
समारोप – वन्दे मातरम् (सर्व)	०३ मि.
	४५ मिनिटे
सूत्रसंचालक	१० मिनिटे
	५५ मिनिटे

कार्यक्रमाच्या प्रमुख आयोजकाने इतर किरकोळ काम वाटपानुसार संबंधितांकडून पुष्पगुच्छ, श्रीफळ, रांगोळी, बैठक व्यवस्था, स्टेज सजावट व मांडणी कामे करून घेऊन नियोजनानुसार कार्यक्रम वेळेत सुरू करणे गरजेचे असते, तसेच नियोजित वेळेत संपविण्याच्या सूचना संबंधित सदस्यांना देणे गरजेचे असते. अन्यथा कार्यक्रमात रटाळपणा येण्याची शक्यता असते. त्याचा परिणाम पुढील कार्यक्रम प्रतिसादावरही होऊ शकतो.

काळाच्या ओघात जरी कार्यक्रम संयोजन कौशल्यात अनेक संस्थांच्या व अनेक क्षेत्रांच्या मनमानीनुसार काही घटकांची भर घातली असली, तरी कार्यक्रम संयोजन कौशल्यात ज्या मूलभूत कौशल्यांचा समावेश होतो, त्याचा विचार सविस्तर करणे गरजेचे आहे.

• कार्यक्रम संयोजन कौशल्ये

कार्यक्रम संयोजन कौशल्यांमध्ये सूत्रसंचालन, प्रास्ताविक, परिचय, स्वागत-सत्कार, मनोगत आणि आभार इत्यादी घटकांचा प्रामुख्याने समावेश होतो. यामध्ये प्रत्येक कौशल्य वक्तृत्वाशी निगडित किंबहुना त्याशिवाय अशक्य आहे. त्यामुळे यासाठी सभाधीटपणा, सुस्पष्ट आवाज, प्रसंगानुरूप शैली, बोलण्यातील ढब, आवाजात गोडवा/मधुरता अशा बाबींचा प्रभावी कार्यक्रम संयोजन कौशल्यासाठी फार मोठा उपयोग होतो. कार्यक्रम संयोजनात कुठली बाब कोणी, केव्हा, कोणत्या क्रमाने करावी, यासाठी अलिखित संकेत असले तरी ते फार महत्त्वाचे मानले जातात. उदा. प्रास्ताविक कोणी, केव्हा, कसे करावे, स्वागत-सत्कार कोणी, केव्हा, कोणाचे करावे, तसेच आभाराचा, सत्काराचा क्रम आणि मनोगताचा क्रम व्यस्त असावा. अशा छोट्या-छोट्या बाबी विचारात न घेतल्यास कार्यक्रमात गोंधळ होण्याची

शक्यता असते. त्यामुळे कार्यक्रम संयोजन कौशल्यांची सविस्तर ओळख करून घेणेच फायद्याचे ठरेल.

• सूत्रसंचालन

कोणत्याही कार्यक्रमाचा सूत्रधार म्हणून सूत्रसंचालकाकडे पाहिले जाते. कार्यक्रमाचे यश अथवा कार्यक्रमाची सशक्तता ही त्या कार्यक्रमाच्या सूत्रसंचालनावर अवलंबून असते. सूत्रसंचालनात सहज-सुलभता व नैसर्गिक शैलीतून केलेले वाक्-संचालन कार्यक्रम आस्वादात रंजकता निर्माण करून, कार्यक्रमामागील उद्दिष्ट साध्य करत असते. सूत्रसंचालन हे नियोजनानुसार कार्यक्रमास योग्य दिशेला घेऊन जाणारे-गतिशील असावे.

सूत्र-संचालन या शब्दाची फोड केल्यास सूत्र म्हणजे धागा, सूत, संधान, दोरा आणि संचालन म्हणजे चालवणे, घेऊन जाणे. तसेच सूत्रधार म्हणजे ज्याच्या आज्ञेने कामे चालतात तो मुख्य मनुष्य. थोडक्यात, 'एका घटकाचा दुसऱ्या घटकाशी, दुसऱ्याचा तिसऱ्याशी सहसंबंध जोडणारे श्रृंखलाबद्ध प्रवाही कार्य कौशल्य म्हणजे सूत्रसंचालन होय'; तर सूत्रसंचालक हा सूत्रधार या अर्थाने कार्यक्रमातील साचलेपण दूर करणारा सर्व घटकांत समन्वय साधून सर्वांना जोडणारा आणि कार्यक्रमात विचारमंच व श्रोते यांच्यातील संवादाचा दुवाच असतो. याचे कार्य पूर्वी नाटकात दिसणाऱ्या सूत्रधाराप्रमाणे असते.

युद्धात ज्या पद्धतीने सेनापती सर्व रणनीती अवलंब करून युद्धाची सूत्रे सांभाळतो; त्याप्रमाणे कार्यक्रमात सूत्रसंचालक ही सरसेनापतीची भूमिका बजावत असतो. बहुतांश त्याच्यावरच कार्यक्रम यशस्विता अवलंबून असते. सुरुवातीच्या काळात कार्यक्रम पद्धतीत प्रत्यक्ष कार्यक्रम वेळी सर्व सहभागी सदस्यांतून कोणी एक जण कार्यक्रमाचे अध्यक्ष कोण असावेत याची सूचना करत. त्याला सूचक म्हणत; तर दुसरी व्यक्ती त्याला अनुमोदन देते. त्यास अनुमोदक म्हणत; जर यास कोणी विरोध केला नाही तर सर्वांची संमती गृहीत धरून पहिली व्यक्ती त्यास अध्यक्षस्थान स्वीकारण्याची विनंती करीत; त्यानुसार निवडलेले अध्यक्ष कार्यक्रमाची सर्व सूत्रे हाती घेऊन कोणी बोलावे, कोणी बोलू नये, किती वेळ बोलावे, तसेच इतर सूचनाही करत; थोडक्यात लोकसभा व विधानसभा अध्यक्षांप्रमाणे त्यावेळच्या कार्यक्रम अध्यक्षांची भूमिका कार्यक्रमाच्यावेळी असे.

अलीकडच्या काळात निमंत्रण/कार्यक्रम पत्रिका अगोदरच छापून वाटल्या जातात व ज्याला त्याला कार्यक्रमात काय म्हणून उपस्थित रहावयाचे आहे; याच्या उल्लेखाचे पत्र अथवा निमंत्रणपत्रिका देऊन बोलविले जाते, त्यामुळे अध्यक्ष, निवडीची

औपचारिकता आता लोप पावली आहे आणि अध्यक्षांची पूर्वीची जबाबदारी कमी होऊन स्वतंत्र सूत्रसंचालक/निवेदक ते कार्य पार पाडतो.

प्रत्येक कार्यक्षेत्रानुसार ज्याप्रमाणे कार्यक्रमाचे स्वरूप अवलंबून असते; त्याप्रमाणेच कार्यक्रम स्वरूपानुसार वक्ते-श्रोते यांचे स्वरूप व सूत्रसंचालन/निवेदनाचेही स्वरूप बदलत असते. त्यामुळे सर्वच कार्यक्रमांत एकसारखे निकष लावून चालत नाही; परंतु त्यातील एक प्रमाणता निश्चित ठरलेली असते आणि ती लवचीक असते. उदा. पुस्तक प्रकाशन सोहळा आणि काव्य मैफल यातील निवेदनात काही बाबतींत साम्य असले तरी कार्यक्रम स्वरूपानुसार पद्धती, शैली व स्वरूपात प्रचंड बदल/वेगळेपण जाणवते.

सूत्रसंचालन करताना सूत्रसंचालकाने किमान काही कौशल्ये आत्मसात केलेली असली पाहिजेत. कार्यक्षेत्रानुसार किमान मूलभूत माहिती, कार्यक्रम उद्देश, वाचन, मनन, चिंतन, निवेदनकौशल्य, आवाजातील गोडवा, प्रांजळपणा, हजरजबाबीपणा, काव्य-गीत-म्हणी-सुविचार-सुभाषिते यांचे वाचन अथवा प्रकटीकरण कौशल्ये तसेच समाजात होणाऱ्या विविध सांस्कृतिक कार्यक्रमांची माहिती, सामाजिक, आर्थिक, शैक्षणिक, राजकीय, सांस्कृतिक घडामोडींविषयी माहिती, ऐतिहासिक व सांस्कृतिक संदर्भाची किमान जाण असावयास हवी.

सूत्रसंचालनात प्रमाणभाषेचा अवलंब करावा. त्यासाठी भाषेचा अभ्यास असावयास हवा. त्याचा त्याच्या वक्तव्याप्रति आत्मविश्वास असावा. यामुळे कार्यक्रमावेळी अचानक घडलेल्या बदलांमुळे त्याची गडबड होता कामा नये. प्रसंगानुरूप त्याच्याकडे सुविचार, वाक्प्रचार, म्हणी, सुभाषिते, आकर्षक व अर्थभेदक वाक्यांचा समूह, काव्यपंक्ती यांचा साठा असावा. ठरावीक काही वाक्ये, म्हणी, कविता पाठ असल्यास ऐनवेळेस वेळ मारून नेता येते.

प्रत्येकाची म्हणून एक विशिष्ट शैली असते. ती आशयविषयानुरूप आणि कार्यक्रम स्वरूपानुसार बदलता यावयास हवी. अन्यथा तोचतोपणा श्रोत्यांना कंटाळवाणा वाटतो. ठरावीक वाक्ये, ठरावीक शब्द परत परत वापरणे टाळावे. यामुळे हसू होण्याची शक्यता असते. सूत्रसंचालन प्रत्यक्ष स्टेजवरून अथवा स्टेजच्या (विचारमंचाच्या) खाली बसूनही करण्याची पद्धती आहे. अशावेळी स्टेज (विचारमंच) संपूर्ण दिसावा अशा ठिकाणी बसणे गरजेचे असते. त्यामुळे वरील हालचाली व कार्यक्रमाची गती राखण्यास मदत होते.

सूत्रसंचालन करण्याअगोदर क्रम आणि वेळेचे नियोजन अचूक करणे गरजेचे असते. कार्यक्रम वेळेत संपविण्याची जबाबदारी सूत्रसंचालकावर असते. त्यानुसार

कोण बोलणार आहे, त्यांची बोलावयाची वेळ किती, त्यानुसार स्वत:ची बोलण्याची वेळ निश्चित करावी. क्रम ठरविताना स्वागत-सत्काराचा क्रम नेमका कसा, कोणाच्या हस्ते-कोणाचे स्वागत करावयाचे, मनोगताचा क्रम ठरविणे, प्रत्येक वक्त्यास बोलण्याची वेळ निश्चित करणे, आभार अशा बाबींचे नियोजन करणे. त्यानुसार कार्यक्रमावेळी सूचना करणे गरजेचे असते. अन्यथा, सर्व गोंधळ होण्याची शक्यता असते.

कार्यक्रमावेळी सूत्रसंचालकास तांत्रिक बाबींची दक्षता घ्यावी लागते. उदा. माईक, डायस, माईकचा प्रकार (कॉलर, स्टॅण्ड माईक) त्यानुसार आवाजाची तीव्रता ठेवावी लागते. प्रत्यक्ष मान्यवर विचारमंचावर येण्याअगोदरपासूनच सूत्रसंचालकाचे कार्य सुरू झालेले असते. मान्यवर येण्याअगोदर सभागृहात उद्दिष्टांनुसार वातावरणनिर्मिती करणे- यामध्ये कार्यक्रमाची रूपरेषा सांगणे, वैशिष्ट्ये, उद्देश, वेगळेपण, प्रमुख पाहुण्यांची गुण-वैशिष्ट्ये, विषयामागील हेतू-वेगळेपणा सांगून श्रोत्यांच्या मनात कार्यक्रमाची ओढ निर्माण करणे फायद्याचे ठरते. मान्यवरांच्या उपस्थितीनंतर त्यांचे शाब्दिक स्वागत करून विचारमंचावर स्थानापन्न होण्याची विनंती करणे. त्यानंतर थोडक्यात, कार्यक्रम विषय, उद्देश व अध्यक्ष-प्रमुख पाहुण्यांचे नामोल्लेख करून दीपप्रज्वलनाने कार्यक्रमाचे औपचारिक उद्घाटन करावे. अशावेळी सनई वादनाचा मंजूळ ध्वनी त्याच्या जोडीला आकर्षक गोड आवाजात निवेदन करून कार्यक्रम हेतू आणि विचारमंचावरील हालचालींचा उल्लेख करून श्लोक-सुविचार अथवा काव्यपंक्तीच्या माध्यमातून वातावरणनिर्मिती करावी.

कार्यक्रमाच्या प्रत्येक टप्प्याचा क्रम हा चढता असावा, तो खाली येतो आहे असे जाणवताच त्याला पुष्टी देऊन कार्यक्रम आस्वादातील बाधा दूर करणे गरजेचे असते. स्वागत-सत्काराच्या वेळी प्रमुख पाहुण्यांच्या नावाबरोबर पदांचा व गुणविशेषांचा उल्लेख केल्यास स्वागत-सत्कार कंटाळवाणे वाटत नाहीत, परंतु खोटी स्तुती अथवा माहीत नसलेल्या बाबींचा उल्लेख स्वत:होऊन करू नये. मोठमोठ्या शब्दकोट्या वापरून अनाठायी आकर्षण निर्माण करण्याचा प्रयत्न करू नये; कारण उपस्थित श्रोते अशा बाबी अचूक हेरू शकतात. त्याचा नकारात्मक परिणाम होऊ शकतो.

प्रत्येक टप्प्यावर मागील बाबींचा अल्पशब्दांत मागोवा घेऊन पुढील टप्प्यासाठी श्रोत्यांची मानसिकता बनविण्यासाठी वैशिष्ट्यांचा उल्लेख करावा लागतो. यासाठी स्वत:जवळील वाक्यसमूहांचा मोठा उपयोग होतो. कार्यक्रमात अध्यक्षाचे मनोगत हा सर्वात उंच टप्पा मानला जातो. सर्वांना या मनोगताची उत्सुकता लागून राहिलेली असते. किंबहुना, तशी वातावरणनिर्मिती निर्माण करण्याची धुरा ही सर्वस्वी सूत्रसंचालकाची असते. अध्यक्षीय मनोगतानंतर आभारसत्र आणि वन्देमातरम्, पसायदान

अथवा अन्य गीताने समारोप करून सूत्रसंचालकाची जबाबदारी पूर्ण होते. थोडक्यात, कार्यक्रमाच्या अथ पासून इतिपर्यंत कार्यक्रमाची धुरा ही सूत्रसंचालकांवर असल्याने त्यास कार्यक्रमाचा सूत्रधारच म्हणावे लागेल.

• सूत्रसंचालनाचे प्रकार

आजकाल वेगवेगळ्या कार्यक्षेत्रांनुसार वेगवेगळे कार्यक्रम होत असतात. त्याचे स्वरूप व राबविण्याच्या पद्धतीत थोडाफार फरक जाणवत असला तरी काही बाबतींत मात्र नक्कीच साम्य असते. अशा बाबी प्रमाण मानल्या जातात; परंतु विविध कार्यक्रमांच्या प्रकारानुसार सूत्रसंचालनात काही बदल करावा लागतो, म्हणूनच कार्यक्रमाच्या प्रकारानुसार सूत्रसंचालनाचा प्रकार बदलतो; म्हणून जेवढे कार्यक्रमाचे प्रकार तेवढेच सूत्रसंचालनाचे प्रकार मानावे लागतात. कार्यक्रमानुसार निवेदनाचे स्वरूप तसेच श्रोता, प्रेक्षक, वक्ता, रंगमंच, विचारमंच अशी संबोधनेही बदलत असतात.

कविसंमेलन, व्याख्यानमाला, परिसंवाद, चर्चासत्र, वादविवाद, गटचर्चा, कार्यशाळा, उद्घाटन समारंभ, निरोप समारंभ, पारितोषिक वितरण, राजकीय सभा, संगीत मैफल, विविध स्पर्धा, प्रकाशन सोहळा, सत्कार समारंभ, भूमिपूजन, श्रद्धांजली सभा, शासकीय कार्यक्रम, लग्नसमारंभ अशा कार्यक्रमांची खूप मोठी यादी सांगता येते. कार्यक्रमानुसार बरेच बदल सूत्रसंचालकास करावे लागतात. परिस्थितीनिहाय निवेदन व भाषेचा वापर करावा लागतो. (गंभीर कार्यक्रमात विनोद करून चालत नाही); कार्यक्रमाच्या उद्देशानुसार कार्यक्रमाचे वातावरण निर्माण करण्याची सर्वस्वी जबाबदारी सूत्रसंचालकाची असते. त्यानुसार त्याला प्रासंगिक भाष्य करावे लागते; परंतु वातावरणनिर्मितीसाठी जास्त वेळ नसताना, अल्प वेळात निवेदन करताना निवेदकाचे कसब पणाला लागते. कार्यक्रमाच्या निवेदनाची वैशिष्ट्ये वेगवेगळी असतात. त्यानुसार कार्यक्रमनिहाय सूत्रसंचालनाचे प्रकार पाडता येतात.

१. कविसंमेलन

काव्य, गायन, वाचन अथवा सादरीकरण अशा सर्वच प्रकारांचा समावेश कविसंमेलनात होत असतो. या संमेलनाची मांडणी अथवा स्वरूप बऱ्याच वेळा लवचीक असते. यामध्ये अध्यक्ष म्हणून उपस्थित कवींमधील ज्येष्ठ कवीला पाचारण करण्यात येते. बहुतांशवेळी तेच या कविसंमेलनाचे सूत्रसंचालन/निवेदनही करतात. अथवा काही ठरावीक कवी समपातळीवर बसवून स्वतंत्र सूत्रसंचालक प्रत्यक्ष स्टेजवर एका बाजूस अथवा स्टेजच्या खाली बसून निवेदन करीत असतो. अशावेळी एका कवीपासून सुरुवात करून क्रमाक्रमाने प्रत्येक कवीस काव्य सादरीकरणास पाचारण

करावे लागते. त्यासाठी संमेलनापूर्वी कवींच्या कवितेचे विषय जाणून घेतल्यास निवेदनात तसा उल्लेख केल्यास फायद्याचे ठरू शकते.

कविसंमेलनात सूत्रसंचालन करताना कविता वाङ्मयप्रकाराचा, वैशिष्ट्यांचा, परंपरा विकासाचा इतिहास माहिती असणे फायद्याचे ठरते. तसेच कवितेच्या प्रकारांची व त्यानुसार वैशिष्ट्यांची जाण असावी; कारण कवींच्या कवितेविषयी निवेदन करताना रसिक श्रोत्यांना याची ओळख करून देण्यासाठी ती महत्त्वाची ठरते. कविसंमेलनात सूत्रसंचालकाची शैली ही काव्यात्मक असावी. बोलताना मधुर, गोड आवाजात शब्दफेक करावी. तसेच मधूनमधून दोन कवींच्या कविता सादरीकरणादरम्यान सयुक्तिक वाक्यांची व कवितेच्या ओळींची गरजेनुसार पेरणी करावी; पण त्याचा भडिमार मात्र करू नये. अन्यथा, कविसंमेलनात नीरसता येण्याची शक्यता अधिक असते.

२. संगीत मैफील

संगीत मैफिलीत शास्त्रीय संगीत, सुगम संगीत व गायनाचा समावेश होतो. अशा मैफिलीच्या निवेदनात गीत-संगीताविषयीची शास्त्रीय माहिती देणे अपेक्षित असते. त्यासाठी प्राथमिक राग व सुरांविषयी माहिती घेणे उपयोगाचे ठरते. तसेच गायकी, संगीत इतिहास, गायकीचे घराणे, गीताचे गीतकार, मूळ गायक, संगीतकार याविषयीची माहिती तसेच प्रसिद्ध मुलाखतीतील त्या गीतकाराने अथवा संगीतकाराने व्यक्त केलेला अनुभव आणि घडलेल्या घटनेचा उल्लेख केल्यास मैफील फुलविण्यास व रसिकांचे मन रिझविण्यासाठी उपकारक ठरतात. तसेच निवेदकाने आपल्या व्यासंगानुसार व अभ्यासातून गायकीतील राग, आरोह-अवरोह, आवाजातील आणि गीतातील भावच्छटा मांडल्या पाहिजेत. त्या जोडीला गीतातील आशय, गायन वैशिष्ट्ये, सौंदर्य याविषयी माहिती दिल्यास रसिक श्रोत्यांना आकलनास मदत होते.

एखाद्या गीताविषयी, सुराविषयी अथवा गीतकार, संगीतकाराविषयी फारशी माहिती नसल्यास चुकीची माहिती ओढूनताणून सांगू नये. यामुळे औचित्यभंग होण्याची शक्यता असते. येथे निवेदन करताना मागील गीताविषयी माहिती सांगून पुढील गीताची पार्श्वभूमी सांगणे ते ही कमी वेळात व आकर्षक शैलीत सांगणे अपेक्षित असते.

३. शासकीय कार्यक्रम

शासकीय कार्यक्रमात भूमिपूजन, उद्घाटन समारंभ, लोकार्पण सोहळा, निरोप समारंभ, सभा अशा कार्यक्रमांचा समावेश होतो. यामध्ये सर्वसामान्य लोक, संबंधित अधिकारी, लोकप्रतिनिधी, राजकीय व्यक्ती, कार्यकर्ते, मंत्री, अधिकारी सहभागी

होत असतात. शासकीय कार्यक्रम सर्वांच्या दृष्टीने सर्वसमावेशक असल्याने राजकीय व्यक्तिंची उपस्थिती असली तरी सूत्रसंचालकाने विशिष्ट नेता-पुढाऱ्याची स्तुती अथवा वारंवार उल्लेख टाळावा. त्याच्या पक्षाविषयक उल्लेख टाळवा.

शासकीय कार्यक्रमाची रूपरेषा ठरलेली असते, त्यानुसार ज्या उद्देशाने कार्यक्रम आयोजित केला आहे, तो उद्देश साध्य करण्याच्या दृष्टीने उपयोगी असे सूत्रसंचालन असावे. यात प्रासंगिक हलके फुलके विनोद अथवा अनुभव थोडक्यात मांडावे, पण ते मांडताना विनाकारण कोणाचे मन दुखावणार नाही, अशा पद्धतीचा आशय उल्लेख टाळावा. तसेच उपस्थित लोकप्रतिनिधी, अधिकारी, संस्था पदाधिकारी यांचा नामोल्लेख व त्यांचे पद उल्लेख करताना विशिष्ट काळजी घ्यावी लागते. अन्यथा, नाराजीचे सदर सुरू होण्यास उशीर लागत नाही.

४. राजकीय कार्यक्रम

राजकीय कार्यक्रमात पक्षीय कार्यक्रम, मेळावे, उद्घाटन, कार्यकर्ता नोंदणी, सभा, बैठका, सत्कार, स्पर्धा, वाढदिवस, पदनिवडीसंदर्भातील कार्यक्रम अशा कार्यक्रमांचा समावेश होतो. यासाठी राजकीय सर्वज्ञान असणे गरजेचे असते. लोकशाही प्रणाली, निवडणुकांविषयी माहिती, विविध राजकीय पक्षांविषयी माहिती व इतिहास ओळख याचे अचूक ज्ञान असणे गरजेचे असते. ज्या पक्षाचा कार्यक्रम आहे; त्या पक्षांचे स्थानिक कार्यकर्ते, त्यांची पदे याची माहिती घेणे तसेच राजकीय नेत्यांची अगोदरच ओळख करून घेणे गरजेचे असते, अन्यथा गोंधळ निर्माण होऊ शकतो. सूत्रसंचालकाने कार्यक्रमाचा उद्देश उपस्थित राजकीय मान्यवर व कार्यक्रमासाठीचे उपस्थित श्रोते, कार्यक्रम आयोजनामागील संदर्भातील हेतू जाणून घेतल्यास प्रभावी सूत्रसंचालन करण्यास उपयुक्त ठरते.

५. शैक्षणिक कार्यक्रम

शैक्षणिक कार्यक्रमात विद्यार्थी, शिक्षक व पालक अशा घटकांचा समावेश होतो. बहुतांशी विद्यार्थी हाच श्रोता म्हणून केंद्रस्थानी असतो. शाळा, महाविद्यालयात विद्यार्थी व्यक्तिमत्त्व विकासाच्या हेतूने विविध कार्यक्रमांचे आयोजन केले जाते. त्यामुळे सूत्रसंचालन करताना बाष्कळ बडबड अथवा विनोद यास इथे थारा नसावा कारण विद्यार्थी अशा बाबी कायम स्मरणात ठेवतात. विद्यार्थ्यांना नवीन ज्ञान, प्रेरणा मिळेल असाच आशय निवेदनात असावा. यामध्ये स्वागत समारंभ, व्याख्याने, निरोप समारंभ, पारितोषिक वितरण, विविध स्पर्धा, वादविवाद, परिसंवाद, चर्चा अशा कार्यक्रमांचा समावेश असतो. यात सूत्रसंचालकाने सकारात्मक विचार, वैचारिकता,

ज्ञानसंपन्नता, संस्कारशीलता याला महत्त्व द्यावे व विद्यार्थ्यांच्या स्तरानुसार त्याची भाषा व शैली असावी, जी विद्यार्थ्यांना आशय आकलनास सुलभ असेल. यात म्हणी, श्लोक, सुविचार, काव्यपंक्तींबरोबर निखळ विनोदाचा समावेश केल्यास कार्यक्रमातील कंटाळवाणेपण दूर करता येते.

६. साहित्यिक कार्यक्रम

साहित्यिक कार्यक्रमांत विविध व्याख्यात्यांची व्याख्याने, पुस्तक प्रकाशन, परिसंवाद, चर्चासत्रे, पुरस्कार वितरण अशा कार्यक्रमांचा समावेश होतो. अशा कार्यक्रमात साहित्यविषयक प्राथमिक ज्ञान असणे गरजेचे असते. तसेच वक्त्यांविषयी संपूर्ण माहिती, त्यांचे साहित्यिक योगदान, त्यातील सर्व परिचित बाबींचा उल्लेख केल्यास सूत्रसंचालन आस्वादात भर पडते.

७. स्वागत, सत्कार वा निरोप समारंभ

प्रदेश दौऱ्यावरून परतल्यास, विशिष्ट असामान्य कार्य केल्यास अथवा यश, बढती मिळाल्यास स्वागत-सत्कार कार्यक्रमाचे आयोजन केले जाते. तसेच सेवा निवृत्ती वा बदलीनंतर निरोप समारंभ आयोजित केला जातो. यामागे त्या व्यक्तिचे अनुभव, यशोगाथा इतरांना प्रेरणादायी ठरू शकते. तसेच स्नेहभाव वाढीस लागण्यास उपयुक्त ठरतात. अशावेळी विचारांबरोबरच भावनात्मक आशयाला महत्त्व असते. म्हणून सूत्रसंचालकाने आपल्याकडे असे भावोत्कट वाक्यसमूह, सुविचार, सुभाषितांचा साठा ठेवावा, पण हे कार्यक्रम रडवेले होऊ नयेत म्हणून सांत्वनपर विचारांची गुंफण निवेदनात करणे फायद्याचे ठरते.

८. पारितोषिक वितरण

अशा कार्यक्रमात विशिष्ट कार्याचा गुणगौरव करणे, त्या-त्या व्यक्तिस पुढील कार्याला प्रोत्साहन व प्रेरणा देण्याच्या हेतूने आयोजन केलेले असते. त्यावेळी नाव, स्पर्धा, असामान्य कार्य यांचा अचूक उल्लेख तसेच एकाचे पारितोषिक दुसऱ्याला न जाण्याविषयीची जागरूकता ठेवावी लागते.

पारितोषिक वितरणाचा क्रम चढत्या क्रमाने असावा; यातून सर्वांची उत्सुकता टिकवून ठेवता आली पाहिजे. याचा कार्यक्रमाच्या वातावरणनिर्मितीसाठी उपयोग होतो. अशावेळी उपस्थित इतर सदस्य नाराज होण्याची शक्यता असते. तेव्हा प्रोत्साहनपर निवेदनातून त्यांचे मतपरिवर्तन घडवून प्रेरणादायी वातावरणास पोषक निवेदन करावे.

९. प्रकाशन समारंभ

प्रकाशन समारंभात पुस्तक, भित्तीपत्रक, पोस्टर, स्मरणिका अशा प्रकाशनांचा

समावेश होतो. अशावेळी ज्या पुस्तकाचे प्रकाशन करावयाचे आहे; ते निवेदकाने वाचलेले असणे गरजेचे असते. तसेच त्याविषयीची मिळेल तेवढी माहिती घेणे उपयोगाचे ठरते व पुस्तकाची वैशिष्ट्ये, त्यातील महत्त्वाच्या बाबी यांचा निवेदनात उल्लेख केल्यास उपस्थितांना पुस्तकाविषयी व त्याच्या लेखकाच्या मनोगताविषयी उत्सुकता लागून राहते.

सूत्रसंचालकाने पुस्तकासंदर्भात व इतर माहितीसाठी प्रत्यक्ष लेखकाशी चर्चा केल्यास वा परिचय केल्यास प्रभावी निवेदनास त्याचा फायदा होतो.

१०. क्रीडाविषयक कार्यक्रम

क्रीडाविषयक कार्यक्रम बहुतेकवेळी क्रीडा मैदानावर केले जातात. त्यासाठी खेळाविषयीची प्राथमिक माहिती निवेदकास असावी. तसेच क्रीडाविषयक नियम व स्पर्धेविषयीची माहिती सूत्रसंचालकाने अगोदर घ्यावयास हवी. त्या-त्या विशिष्ट खेळाविषयी प्रावीण्य मिळविलेल्या खेळाडूंचा उल्लेख अशा स्पर्धेची उदाहरणे निवेदन करताना द्यावीत. यातून खिलाडूवृत्ती वाढीस लागून प्रेरणा देण्याच्या दृष्टीने पोषक निवेदन असावे.

११. मनोरंजनात्मक कार्यक्रम

स्नेहसंमेलन, विविध गुणदर्शन, फॅशन शो, अंताक्षरी, गायन-नृत्य स्पर्धा अशा कार्यक्रमांचा समावेश मनोरंजनात्मक कार्यक्रमात होतो. निवेदन करताना निवेदकास त्या त्या कलाप्रकाराविषयी ज्ञान, इतिहास, माहिती असणे फायद्याचे ठरते. यातून प्रेक्षकांचे रंजन करण्याचा हेतू असल्याने अधून-मधून नाट्यात्मक भाष्य, गीत, कविता, विनोद अथवा अनुभवांचा निवेदनात वापर केल्यास प्रेक्षकांना कार्यक्रमात खिळवून ठेवता येते.

औपचारिक कार्यक्रमावेळची शैली येथे फायद्याची ठरत नाही. त्यासाठी आवाजात चढ-उतार, मधुरता, गेयता, गोडवा, प्रेक्षकांना हवी हवीशी संवादफेक व आवडीच्या विषयावर भाष्य अशा गोष्टींवर अधिक भर द्यावा.

१२. प्रसार माध्यमांवरील निवेदन

प्रसारमाध्यमांमध्ये साधारणतः आकाशवाणी व दूरदर्शन या माध्यमांचा विचार करावा लागतो. यात माध्यमानुसार म्हणजेच श्राव्य आणि दृक्श्राव्य अशा प्रकारांनुसार निवेदन करताना दक्षता घ्यावी लागते. आकाशवाणीवर निवेदन करताना ते श्राव्य माध्यम आहे हे विचारात घेऊन सुस्पष्ट आवाज व गरजेनुसार आवाजाची तीव्रता ठेवावी. आवाजात गोडवा आणि शब्दफेकेची शैली सहज-सुलभ श्रवणीय असावी

कारण येथे निवेदक दिसत नाही; तेव्हा आशय श्रोत्यांपर्यंत पोहोचविण्यासाठी आवाज हेच एकमेव माध्यम असते.

दूरदर्शनवरील निवेदनात निवेदक दिसतो तसेच त्याचा आवाज प्रत्यक्ष ऐकू येतो. त्यामुळे त्याच्या शारीरिक हालचाली, चेहऱ्यावरील भाव, डोळ्यांच्या हालचाली आणि व्यक्त करणारा निवेदनातील आशय यामध्ये एकवाक्यता असावी. कॅमेऱ्यासमोर सर्व निवेदन चालले असले तरी सर्व वयोगटांतील, स्तरांतील प्रेक्षक-श्रोता समोर आहे असे गृहीत धरून निवेदनाची शैली ठेवावी लागते.

याशिवाय निवेदकास आवश्यक सर्व पथ्ये व वैशिष्ट्यांची दक्षता निवेदकाने घेणे; दोन्ही माध्यमांच्या निवेदकास गरजेचे असते.

अशा पद्धतीने प्रत्येक कार्यक्रमानुसार सूत्रसंचालकाने आपल्या सर्व कौशल्यांचा वापर करून कार्यक्रम स्वरूपानुसार निवेदन शैलीची निवड करावी. वरील सर्व बाबी विचारात घेऊन प्रभावी सूत्रसंचालन करणे शक्य आहे.

• सूत्रसंचालनाचे महत्त्व

कोणत्याही कार्यक्षेत्राच्या दृष्टीने कार्यक्रमांचे महत्त्व अनन्यसाधारण असते व कोणताही कार्यक्रम सूत्रसंचालनाशिवाय प्रभावीपणे पूर्णत्वास येणे अशक्यप्राय असते; म्हणून आजकाल वाढत्या कार्यक्षेत्रांबरोबर कार्यक्रमांची वाढती संख्या व विविधता लक्षात घेता सूत्रसंचालकांची मागणीही झपाट्याने वाढते आहे. फक्त एवढेच नसून ते व्यवसायाचे मोठे क्षेत्र बनले आहे.

१) कोणताही कार्यक्रम विशिष्ट हेतूने घेतला जातो व तो नियोजित वेळेनुसार पूर्ण करणे गरजेचे असते. त्यासाठी सूत्रसंचालन खूप महत्त्वाची भूमिका बजावते.

२) कार्यक्रम हा अनेक घटकांचा मिळून (स्वागत-सत्कार, प्रास्ताविक, परिचय, मनोगत, आभार) बनलेला असतो. त्याला सूत्रधार नसल्यास तुटकता निर्माण होऊन कंटाळवाणा होऊ शकतो. सूत्रसंचालनामुळे अशा गोष्टी दूर करता येतात.

३) कार्यक्रमातील विविध संयोजन कौशल्यांचा परस्पर सहसंबंध जोडणीत सूत्रसंचालकांचा महत्त्वाचा वाटा असतो.

४) कार्यक्रम सुरुवातीपासून अखेरपर्यंत सूत्रसंचालन वातावरणनिर्मितीसाठी पोषक असते.

५) प्रास्ताविक, मनोगते किंवा ओळख या दरम्यानचा आशय सहज साध्या भाषेत व अल्प शब्दांत समजावण्याचे कार्य सूत्रसंचालक करत असतो. तसेच पुढील-मागील संदर्भ जोडण्याचे कार्यही करतो. त्याचा अर्थ उकलण्यास श्रोत्यांना मदत होते.

६) कार्यक्रम हा अनेक घटकांनी मिळून पार पडत असतो; अशावेळी सर्वांना जोडणारा (विचारमंच सर्व घटक व श्रोते/प्रेक्षक) दुवा असतो. त्यामुळे एकसंघता निर्माण होण्यास मदत होते.

७) कार्यक्रमास विविध क्षेत्रांतील मान्यवर उपस्थित असतात. अशावेळी त्यांची योग्य ओळख व आदर सत्कार व्हावा अशी अपेक्षा असते. नाहीतर नाराजीचे सदर सुरू होते, ते दूर करण्यासाठी सूत्रसंचालक महत्त्वाची भूमिका बजावतात.

८) कार्यक्रमातील उणिवांवर पांघरूण घालण्याचे कार्य बऱ्याचवेळा सूत्रसंचालनातून घडत असते. कार्यक्रमाची शोभा वाढविण्याचे कार्य सूत्रसंचालक करत असतो.

९) कार्यक्रम नियोजित वेळेनुसार, आटोपशीर, उत्साहवर्धक होण्यासाठी सूत्र-संचालनाचा मोठा वाटा असतो.

१०) कार्यक्रमात उत्तम व्यवस्थापन राखून ऐनवेळेत काही बदल करता येतो व बदलामुळे होणारा गोंधळ प्रभावी सूत्रसंचालनामुळे दूर करता येतो.

११) कार्यक्रमाची उत्तम साखळी बनविण्यासाठी सूत्रसंचालनाची फार मोठी मदत होते.

१२) सूत्रसंचालन हे नवीन व्यवसायाचे क्षेत्र म्हणून उदयास आले असून अनेकांना व्यवसायाची संधी उपलब्ध झाली आहे.

• **सूत्रसंचालकाच्या अंगी असणारे गुण**

सूत्रसंचालक हा कार्यक्रमाचा सूत्रधार व्यवस्थापक असतो; त्यामुळे चालू कार्यक्रमाची सर्वस्वी जबाबदारी आपसूकपणे त्याला पेलावी लागते. त्यासाठी त्याच्या अंगी काही गुण आणि क्षमता असणे गरजेचे असते, तरच तो प्रभावी सूत्रसंचालन करून कार्यक्रमाची शोभा वाढवतो व कार्यक्रमाचा मूळ हेतू साधला जाऊ शकतो.

१) उत्तम व्यवस्थापन व नियोजनकौशल्य

कार्यक्रमाच्या वेळी सर्वस्वी जबाबदारी सूत्रसंचालकावर असल्याने त्याला सर्व घटकांचे अचूक नियोजन व व्यवस्थापन करता येणे गरजेचे असते. यावरूनच तो कार्यक्रम योग्य दिशेने, गतीने व वेळेत यशस्वीरीत्या पार पाडू शकतो. यासाठी उत्तम व्यवस्थापन व नियोजनकौशल्ये सूत्रसंचालकाच्या अंगी असावी लागतात.

२) प्रसंगावधान

कार्यक्रमावेळी विविध टप्प्यांवर गडबड होण्याची शक्यता असते. अशावेळी सूत्रसंचालकाकडे प्रसंगावधान असणे फायद्याचे ठरते. कोणत्या वेळी काय बोलावे, अचानक होणाऱ्या बदलांना सामोरे कसे जावे? विविध क्रमावली यासाठी प्रसंगावधान महत्त्वाचे ठरते.

३) उत्तम वक्तृत्व-वाक्कौशल्ये

सूत्रसंचालकाच्या अंगी उत्तम वाक्कौशल्ये असणे ही प्रभावी सूत्रसंचालनाची महत्त्वाची अट आहे आणि त्यावरच कार्यक्रमाची बहुतांशी यशस्विता अवलंबून असते. सूत्रसंचालकाची बोलण्याची शैली आशयास व कार्यक्रमास पोषक असावी. समोरचा श्रोता कोणत्या दर्जाचा आहे, त्यानुसार त्याने आकलनसुलभ शैलीत निवेदन करावयास हवे.

४) उत्तम व्यक्तिमत्त्व

सूत्रसंचालकाचे व्यक्तिमत्त्व उत्तम असल्यास कार्यक्रमात उत्साह कायम टिकून राहतो. त्याच्या व्यक्तिमत्त्वाची ओळख त्याच्या दिसण्याबरोबरच निवेदनकौशल्यातूनही प्रतीत होत असते. प्रेक्षक/श्रोत्यांचे लक्ष वेधून घेण्यासाठी निवेदकाचे व्यक्तिमत्त्व महत्त्वाचे ठरते.

५) हजरजबाबीपणा

कार्यक्रमादरम्यान अनेक छोट्या-मोठ्या घडामोडी घडत असतात; अशावेळी वातावरणानुसार कार्यक्रमाची पडती बाजू सावरण्यासाठी हजरजबाबीपणाचा फार मोठा फायदा होत असतो.

६) सकारात्मक दृष्टिकोन

कोणत्याही कार्यक्रमाचा हेतू हा सकारात्मक असतो, त्यामुळे तो साध्य होण्यासाठी सूत्रसंचालकाचा दृष्टिकोन सकारात्मक असावयास हवा. यामुळे उपस्थित श्रोत्यांना प्रेरणा प्रबलन मिळून गोंधळाची अवस्था दूर करता येते.

७) सभा औचित्य

सूत्रसंचालक सभागृहातील सर्व घटकांची सांगड घालत असतो. अशावेळी त्याला कार्यक्रमाचे सर्व नियम, औपचारिकता याचे ज्ञान असावे. अन्यथा निवेदन करताना कार्यक्रमाच्या नियोजनात व कार्यप्रणालीत विसंगती निर्माण होण्याची शक्यता असते.

८) समयसूचकता

स्थळ-काळानुसार वेळेचे भान राखणे आणि त्यानुसार कृती करणे गरजेचे असते. यासाठी समयसूचकता महत्त्वाची ठरते. कोणत्यावेळी काय करावे, काय निर्णय घ्यावा, घेतलेला निर्णय प्रत्यक्ष कसा कार्यान्वित करावा, याचा फायदा सूत्रसंचालनात होत असतो.

९) चौफेर वाचन

सूत्रसंचालन करताना वेगवेगळे संदर्भ जोडण्यासाठी किंवा अर्थ प्रकटनासाठी निवेदकाचे चौफेर वाचन असणे गरजेचे असते. अन्यथा माहिती नसलेल्या विषयावर बढाया मारल्यास हसू होण्याची शक्यता असते. चौफेर वाचनाने कार्यक्रमाचा दर्जा उंचविण्यास मदत होते.

१०) चालू घडामोडींची दखल

समाजातील विविध क्षेत्रांत घडणाऱ्या वेगवेगळ्या घडामोडी, आंदोलने, चळवळी यांची दखल सूत्रसंचालकाने घेणे गरजेचे असते. निवेदनात आशयानुसार दाखले देण्यास तसेच संदर्भ दिल्यास निवेदनात प्रभावीपणा आणण्यास याचा फायदा होतो.

११) भाषाज्ञान व भाषिक कौशल्ये

निवेदकाचे भाषिक ज्ञान तर उत्तम असावेच, त्याबरोबर संभाषण, श्रवण, लेखन व वाचन कौशल्ये त्याच्या अंगी असावयास हवीत. औपचारिक कार्यक्रमांची म्हणून एक भाषिक प्रणाली असते. तिचे अचूक ज्ञान सूत्रसंचालकास असणे गरजेचे असते.

प्रभावी सूत्रसंचालनासाठी वरील गुणकौशल्यांबरोबर बोलण्यातील औचित्य, उत्तम शब्द साठा, पूर्वग्रहरहितता, आत्मविश्वास, प्रामाणिकपणा, जबाबदारीची जाणीव, तांत्रिक बाबींचे ज्ञान, सादरीकरणाची कला (कविता, श्लोक, म्हणी, सुभाषिते) कल्पकता, आविष्कारक्षमता अशी अनेक गुणकौशल्ये सूत्रसंचालकाजवळ असावीत.

• सूत्रसंचालनातील अडथळे/प्रभावी सूत्रसंचालनावर परिणाम करणारे घटक

सूत्रसंचालन ही सर्व कार्यक्रमांच्या दृष्टीने केंद्रवर्ती बाब असून सूत्रसंचालनात काही बाधा/अडथळे आल्यास त्याचा कार्यक्रमावर नक्कीच परिणाम होतो. ते टाळण्यासाठी सूत्रसंचालकांनी तसेच संयोजकांनी काही दक्षता घेणे गरजेचे असते; तरच कार्यक्रमाचा हेतू साध्य करता येऊ शकतो.

१) सूत्रसंचालकाच्या अंगी निवेदनासाठी लागणाऱ्या मूलभूत कौशल्याचा अभाव असल्यास कार्यक्रमात तुटकपणा येऊन रसहीनता येते. त्यासाठी सूत्रसंचालकाची योग्य प्रकारे निवड करणे सयुक्तिक ठरते.

२) सूत्रसंचालकाचा अतिउत्साहीपणाही काही वेळा कार्यक्रमास विरोधी कलाटणी देऊ शकतो. यासाठी सूत्रसंचालकाचा स्वत:वर ताबा असावा. टाळ्या

मिळविण्याच्या अट्टाहासापायी विनाकारण निवेदन लांबण्याची अथवा भरकटण्याची शक्यता असते.

३) सूत्रसंचालकाचा स्वत:बद्दल आत्मविश्वास नसणे म्हणजे कार्यक्रमातील अनेक संकटांना आमंत्रण दिल्यासारखे असते.

४) कार्यक्रमात ऐनवेळेस नियोजनबाह्य अनावश्यक बदल केल्यास कार्यक्रमात गोंधळ होण्याची शक्यता असते, यामुळे सूत्रसंचालकाच्या नियोजनात बाधा येऊन निवेदनावर त्याचा परिणाम होण्याची जादा शक्यता असते.

५) सूत्रसंचालकाचा पूर्वग्रहदूषित दृष्टिकोनाचा प्रभाव त्याच्या निवेदनात जाणवतो. याचा परिणाम श्रोत्यांच्या आस्वादावर होऊन कार्यक्रम एकसुरी होण्याची शक्यता असते.

६) सूत्रसंचालक बऱ्याचवेळा भावनेच्या आहारी जाऊन स्वत:चे पांडित्य प्रदर्शन करत असतो. यामुळे प्रमुख वक्ता व प्रेक्षक यांच्यावर नाराजीची वेळ ओढवू शकते.

७) निवेदकाच्या अंगी भाषिक कौशल्यांचा अभाव असल्यास तसेच अपुरे भाषिक ज्ञान असल्यास अर्थाचा अनर्थ होऊन सभाऔचित्य राखले न गेल्याने संकट ओढवण्याची तसेच कार्यक्रमाचे हसू होण्याची शक्यता असते.

८) एखाद्या विषयाचा अभ्यास/वाचन न करता मतप्रदर्शन केल्यास ते विषयांतर केल्याप्रमाणे व अवाजवी होऊन संकट ओढवू शकते.

९) कार्यक्रमाचा मुख्य विषय सोडून स्वत:विषयी व पदाधिकाऱ्यांविषयी जास्त स्तुतीसुमने गात राहिल्यास मूळ हेतू बाजूला राहून औचित्यभंग होतो.

१०) तांत्रिक बाबींमुळेही बऱ्याच समस्या निर्माण होतात. उदा. माईक सिस्टीम बंद पडणे अथवा बिघाड होणे, प्रकाशयोजनेत बाधा येणे.

११) याशिवाय कार्यक्रमाला उशीर होणे, पाहुण्यांना उशीर होणे अथवा दुसऱ्या कार्यक्रमासाठी मधूनच जाणे, वीजपुरवठा खंडित होणे, वक्त्याचे वाढलेले भाषण, जेवणाची वेळ टळून जाणे अशा अनेक बाबींमुळे अडथळे निर्माण होतात.

१२) सूत्रसंचालनात नियोजनाचा अभाव असल्यास येणारे अडथळे उदा. स्वागताचा क्रम न लावणे, मनोगताच्या क्रमात गडबड, एखाद्या मान्यवराचा उल्लेख न होणे, अशा कारणाने गडबड होऊन प्रेक्षकांत चुळबुळ सुरू होते.

सूत्रसंचालन हा कोणत्याही कार्यक्रमाचा कणा समजला जातो, त्यामुळे कार्यक्रमाची शोभा वाढविण्यात सूत्रसंचालनाचा मोठा वाटा असतो. वाढत्या कार्यक्षेत्रात सूत्रसंचालन/

निवेदनास अधिक मागणी वाढली असून ज्याच्या अंगी सूत्रसंचालनास पोषक कौशल्ये असतील अशांना चरितार्थासाठीचा व्यवसाय म्हणून मोठी संधी प्राप्त झाली आहे. तसेच वेगवेगळ्या प्रसारमाध्यमांमध्येही मोठी संधी प्राप्त होऊ शकते आणि या कौशल्याचा व्यक्तिगत विकासातही मोठा हातभार लागू शकतो. सूत्रसंचालन कौशल्य हे प्रयत्नसाध्य असल्याने मिळवणे अवघड नाही. याचा प्रथम वर्ष कला वर्गाच्या मराठी अभ्यासक्रमात समावेश केल्याने विद्यार्थ्यांना त्याचा खूप मोठा फायदा होणार आहे, यात शंकाच नाही.

• प्रास्ताविक

प्रास्ताविक हे कार्यक्रम संयोजनकौशल्यातील अतिशय महत्त्वाचे कौशल्य असून कार्यक्रमाची व्याप्ती, मर्यादा, हेतू, दिशा व एकूण चौकटच यातून प्रतीत होत असल्याने श्रोत्यांना कार्यक्रमाविषयीची मानसिकता बनविण्यासाठी आणि कार्यक्रमाप्रति अपेक्षा निश्चित करण्यासाठी साहाय्यभूत ठरते. प्रास्ताविक हे कार्यक्रमाच्या सुरुवातीच्या टप्प्यात असते. त्यामुळे बऱ्याचवेळा आलेल्या वक्त्यांना त्यांची भूमिका निश्चित करण्यासही याचा फायदा होत असतो. सूत्रसंचालकास दिशा निश्चित करून कार्यक्रमास गती प्राप्त करून देण्याच्या दृष्टीनेही प्रास्ताविकाचे महत्त्व अनन्यसाधारण असते.

प्रास्ताविकाचा उद्देश कार्यक्रम रूपरेषा, कार्यक्रमाचा हेतू, संस्थेच्या कार्यक्रमाचा परंपरावजा इतिहास, श्रोत्यांबरोबरच आलेल्या मान्यवरांपुढे निश्चित करणे आणि यातूनच प्रत्येकाची कार्यक्रमाप्रति भूमिका निश्चित करण्यास मदत करणे असा असतो, म्हणून कार्यक्रमाच्या प्रमुख संयोजकाने प्रास्ताविकाची मांडणी करावयाची असते. प्रास्ताविकामुळे श्रोत्यांना कार्यक्रमातील विविध संबोधांचा अर्थ लावण्यास मदत होते.

प्रास्ताविक करताना संयोजकाने आपण प्रास्ताविक करत आहोत; भाषण नाही याचे सतत भान ठेवून कमीतकमी वेळात ५ ते १० मिनिटांत प्रास्ताविक संपवावे, पण कमी वेळात संपविण्याच्या घाईत महत्त्वाच्या बाबी वगळू नयेत. कमी वेळात अपेक्षित भूमिका पार पाडावी लागत असल्याने प्रयत्नांची पराकाष्ठा करावी लागते. यासाठी अगोदरच महत्त्वाचे मुद्दे बनवून, अनावश्यक बाबी टाळाव्या. प्रास्ताविकात कार्यक्रमाच्या स्वरूपाविषयी माहिती द्यावयाची असल्याने संदिग्धता निर्माण करणारे शब्द टाळावेत. सहज, साधी, सोपी भाषा वापरून प्रास्ताविक करावे. यामध्ये अतिशयोक्ती, अलंकारिकता, काव्यांच्या ओळींचा अतिरेकी वापर टाळावा; यामुळे प्रास्ताविकाचा वेळ वाढून कंटाळवाणेपण येऊन मुख्य आशय बाजूला राहण्याची शक्यता असते.

प्रास्ताविक कमी शब्दांत प्रभावी व यशस्वी होण्यासाठी अचूक शब्दांची निवड करून, संस्थेविषयीची महत्त्वाची बाब, कार्यक्रमाशी निगडित एखादा संदर्भ दिल्यास अथवा विषयाशी निगडित एखाद्या घटनेचा उल्लेख केल्यास त्याच आशयाचे

एखादे सुभाषित/काव्य ओळी/म्हण/वाक्यं अशा बाबींचा अचूक वापर केल्यास प्रास्ताविकात शोभा आणता येते.

प्रास्ताविकाची भाषा ही अतिउच्च कोट्या वापरून वरच्या पातळीची नसावी व एकदम सामान्य, बाळबोधही नसावी. ती विशिष्ट कार्यक्षेत्र, कार्यक्रम व सभागृहास साजेशी प्रमाणभाषेजवळची प्रमाण बोलीत असावी. प्रास्ताविकातून श्रोत्यांना/प्रेक्षकांना कार्यक्रमाची पूर्ण कल्पना यावी व कार्यक्रमाविषयी माहिती मिळावी एवढीच अपेक्षा असते.

• परिचय

परिचय कौशल्यात विचारमंचावरील प्रमुख पाहुण्यांचा/मान्यवरांचा/अध्यक्षांचा परिचय (ओळख) प्रेक्षक/श्रोत्यांना करून देणे हा जरी कार्यक्रमातील औपचारिक भाग असला तरी पण तो तितकाच आवश्यक व महत्त्वाचा मानला जातो; कारण उपस्थित सर्वच श्रोत्यांना/प्रेक्षकांना आलेल्या मान्यवरांची ओळख असेलच असे नाही. त्यामुळे मान्यवरांच्या ओळखीतून त्यांचा व्यासंग, कार्य-कर्तृत्व, व्यक्तिमत्त्वाची ओळख झाल्यास प्रेक्षकांच्या कार्यक्रमाप्रतीच्या अपेक्षा निश्चित करण्यास मदत होते व कार्यक्रमास प्रेक्षक प्रतिसाद मोठ्या प्रमाणावर मिळतो.

परिचय अचूक व प्रभावीपणे करण्यासाठी उत्तम वक्तृत्वाचा फार मोठा फायदा होतो. परिचय दीर्घकाळ स्मरणात राहण्यासाठी मान्यवरांचे वेगळेपण, जमेच्या बाजू विविध कार्यकर्तृत्वाचा अचूक उल्लेख महत्त्वाचा ठरतो. यासाठी केवळ लिखित बायोडाटा (वैयक्तिक माहिती) मिळवून ती वाचून दाखविणे टाळून प्रत्यक्ष मान्यवरांशी कार्यक्रमाअगोदर भेटून, चर्चा करून त्यांच्याकडून माहिती मिळवावी व तशाच सहज, साध्या, सोप्या शैलीत प्रेक्षक-श्रोत्यांना करून द्यावी. एखाद्या पाहुण्याचे कार्यक्षेत्र व्यापक असले तरी त्यातील वेगळेपण आणि महत्त्वाच्या बाबी नोंदवून त्या वाचून न दाखवता प्रत्यक्ष श्रोत्यांशी संवाद शैलीत त्याचे प्रकटन केल्यास ते जास्त प्रभावी ठरते.

कार्यक्रमापूर्वी आपण पुरेशी माहिती न मिळविल्यास व सर्वसामान्य विशेष सांगितल्यास परिचयादरम्यान अनेक गमती-जमती होण्याची शक्यता असते. यात मान्यवरांचा अपमान होऊन मान्यवर नाराजही होऊ शकतात. तसेच पाहुण्यांची खोटी स्तुती केल्यास ती अनेक मान्यवरांना नकोशीही असते. अशा बाबींची दखल मान्यवर आपल्या भाषणात घेण्याची शक्यता असते; अशावेळी परिचय करून देणाऱ्याचे खरे पितळ उघडे पडण्याची शक्यता असते.

परिचयात केवळ त्याची वैयक्तिक माहिती वाचून दाखविणेच अभिप्रेत नसते, तर मान्यवराच्या सर्वांगीण व्यक्तिमत्त्वाची ओळख करून देणे अपेक्षित असते.

कार्यक्रमाच्या वेळेचा विचार करता अतिशय कमी वेळेत उपस्थित मान्यवरांचा परिचय करून द्यावयाचा असतो. त्यामुळे परिचय करून देणाऱ्याचे कौशल्य पणाला लागते.

परिचय करताना पाहुण्यांचे नाव, जन्मगाव, दिनांक, शिक्षण, सामाजिक-राजकीय-व्यावसायिक कर्तृत्व व दर्जा, विशेष प्रावीण्य, छंद, असामान्य कार्य अशा बाबींचा अचूक उल्लेख करणे गरजेचे असते. परिचय करून देताना आपली स्वत:ची ओळख करून देणे टाळावे; तसेच स्वत:चे त्या पाहुण्यांबरोबरचे संबंध/मैत्री, त्यांच्या वैयक्तिक जीवनातील काही घटना अथवा उल्लेख टाळावेत. परिचय म्हणजे त्या व्यक्तिची अल्प परंतु सर्वांगीण ओळख असून त्याचे चरित्रकथन नाही याचे भान परिचयकर्त्याने ठेवणे जरुरीचे असते.

परिचय करण्यापूर्वी उपलब्ध माहितीची निवड करून योग्यप्रकारे मांडणी करावी. मांडणीचा क्रम चढता असावा व ही मांडणी १५ ते २० ओळींपेक्षा जास्त नसावी. प्रत्येक कार्याची ओळख करताना सलग करावी, त्यात तुटकता नसावी. उदा. सामाजिक कार्य, मग शैक्षणिक, त्यानंतर धार्मिक परत सामाजिक अशी मांडणी नसावी. असामान्य कार्यासंदर्भात उल्लेख करताना कौतुकाचा सूर निवेदनात असावा. मध्ये-मध्ये एखाद दुसरा कार्याचा दाखला दिल्यास परिचयात उठावदारपणा येतो. अनुरूप अशा काही म्हणी/सुभाषित/सुविचार/कवितेच्या ओळींचा वापरही परिचयाची परिणामकारकता वाढविण्यास मदत करतो.

परिचयात मान्यवरांच्या सकारात्मक बाबींचाच उल्लेख असावा अन्यथा प्रेक्षक/श्रोत्यांमध्ये गोंधळाची अवस्था निर्माण होऊ शकते व मान्यवरही नाराज होतात. याचा एकूणच परिणाम कार्यक्रमावर होतो. अचूक व प्रभावी परिचयामुळे पाहुण्यांचा आत्मविश्वास वाढून उत्साह वाढण्यास मदत होते व श्रोत्यांचीही उत्सुकता वाढीस लागते.

- **स्वागत-सत्कार**

अलीकडच्या सर्वच कार्यक्रमांत स्वागत-सत्काराचे जादा प्रस्थ दिसते. कार्यक्रमात स्वागत-सत्कार हा आवश्यक भाग असला तरी तो किती वेळ चालावा व स्वागत-सत्कार कोणा-कोणाचा करावा याचे औचित्य संयोजकाने ठेवावयास हवे. तसेच कोणाच्या हस्ते करावे यातही प्रमाणता असावी. हल्ली बऱ्याचवेळा उपस्थित पाहुण्यांच्या हस्ते संयोजकांचे स्वागत-सत्कार केल्याचे आढळते, हे मात्र चुकीचे आहे.

'अतिथी देवो भव' ही आपली भारतीय परंपरा; त्यामुळे आपल्याकडे आलेल्या पाहुण्यांचा आदर सत्कार करणे उचित असते. यामुळे मान्यवरांना योग्य तो सन्मान मिळून त्यांचे मनोबल वाढविण्यास मदत होते.

स्वागत-सत्काराचा म्हणून एक क्रम ठरलेला असतो; त्याची प्रमाणता निश्चित असते. यामध्ये मोठ्या मान्यवरांपासून छोट्या मान्यवरांपर्यंत उतरता क्रम असावा. विचारमंचावरील उपस्थितांची संख्या जास्त असल्यास सर्वांचेच स्वागत-सत्कार करावा असा नियम नाही. प्रमुख मान्यवरांचे स्वागत करून निवेदकाने उर्वरित सर्वांचे शाब्दिक स्वागत केल्यास स्वागत-सत्कारास लागणारा अनावश्यक वेळ वाचवून कार्यक्रमातील कंटाळवाणेपण दूर करता येते. बहुतांश राजकीय कार्यक्रमांत याला जादा महत्त्व असलेले दिसते; परंतु स्वागत-सत्कार कार्यक्रम जेवढा आटोपशीर तेवढा फायदा कार्यक्रमाची शोभा वाढण्यास होतो. स्वागतासाठी उल्लेख करताना नावाबरोबरच पदाचाही उल्लेख करावा; कारण पदाचा उल्लेख गौरवास्पद मानला जातो. त्याच्याबरोबर त्यांच्या विशेष कार्याचा उल्लेख केल्यास सकारात्मक भर पडते व श्रोत्यांची उत्सुकता वाढते; पण खोटी माहिती वा स्तुती करू नये.

कार्यक्रमात स्वागत-सत्काराचे सदर हे ५ ते १० मिनिटांपेक्षा जास्त नसावे. तसेच नाव व पदाचा उल्लेख करताना अचूकता असावी; अन्यथा नाव एकाचे आणि पद दुसऱ्याचे असे झाल्यास हसू होण्याची शक्यता असते. सत्काराच्यावेळी देण्यात येणाऱ्या वस्तू उदा. हार, पुष्पगुच्छ, श्रीफल, भेटवस्तू, शाल यांचा उल्लेख अचूक करावा. आलेल्या मान्यवरांचे सत्कार शक्यतो प्रमुख संयोजकांच्या हस्ते करावेत.

• मनोगत

मनोगत हा कार्यक्रमाचा मुख्य गाभा मानला जातो. मनोगत हे कार्यक्रमाचा मूळ हेतू गृहीत धरून तो साध्य करण्यासाठी पोषक असणे गरजेचे असते. कार्यक्रमाची यशस्विता सर्वस्वी मनोगतावर अवलंबून असते. कार्यक्रमानुसार तसेच कार्यक्रमातील भूमिकांवरून मनोगताचे प्रकार संभवतात, पण यामध्ये फारसा फरक असतो असे नाही; परंतु कार्यक्रमातील मान्यवरांच्या स्थानानुसार व भूमिकांनुसार मनोगताचा कल वा शैली अभिप्रेत असते. उदा. व्याख्यान देण्याच्या हेतूने केलेले मनोगत, प्रमुख पाहुण्यांचे मनोगत, पुरस्कारकर्त्यांचे मनोगत, निरोप समारंभातील मनोगत, सहभागी सदस्य प्रतिनिधीचे मनोगत, बीत भाषकाचे मनोगत, उद्घाटकाचे मनोगत, अध्यक्षीय मनोगत.

वरील सर्व मनोगतांत प्रत्येक भूमिकेत वाक्याचा मनोगतामागील हेतू थोड्याफार फरकाने साम्य/विरोधी असला तरी आपली कार्यक्रमातील भूमिका विचारात घेऊनच मनोगताचा आराखडा ठरवावा लागतो.

मनोगत व्यक्त करण्यासाठी वक्त्याच्या अंगी उत्तम वक्तृत्वशैली असावी. काय बोलावे, कसे बोलावे, याचे अचूक ज्ञान असावे. मनोगतातील आशयानुसार

आवाजातील चढउतार; भावनाशीलता असावी, ज्यातून वक्त्यास अभिप्रेत आशय श्रोत्यांपर्यंत परिणामकारकपणे पोहोचणे गरजेचे असते. वक्त्याची विषयाप्रतीची तळमळ व कार्यक्रम उद्दिष्टांवर अढळ श्रद्धा असावी. ती त्याच्या वक्तव्यातून प्रतीत व्हावयास हवी. तसेच त्याने बोलताना श्रोत्यांवर टीका न करता त्यांचा स्वाभिमान जपणे गरजेचे असते. मनोगतांत उपस्थित श्रोत्यांना जवळची असलेली बोली भाषा वापरावी; कारण मनोगतातून प्रत्यक्ष श्रोत्यांशी संवाद साधावयाचा असल्याने आकलनास सुलभ भाषा म्हणजेच बोली भाषेचा वापर करावा; यामुळे भाषणात जिवंतपणा येतो.

कार्यक्रमाच्या स्वरूपावरूनही मनोगतात बदल होत असतात; यामध्ये स्नेहसंमेलन, चर्चासत्र, उद्घाटन-निरोप समारंभ, स्पर्धेतील भाषण, पारितोषिक वितरण, पुस्तक प्रकाशन, वादविवाद, परिसंवाद, श्रद्धांजली, अभिभाषण, राजकीय व धार्मिक सभा, आंदोलनातील मनोगते अशा प्रकारात मनोगते व्यक्त होतात. मनोगतात बोलताना वक्त्याने स्थळकाळाचा विचार करावयास हवा. मनोगतातील शब्दांचा वापर प्रकारानुसार व आशयानुसार निवडावा. उदा. विनोदी शब्द श्रद्धांजली सभेत टाळावेत.

मनोगतात मुख्य विषयाविषयी वरवरची माहिती देऊन चालत नाही, तर त्यावर अभ्यास करून निर्णयात्मक मत प्रकटीकरण करावयास हवे. यातून वक्त्याचा अभ्यास व चिंतन श्रोत्यांवर प्रभाव पाडत असतो. आपल्या विषयाची थोडक्यात ओळख करून तो कसा महत्त्वाचा आहे याविषयी दाखले देऊन थोडक्यात पटवून द्यावे. मनोगत व्यक्त करताना मुद्द्यांची क्रमवारी चढती ठेवून मनोगत संपवावे. याने श्रोत्यांना मनोगताचे कायम स्मरण राहून ते मनाला चटका लावून जाते. असा वक्ता बहुतांशी प्रेक्षक/श्रोत्यांना हवाहवासा वाटतो. पण अर्धवट आशय श्रोत्यांपर्यंत पोहोचवून त्यांना प्रश्नांकित ठेवणेही चुकीचे असते. यामुळे वक्त्याच्या ज्ञानावर शंका उत्पन्न होण्याची शक्यता असते. अशा मनोगताचा श्रोत्याच्या मनावर विरोधी परिणाम होतो. यासाठी श्रोत्यांना विचारप्रवृत्त करून मनोगत संपविल्यास ते अधिक भावते व मनोगताचाही हेतू साध्य होतो.

मनोगतादरम्यान मांडलेल्या मुद्द्यांना पुष्टी देण्यासाठी मधून-मधून दाखले, उदाहरणे, दिल्यास मनोगताचा श्रोत्यांवरील प्रभाव वाढण्यास आणि विश्वास संपादन करण्यास फायदा होतो. तसेच कथाभाग, ऐतिहासिक संदर्भ व वर्तमान चालू घडामोडींचे संदर्भ वापरल्यास मनोगतात जिवंतपणा येतो. बोलताना किंवा एखाद्या विषयावर मत मांडताना नम्रपणे मांडावे; पण हे मत अभ्यासपूर्वक मांडलेले असावे. यातून वक्त्याचा आत्मविश्वास व अभ्यास-चिंतन प्रतीत होते. बऱ्याचदा भावनेच्या आहारी जाऊन, ढोबळ वक्तव्य करून अनेक वक्ते संकटात सापडल्याची अनेक उदाहरणे सर्वपरिचित आहेत. त्यामुळे महत्त्वाच्या व संवेदनशील विषयावर ढोबळ वक्तव्य टाळावे.

मनोगताचा कालावधी अगोदरच संयोजकांकडून निश्चित करून घेतल्यास व त्यानुसार मनोगत व्यक्त केल्यास गोंधळ होत नाही. अन्यथा संयोजक श्रोत्यांची आपल्याकडून जास्त मनोगताची अपेक्षा असते; परंतु कमी वेळात मनोगत संपविल्यास संयोजक व श्रोते नाराज होण्याची शक्यता असते. कधी कधी विरोधी घटना घडण्याची शक्यता असते. शक्यतो मनोगत २० ते ३० मिनिटांचे असावे. प्रसंगानुसार त्यात थोडाफार लवचीकपणा ठेवणे गरजेचे असते.

• आभार

आभार हा कार्यक्रमाच्या अंतिम टप्प्यात ऋण व्यक्त करण्याचा संयोजकांच्या दृष्टीने महत्त्वाचा तर श्रोत्यांच्या दृष्टीने कंटाळवाणा भाग असतो. आभार मानताना केवळ नावाचा उल्लेख करून आभार व्यक्त करणे म्हणजे लग्नात आहेराची यादी वाचल्यासारखे होईल. त्यासाठी कार्यक्रमातील त्यांच्या स्थानाचा अथवा वक्तव्यातील बाबींवर टिप्पणी करत आभार मानल्यास श्रोत्यांच्या दृष्टीने मनोवेधक ठरतो.

आभार मानत असताना कोणकोणत्या शब्दांचा वापर करावा, याचे अचूक भान आभार मानणाऱ्या व्यक्तीस असणे गरजेचे असते. तसेच आभार व्यक्त करण्याची म्हणून एक शैली असते. यामुळे मान्यवरांनाही व कार्यवाहकांना ऋण व्यक्त केल्यास समाधान वाटते आणि पुढील कार्यक्रमास उत्स्फूर्त प्रतिसाद लाभण्यास मदत होते. बऱ्याचदा आभार व्यक्त करताना अभिनंदन केले जाते अथवा शुभेच्छा दिल्या जातात. अशा सामान्य चुका टाळाव्यात अन्यथा कार्यक्रमाच्या विविध टप्प्यांवर मिळवलेली यशस्विता शेवटच्या टप्प्यात धुळीस मिळण्यास वेळ लागत नाही.

आभार मानताना उतरत्या क्रमाने आभार मानणे गरजेचे असते. आभारात प्रमुख व्यक्ती सोडता सर्वांच्याच नावाचा उल्लेख टाळावा आणि समूहवाचक उल्लेख करून कमी वेळात सर्वांचे आभार मानणे गरजेचे असते. आभाराचे सत्र ३ ते ४ मिनिटांपेक्षा जास्त नसावे; कारण अध्यक्षीय मनोगतानंतर श्रोत्यांचे मुख्य कार्यक्रमाचे आकर्षण संपलेले असते. त्यामुळे श्रोते उठून जाण्याची शक्यता असते. अशावेळी आतापर्यंतच्या नियोजित कार्यक्रमास विस्कळीतपणा येऊन कार्यक्रमास मान्यवरांच्या दृष्टीने गालबोट लागण्याचीही शक्यता असते.

आभार मानताना क्रमबद्ध आभाराची थोडक्यात यादी बनविल्यास एखादी महत्त्वाची व्यक्ती विसरण्याची वेळ येत नाही. अशा कारणानेही नाराजीचा सूर ओढवू शकतो; परंतु आभाराच्या बाबतीत वरीलप्रमाणे दक्षता घेतल्यास कमी वेळात मनोवेधक आभाराचे सत्र पार पाडून कार्यक्रमाची यशस्विता सर्वांच्या कायम स्मरणात ठेवता येऊ शकते.

अशा पद्धतीने वरील सर्व कार्यक्रम संयोजनकौशल्ये आत्मसात केल्यास उत्तम पद्धतीने व यशस्वीरीत्या आपण पार पाडू शकतो, त्याचबरोबर विशिष्ट कार्यक्रमात एखादी भूमिका बजावून स्वतःचा नावलौकिक आपण वाढवू शकतो. व्यावसायिक अंगाने विचार केल्यास उत्तम व्यावसायिक संधी सर्वांसमोर उपलब्ध झाली आहे. या प्रयत्नसाध्य कौशल्यातून आपले व्यक्तिमत्त्व प्रभावी बनविण्यास मोठी मदत होऊ शकते. अशा सर्वच दृष्टींनी कार्यक्रम संयोजनकौशल्ये महत्त्वाची ठरतात.

संदर्भसूची

१) काळे कल्याण, पुंडे द. दि., व्यावहारिक मराठी, निराली प्रकाशन, पुणे

२) कुलकर्णी भीमराव, सभेत कसे बोलावे, मॅजेस्टिक बुक स्टॉल, मुंबई

३) कुलकर्णी राम, सभा जिंकणारी प्रभावी भाषणे कशी कराल?
सानिका प्रकाशन, नाशिक १९९५

४) गडकरी माधव, सभेत कसे बोलावे? रोहन प्रकाशन, पुणे १९८४

५) गोखले म. वि., वक्तृत्व : तंत्रे व कौशल्ये, य. च. म. मुक्त विद्यापीठ प्रकाशन, नाशिक

६) गोविलकर लीला, पाटणकर जयश्री, व्यावहारिक मराठी, स्नेहवर्धन प्रकाशन, पुणे

७) जवरे शिवाजी, प्रभावी सूत्रसंचालन, कीर्ती प्रकाशन, औरंगाबाद २००३

८) ताटके नीलम, कला संभाषणाची, डायमंड पब्लिकेशन्स, पुणे २००६

९) तावरे स्नेहल, व्यावहारिक मराठी, स्नेहवर्धन प्रकाशन, पुणे

१०) नसिराबादकर ल. रा., व्यावहारिक मराठी
फडके प्रकाशन, कोल्हापूर आठवी आवृत्ती २००५

११) पुणे विद्यापीठ प्रकाशन, व्यावहारिक मराठी, १९८५

१२) भोसले शिवाजीराव, कथा वक्तृत्वाची, अक्षर ब्रह्म प्रकाशन, पुणे २००३

१३) सांगळे संदीप (संपा), व्यावहारिक उपयोजित मराठी आणि प्रसार माध्यमे
डायमंड पब्लिकेशन्स, पुणे २००९

१४) वाळुंज महादेव, 'व्यासपीठ' अक्षर मानव प्रकाशन, पुणे २०११

प्रा. नितीन कल्याण मोटे
उपप्राचार्य/मराठी विभाग प्रमुख
शिवछत्रपती कला व वाणिज्य महाविद्यालय
वडगांव बु॥., पुणे – ४१
email :- Prof.nitinmote82@gmail.com

प्रकरण ९

संवाद, संभाषण आणि भाषिक कौशल्ये

डॉ. शांताराम चौधरी

संवाद साधणे ही एक कला आहे, कधीही बघा, मार्केटिंग क्षेत्रातील माणसं ही बडबड्या स्वभावाची असतात, म्हणूनच ती माणसे आपली वस्तू व त्याचा उपयोग समोरच्याला पटवून देण्यात यशस्वी ठरतात, पण हे कौशल्य सर्वांकडे असेलच असे नाही. दैनंदिन जीवनातील आपल्या समस्यांपैकी काही समस्या गैरसमजामुळे निर्माण झालेल्या असतात. गैरसमज समोरच्या माणसाशी जर नीट संवाद साधता आला नाही, आपल्याला काय सांगावयाचे आहे ते नीट सांगता आले नाही तर निर्माण होत असतो. काही वेळेला समोरच्या माणसाचे बोलणे पूर्ण होण्याआधीच आपण प्रतिक्रिया व्यक्त करीत असतो. आपले विचार आपण सुसंगतपणे, अचूक शब्दांत लिहीत/सांगत नाही त्यामुळे आपल्याला नेमके काय सांगावयाचे आहे, याबद्दल ऐकणाऱ्याच्या/वाचणाऱ्याच्या मनात संभ्रम निर्माण होत असतो. हे गैरसमज, जीवनातले घोटाळे आणि विविध प्रकारच्या समस्या टाळावयाच्या असतील व जीवनात यशस्वी व्हावयाचे असेल तर आपल्याला संवादकौशल्य प्राप्त केलेच पाहिजे. संवाद हे भावना व्यक्त करण्याचे माध्यम आहे. जीवनात आपण दररोज संवाद साधतो. संवादकौशल्याने आपल्या व्यक्तिमत्त्वाची छाप दुसऱ्यावर पाडता येते. आपण ज्या क्षेत्रात काम करतो त्या क्षेत्रात संवादाला खूप महत्त्व असते परिणामकारक संवाद हा नेहमी माणसे जोडण्यासाठी उपयोगी पडतो. आज माहिती तंत्रज्ञानाच्या युगातही संवादाला खूप महत्त्व प्राप्त झाले आहे. त्यामुळे विद्यार्थ्यांनी संवादाचे कौशल्य प्राप्त केले पाहिजे. व्यक्तीच्या अंगी हुशारीबरोबरच संवाद वैशिष्ट्यपूर्ण साधण्याची कला पाहिजे.

एकाने दुसऱ्याला काही सांगणं, ज्याला जे सांगायचं आहे त्याच्यापर्यंत ते

आणि जसं पोहोचवायचं असेल तसं पोहोचवणे आणि ऐकणाऱ्याला जे समजलं आहे त्याबद्दलचा प्रतिसाद त्याच्याकडून सांगणाऱ्यापर्यंत येऊन पोहोचवणे ही प्रक्रिया पूर्ण होते तिथे संवादाची प्रक्रिया पूर्ण होते. संवादाच्या प्रक्रियेत संवादाचे सगळे प्रकार एकत्रितपणे येऊन जो संवाद होतो तो प्रभावी ठरतो.

- **संवाद यशस्वी आणि परिणामकारक होणे किंवा अयशस्वी होणे हे मुख्यत्वेकरून चार गोष्टींवर अवलंबून असते.**

१. आपले म्हणणे दुसऱ्याला कळेल अशा भाषेत विनम्रपणे ठाम भाषेत सांगणे

२. आपले म्हणणे दुसऱ्याला कळले की नाही याची खात्री करून मगच पुढचा मुद्दा मांडणे

३. दुसऱ्याचे म्हणणे शांतपणे, नीटपणे ऐकून घेणे, (व्यवस्थापनामध्ये याला खूपच महत्त्व आहे. चांगला मॅनेजर हा 'गुड लिस्नर' असावा लागतो असं म्हणतात ते उगीचच नाही.) ते म्हणणं ऐकून घेतल्यानंतर कळलं नसेल तर तसंच पुढे न जाता बोलणाऱ्याला तसं स्पष्ट सांगून पुन्हा विचारणे

४. दुसऱ्याचे म्हणणे मध्ये मध्ये न बोलता ऐकून घेणे. न समजल्यास पुन्हा विचारणे आणि आपण बोलत असताना दुसऱ्याला ते कळलं आहे याची खात्री करूनच पुढे जाणे हेही विशेष महत्त्वाचे. ते नसेल तर संवादात अडथळे निर्माण होऊ शकतात.

संवादासाठी कोणते माध्यम वापरतो हेही या प्रक्रियेत महत्त्वाचे आहे.

आपल्या वैयक्तिक, कौटुंबिक, व्यावसायिक स्वास्थ्यासाठी आपल्याकडे संवाद कौशल्य असायलाच हवे. आपली विविध कामे वेळेत व शांतपणे पार पाडण्यासाठी, सहकाऱ्यांबरोबरचे संभाव्य गैरसमज टाळण्यासाठी, मित्राबरोबरची भांडणे टाळण्यासाठी, घरी व नातेवाइकांबरोबर सलोख्याचे संबंध राखण्यासाठी आपल्याला प्रभावीपणे बोलण्याचे/लिहिण्याचे आणि लक्ष देऊन ऐकण्याचे/वाचण्याचे तंत्र व मंत्र समजून घेणे आवश्यक आहे.

संवादकौशल्याच्या बळावर दैनंदिन आयुष्यातले किरकोळ प्रश्नच नाही, तर अत्यंत बिकट समस्या व मुश्कील प्रसंग आपण सहजगत्या पार पाडू शकतो. यशस्वी व्यवस्थापक हा चांगला संप्रेषक असतो. म्हणून उत्तम दर्जाचे संप्रेक्षणकौशल्य प्राप्त करून घेण्यासाठी संप्रेक्षण म्हणजे काय, त्याचे कार्य, प्रक्रिया, प्रकार आणि त्यातील अडसर समजून घेणे अत्यंत आवश्यक आहे.

- **आपण दुसऱ्याशी संवाद का साधतो?**

१. दुसऱ्याला काही माहिती देण्यासाठी

२. दुसऱ्याकडून काम करवून घेण्यासाठी

३. सांगितलेले काम नीट झाले आहे किंवा नाही हे पाहण्यासाठी

४. दुसऱ्याकडून काही मागण्यासाठी

वरील प्रकारचा संवाद साधण्यासाठी खालील प्रक्रिया वापरण्यात येते.

१. काय सांगावयाचे आहे ते शब्दबद्ध करणे

२. योग्य माध्यमाद्वारे संदेशवहन करणे

३. ज्याला संदेश पाठवला आहे तो संदेश ग्रहण करतो

४. मिळालेल्या संदेशाचा अर्थ लावणे

५. ज्याने संदेश पाठविला आहे त्याला आपण लावलेला अर्थ कथन करणे अथवा अडचण असल्यास तो सांगणे

संदेशप्रेषक माध्यम संदेश ग्राहक (अर्थ लावणे)

प्रेषक संदेश सूत्रबद्ध करून माध्यमाद्वारे (टेलिफोन, फॅक्स, पत्र, जासूस (कुरियर), समोरासमोर संभाषणाने) ग्राहकांपर्यंत पोहोचवत असतो. मिळालेल्या संदेशाचा ग्राहक आपल्या मताप्रमाणे संपर्क साधतो. जर ग्राहकाकडून संदेशाबद्दल काही समजले नाही तर प्रेषकाने चौकशी करून पाठपुरावा करावा.

संभाव्य अडथळे

प्रेषकाने पाठविलेला संदेश काही वेळा ग्राहकांपर्यंत जसाच्यातसा पोहोचेलच असे नाही. त्यात अडथळे निर्माण होतात. ते अडथळे तीन प्रकारचे असू शकतात.

१. यांत्रिक/तांत्रिक स्वरूपाचे

२. मानसशास्त्रीय स्वरूपाचे

३. सांस्कृतिक भाषिक भेदामुळे निर्माण होणारे

१. यांत्रिक/तांत्रिक स्वरूपाचे अडथळे

टेलिफोनवरील संभाषण दुसऱ्या टोकाला नीट ऐकू जात नाही. त्यात घरघर येते. पोस्टाने पाठविलेली तार (टेलिग्राम) पुसट झाली आहे, डिकोडिंग करताना वेगळाच अर्थ लावला गेला, फॅक्स पाठविला असता त्यावर काळे डाग, रेघा, अस्पष्ट मजकूर उमटला असल्याने संदेश नीट समजत नाही त्यामुळे संभ्रम निर्माण होतो. पत्रातील अस्पष्ट, गिचमिड हस्ताक्षरामुळेसुद्धा अडथळा येतो.

२. मानसशास्त्रीय स्वरूपाचे अडथळे

अ) मिळालेल्या माहितीचा पूर्वग्रहदूषित दृष्टीने अर्थ लावणे किंवा आपल्याला श्रेयस्कर अर्थ त्यातूनच काढणे

ब) भावना – प्रेषक रागावलेला, चिंताग्रस्त, भयग्रस्त असेल तर त्याचा त्याच्या विचारांवर परिणाम होऊन तो योग्य रीतीने आपला संदेश/म्हणणे तयार करू शकत नाही. याउलट, ग्राहक भावनिक असेल तर तो संदेशाचे ग्रहण नीट करू शकत नाही.

क) जर संदेश चुकीच्या प्रकारे त्यात फेरफार करून पाठविला गेला तर...

ड) निरिच्छा – सदिच्छा असेल तर मन नीट विचार करते. निरिच्छा नवीन कल्पना अगर दृष्टिकोनाला थारा देत नाही. सीमित इच्छा, सांस्कृतिक व बौद्धिक मागासलेपणा, अल्प वाचन यामुळे आपण निरिच्छ बनत असतो.

इ) अधीरपणा व क्षणिक प्रतिसाद – संपूर्णपणे ऐकण्यापूर्वीच संदेश मध्ये तोडणे अगर त्यावर विचार करण्यापूर्वीच अधीरपणाने मत दिल्याने अडथळा निर्माण होतो.

ई) लक्षपूर्वक ऐकण्याचा अभाव – काही वेळा आपण एकाच वेळी अनेक गोष्टी करीत असतो. अन्य काही काम करताना आलेला संदेश नीट ऐकत नाही. त्याकडे दुर्लक्ष होते. कोणतीही गोष्ट लक्षपूर्वक व स्थिर चित्ताने केल्यास हा अडथळा दूर होऊ शकतो.

उ) तत्सम भाव – कामगार आपल्या वरिष्ठाशी संवाद साधताना भीतीने अगर संकोचाने स्पष्ट बोलण्यास राजी नसतो. त्यामुळे त्याला जे सांगावयाचे आहे ते तो परखडपणे स्पष्ट सांगू शकत नाही. वरिष्ठापासून वाईट बातमी लपविण्याची प्रवृत्ती असेल तर वरिष्ठ कनिष्ठाशी संपर्क साधताना नीटपणे माहिती देत नाहीत.

ऊ) ज्याच्याकडून संदेश आला आहे त्याच्याबद्दलच्या आपल्या मताप्रमाणे (प्रेम अगर आकस) आपण त्याच्यावर विश्वास किंवा अविश्वास दाखवित असतो.

अं) अल्पस्मृती – ऐकलेले/वाचलेले संदेश लक्षात राहिले नाहीत तर त्याचे आचरण होत नाही आणि संस्थेच्या कामकाजावर त्याचा परिणाम होत असतो.

३. संस्कृती भेद अडथळे

जागतिकीकरणामुळे जग खूप जवळ आले आहे. अशावेळी परदेशाशी संदेश वहन करताना आपल्या व त्यांच्या संस्कृतीतील फरक लक्षात घेणे आवश्यक असते. देहबोली, प्रतीके, रंगांशी निगडित अर्थ यात देशपरत्वे फरक होत असतो. तो लक्षात घेणे आवश्यक असते.

४. भाषाभेद अडथळे

एक-भाषिक समाजामध्ये सुद्धा दर दहा मैलांवर भाषा बदलत असल्याने संदेशवहनात अडथळे निर्माण होत असतात.

संदेश वहनाचे प्रकार

- शाब्दिक (व्हर्बल), नि:शब्द (नॉन व्हर्बल)
- लिखित वाचिक चिन्ह, नकाशा, प्रतीक
- टेलेक्स, फॅक्स, पत्र, संभाषण, देहबोली, वादविवाद
- मेमो, वॉर्निंग, शोकॉज, व्याख्यान
- नोटीस, चार्जशीट
- बिझनेस, लेटर्स

• भाषिक कौशल्यक्षमता

भाषणाचे महत्त्व :

१. बोलणाऱ्याच्या शब्दांमधून होणारे त्याच्या मनोवृत्ती व विचारांचे अर्थपूर्ण प्रगटीकरण म्हणजे भाषण होय.

२. यशस्वी जीवनाचे लक्षण असते भाषणक्षमतेचा संपूर्ण विकास.

३. आपला योग्य विचार स्पष्टपणे सांगून जन्मतः आपल्या बाजूनी वळवता येते.

४. बोलणे हे आत्माविष्काराचे प्रमुख व प्रभावी साधन आहे.

५. भाषणाचे प्रकार :

   १. स्वगत भाषण : विचार हे मनोगत भाषण असते.

   २. प्रगट भाषण : सभेतील व्याख्यान प्रगट भाषण असते.

• भाषणाची व्यावहारिक उद्दिष्टे

१. **आत्माविष्कार :** आपल्या मनातील विचार, कल्पना, भावना दुसऱ्याला सांगणे

२. **आनंदप्राप्ती :** आपली सुख व दुःखे दुसऱ्याला सांगून आनंद मिळवणे

३. **संदेश पोहोचवणे :** आपला निरोप दुसऱ्याला भाषेद्वारे पोहोचवणे

४. **स्वमतप्रचार :** आपली मते इतरांपुढे मांडणे

५. **सृजनशक्तीला प्रोत्साहन :** शब्दांच्या उच्चारातून अर्थच्छटांची निर्मिती करणे

६. **आंतरक्रिया :** एकमेकांच्या विचारांचा मेळ घालणे

- **जीवनात आत्माविष्काराला महत्त्वाचे स्थान आहे**

    १. आपल्या मनातील विचार, कल्पना, भावना व्यक्त करण्यासाठी भाषणकौशल्य आवश्यक आहे.

    २. कानावर पडणारा प्रत्येक शब्द मुलांचा नवा अनुभव असतो.

    ३. बालक भाषणकौशल्याकडून आत्माविष्काराची गरज भागवते.

    ४. बालक आपल्या मनातील विचार, कल्पना, भावना व्यक्त करते, म्हणून बालकाच्या जीवनात आत्माविष्काराला महत्त्वाचे स्थान आहे.

- **संभाषणाचे प्रकार :**

    १. अनौपचारिक संभाषण

    २. औपचारिक संभाषण

१) अनौपचारिक संभाषण : संभाषणाची भाषा जेव्हा घरेलू असते तेव्हा त्याला अनौपचारिक संभाषण म्हणतात.

    १. **कौटुंबिक संवाद :** कुटुंबातील व्यक्ती एकत्र येऊन आपआपले विचार व्यक्त करतात.

    २. **गप्पा गोष्टी :** मनातील विचार, कल्पना, भावना मुक्तपणे व्यक्त होतात.

    ३. **गाणी, पाठांतर, भेंड्या, अंताक्षरी, कोडी, उखाणी :** भाषा शुद्ध होण्यासाठी मदत होते.

    ४. **संदेश पोहोचविणे :** आपला निरोप दुसऱ्याला भाषेद्वारे पोहोचवणे

ब) औपचारिक संभाषण : दोन अपरिचित व्यक्ती जेव्हा पहिल्याच वेळेस एकमेकांना भेटतात व संभाषण करतात त्याला औपचारिक संभाषण म्हणतात.

    १. **वर्णन :** व्यक्ती, वस्तू, स्थल, प्रसंग याचे चित्र उभे करण्यासाठी भाषण करणे व मुलाची जिज्ञासा वाढविणे

    २. **कथन :** घटना, इतिहास, चरित्र, कथा याचे कथन करणे व कथनाला रसभरीतपणा हा गुण आवश्यक आहे

    ३. **चर्चा :** एखाद्या विषयाचे विविध पैलू उलगडून दाखवणे; प्रत्येकाने आपले विचार व्यक्त करणे

    ४. **निवेदन :** स्वतः जाणून घेणे नंतर दुसऱ्याला सांगणे त्यास निवेदन म्हणतात.

    ५. **स्पष्टीकरण :** कवितेच्या पंक्ती, सुभाषिते, वाक्प्रचार, म्हणी, कठीण शब्दांचे अर्थ स्पष्ट करण्यासाठी स्पष्टीकरण देणे

६. **व्याख्यान :** सभेत श्रोत्यांना उद्देशून केलेले भाषण यास व्याख्यान म्हणतात व व्याख्याता हा बहुश्रुत विद्वान असतो.

७. **संवाद :** दोन किंवा अधिक व्यक्ती एकमेकांना बोलतात त्यांना संवाद म्हणतात व नाट्यीकरण संवाद लेखन करावे लागते.

८. **वादविवाद :** एकाच प्रश्नाची दोन उत्तरे असल्यास योग्य उत्तर कोणते, यासाठी वादविवाद घातला जातो.

९. **मुलाखत :** एखाद्या व्यक्तीच्या व्यवसायसंबंधी माहिती विचारणे

१०. **चित्रचर्चा :** मुले चित्रकाराच्या चित्राचे उत्तर आपल्या कल्पनेनुसार देतात.

• **संभाषण कौशल्याची अंगे**

१. उच्चार : उच्चार स्पष्ट असावे.
२. अनुस्वार : चिंता-चिता
३. आकार : अजन्म-आजन्म
४. ऱ्हस्व-दीर्घ : सुत-सूत
५. वर्णाची उच्चारस्थाने : कंठ, तालव्य, मुर्धन्य, दंत्य, ओष्ठ .
६. स्वराघात : मी पुस्तक वाचतो, मी पुस्तक वाचतो.
७. विराम : मी चोरी करणार नाही, केल्यास शिक्षा करावी.
८. स्वरातील चढउतार : योग्य आरोह, अवरोह होय.
९. गती व उंची : दीड, डार्ल, कुटार
१०. व्यंजन भेद : श, ष, स, व, ड, ण, न,

• **भाषणातील उणिवा व त्यावर उपाय**

अ) शारीरिक पातळीवरील उणिवा :

१. जीभ जाड असणे
२. पडजीभ टाळूला चिकटणे
३. ओठ फाटलेले असणे
४. दातांची वेडीवाकडी वाढ
५. नाकाचे हाड अयोग्य रीतीने वाढणे
६. मानसिक अस्वास्थ्यामुळे
७. तोतरेपणा
८. वाक्य अर्धवट उच्चार करणे

उपाय : आत्मविश्वास निर्माण करणे.

ब) अज्ञानातून निर्माण झालेल्या उणिवा :

१. अस्पष्ट आवाजात भाषण करणे

२. चुकीचे उच्चार करणे

३. उच्चार भेदाचे अज्ञान-वाचा जिव्हा दोष

४. भाषणातील अशुद्धता

५. अपूर्ण शब्द उच्चारण

६. अडखळत बोलणे, हेल काढून बोलणे

७. चुकीच्या जागी शब्द तोडून बोलणे

८. शब्द गाळणे, नवीन शब्द वापरून बोलणे

उपाय : आत्मविश्वास निर्माण करणे

• उत्तम संवाद/संभाषणकुशल होण्यासाठी

१. बोलण्या/लिहिण्याआधी थोडा वेळ नीट विचार करा. तुम्हाला नेमके काय म्हणायचे आहे हे तुम्हाला स्वतःला माहीत असणे आवश्यक असते. विचारात स्पष्टता नसेल तर बोलण्यात व लिहिण्यात त्याचा अभाव जाणवतो. तसेच ऐकणारा/वाचणाराही गोंधळून जातो व योग्य तो 'मेसेज' पोहोचत नाही.

२. उत्तम संवाद/संभाषणकौशल्यासाठी गरज असते ती उत्कृष्ट शब्दसंग्रहाची. जी कुठली भाषा आपण बोलतो/लिहितो आहोत ती आपल्याला उत्तम अवगत असायला हवी. शब्दांचा अचूक अर्थ माहिती असणे गरजेचे असते. अन्यथा शब्दसंपदेचे प्रदर्शन करता-करता भलताच अर्थ तुमच्या बोलण्यातून/ लिहिण्यातून प्रसारित होऊ शकतो.

३. ज्यांच्याशी संवाद साधायचा आहे त्यांचे वय, लिंग, सामाजिक परिस्थिती, बौद्धिक पातळी, संस्कृती इ. लक्षात घ्यायला हवे. आपल्याला या संवादातून नेमका कोणता संदेश द्यायचा आहे याबाबत तुमच्या मनात स्पष्ट आरेखन तयार असायला हवे.

४. उत्तम श्रोता बना. संवाद कुशल बनण्यासाठी समोरच्या व्यक्तीचे बोलणे लक्ष देऊन ऐकणे गरजेचे असते. हे बोलणे आपणास पटले नाही तरी समोरच्या व्यक्तीचे ते मत आहे हे लक्षात घ्या व त्याचा आदर करा, पण बोलणे पटले तर तेही व्यक्त करायला विसरू नका.

५. खूप रागात असाल तर मौन बाळगा, कारण यावेळी तुमची सारासार विचारशक्ती तुम्ही गमावलेली असते. यावेळी उच्चारलेले/लिहिलेले शब्द तुमच्या व्यवसायावर/नातेसंबंधांवर दीर्घकालीन दुष्परिणाम करू शकतात.

६. उत्तम लेखन-कौशल्येही संवाद साधण्यासाठी तेवढीच महत्त्वाची असतात. अगदी मेमो लिहिण्यापासून ते तुमचा स्वत:चा सीव्ही, क्लायंटशी होणारा पत्रव्यवहार, अशावेळी प्रभावी व अचूक लेखन-कौशल्ये उत्तम छाप पाडतात. उत्तम लिहिता येण्यासाठी भरपूर वाचन करा.

सर्वांपेक्षाही प्रभावी असते ते मौखिक संभाषण-कौशल्य. तुमचा भाषेचा अभ्यास उत्तम असेल, तुम्ही उत्तम लेखक असाल, तुमची शब्दसंपदाही इतरांनी हेवा करावा अशी असेल, पण चारचौघांत एखाद्या विषयावर आपले मत मांडायची वेळ आली की, तुम्हाला ताण येत असेल तर मौखिक संभाषणाविषयी तुम्ही अधिक सजग असायला हवे. उत्तम लेखक बरेचदा आत्मकेंद्री असतात आणि जनसमूहात त्यांना आपले विचार व्यक्त करताना अडचण येते असे बरेचदा अनुभवास येते. आपल्याला जे काही मत व्यक्त करायचे, ते आधी मनात नीट योजा, कारण तुमच्या बोलण्यातला 'कॅंटेंट' महत्त्वाचा असतो, तसेच तुमच्या जवळ इतरांनी ऐकावे असे काहीतरी 'महत्त्वपूर्ण' असणे आवश्यक असते.

आवाजातील चढ-उतार

अत्यंत महत्त्वाचे 'कंटेंट' असलेले एखाद्याचे बोलणे एकसुरी व रटाळ असेल तर ऐकणाऱ्याला त्याचा कंटाळा येतो. आवाजात चढ-उतार, शब्दांची फेक हे जर नसेल तर तुमचे बोलणे समोरची व्यक्ती गंभीरपणे घेत नाही. तसेच समोरच्या व्यक्तीला स्पष्टपणे ऐकू येईल इतपतच मोठ्याने बोलणे कार्यालयीन वातावरणात योग्य मानले जाते. सर्वांचे लक्ष वेधून घेण्याच्या प्रयत्नात आवाजाचा 'व्हॉल्यूम' वाढविला तर तुमच्या बोलण्याची परिणामकारकता घटू शकते.

अतिशय हळू आवाजात बोलणेही शिष्टसंमत नाही. तुमचे बोलणे समोरच्या व्यक्तीला नीट ऐकू गेले नाही तर ऐकणारा कंटाळतो. तुमच्यातील आत्मविश्वासाच्या अभावाचे हे द्योतक मानले जाते. पुटपुटल्यासारखे बोलणे तुम्ही फार 'नाराज' आहात हे सिद्ध करते. नजरेस नजर देऊन सुयोग्य 'व्हॉल्यूम' ठेवून अचूकपणे उच्चारलेले वाक्य ऐकणाऱ्यावर उत्तम प्रभाव पाडते.

आपला आवाज रेकॉर्ड करून आपल्या आवाजातील व बोलण्यातील त्रुटी तपासून घ्याव्यात. 'रेकॉर्डिंग'मुळे आपला 'टोन' कुठे व कसा कमी पडतो व त्यात कशा सुधारणा कराव्यात हे समजून घेता येते.

जेव्हा तुम्ही प्रसन्न व 'रिलॅक्स' असता तेव्हा तुमचे संवाद-कौशल्य अधिक प्रभावी असल्याचे जाणवते; म्हणून कुठलीही महत्त्वाची चर्चा वा मीटींग असेल तर सर्वप्रथम स्वत:ला थोडे तणावमुक्त करण्याचा प्रयत्न करा. 'स्ट्रेस रीलिजिंग टेक्निक्स' जसे ध्यान, प्राणायाम इ.चा अवलंब करा.

संवाद/संभाषण कौशल्ये ही उपजत येत नाहीत. डेल कार्नेजी म्हणतात, त्याप्रमाणे 'ग्रेट स्पीकर्स आर नॉट बॉर्न बट ट्रेण्ड.' यासाठी मेहनत घ्यावी लागते. ही कौशल्ये आत्मसात करणे ही सतत चालणारी प्रक्रिया असते. जो सतत शिकत राहतो तोच करिअर घडवितो व संपन्न व्यक्तिमत्त्वाकडे तुमची वाटचाल होऊ लागते.

पालकांनी आपल्या मुलांना सुरुवातीपासूनच उत्तम संवाद-कौशल्यांचे महत्त्व पटवून देत राहावे. शक्यतो दररोज १० मिनिटे घरातील सर्वांनी मिळून चांगले काहीतरी (बातमी/लेख/पुस्तक इ.) वाचावे व त्यात असलेल्या नवीन शब्दांविषयी चर्चा करावी. लहानपणापासून ही सवय असेल तर मोठे होता होता तुमची मुले अतुल्य शब्दसंपत्तीचे धनी होतील व त्यांच्या करिअरच्या वाटचालीत तुमचे हे योगदान त्यांच्या दीर्घकाळ आठवणीत राहील. कदाचित त्यानंतर त्यांच्या पुढच्या पिढीसाठीही ते हा प्रयोग करतील. उत्तम संवाद साधण्यासाठी खूप वाचा, बोला, लिहा.

• बोलण्याची कला

तुमचे संवादकौशल्य तपासण्यासाठी

* विविध प्रकारच्या परिस्थितीत तुम्ही कसे प्रतिसाद देता ते पाहण्यासाठी आणि तुमची विचार करण्याची शक्ती तपासण्यासाठी
* वेगवेगळे विषय हाताळण्याची तुमची क्षमता तपासण्यासाठी
* विविध विषयांवर तुम्हाला असलेले ज्ञान तपासण्यासाठी

• ग्रुप डिस्कशनबद्दल असणारे काही गैरसमज

१. मला अस्खलित इंग्रजी बोलता आले पाहिजे

लक्षात ठेवा की ग्रुप डिस्कशन तुमचं इंग्लिश स्पिकिंग कसं आहे याची परीक्षा घेत नसतं, तर तुम्ही संवाद कसा साधता हे तपासलं जातं. यशस्वी होण्यासाठी अस्खलित इंग्रजी किंवा स्पष्टोच्चार असण्याची गरज नसते. पण जर तुमचं भाषेवर प्रभुत्व नसेल तर घाबरून जाण्याचं कारण नाही. असं बरेचदा झालं आहे की, ग्रुप डिस्कशनमध्ये इंग्रजी माध्यम किंवा कॉन्व्हेंटच्या मुलांची छाप पडते. तुम्ही जे सांगू इच्छित आहात ते इतरांना समजत असेल तर तुम्ही अचूक इंग्रजी बोलत आहात की

नाही याचा फारसा विचार केला जात नाही; पण परीक्षक अस्खलित इंग्रजी बोलणाऱ्याच्या शोधात असतील तर मग फरक पडतो.

२. मी जेवढं जास्त बोलेन तेवढं चांगलं

तुम्ही किती बोलता यापेक्षा तुम्ही काय बोलता याला जास्त महत्त्व आहे. थोडक्यात पण परिणामकारकपणे आपलं म्हणणं मांडता येणं गरजेचं आहे. खरं तर तुम्ही शांत राहून इतरांचं बोलणं ऐकणं अपेक्षित असतं. तुम्ही दुसऱ्याचं मत ऐकून घेणं हा ग्रुप डिस्कशनचा एक महत्त्वाचा भाग आहे; म्हणूनच बोलण्याच्या दर्जाला गुण असतात वाक्याच्या संख्येला नाही.

३. मी जेवढं मोठ्याने बोलेन तेवढं चांगलं

हे परिस्थितीजन्य आहे. तुम्ही बघितलं असेल की कधी कधी शांतपणे चालू असलेल्या चर्चेमध्ये एखादा आक्रमक होऊन तावतावाने बोलायला लागतो. उलटपक्षी, गोंगाट किंवा मासळीबाजार सुरू असताना ग्रुप डिस्कशनमध्ये, आपलं म्हणणं दुसऱ्यांना समजण्यासाठी मोठ्याने बोलावं लागतं. कारणाशिवाय मोठ्याने बोलणाऱ्याची मतं ग्रुपमधील इतरजण ऐकून घ्यायला कंटाळा करतात.

४. ग्रुप डिस्कशनची सुरुवात मी केली तर मला चांगले गुण मिळतील

नेहमी असंच होईल असं नाही. चुकीची सुरुवात तुमच्या विरुद्ध जाऊ शकते. म्हणूनच तुम्ही चर्चेची सुरुवात करणार असाल तर तुम्हाला त्या विषयाबद्दल आणि तुमच्या बोलण्याबद्दल खात्री असणं गरजेचं आहे. त्यामुळे सुरुवातीलाच न बोलण्याचा पवित्रा घेऊ नका. ग्रुप डिस्कशन साठी दिलेला विषय आणि त्यावर कोणत्या दृष्टिकोनातून चर्चा होणं गरजेचं आहे, हे समजावून घेतलं पाहिजे.

५. चर्चेच्या मध्यावर मी माझी भूमिका बदलू शकत नाही

बऱ्याचजणांना असं वाटतं की, चर्चेमध्ये भूमिका बदलली तर ते अस्थिर मनाचं दर्शन होतं; यात तथ्य नाही. ग्रुप डिस्कशन म्हणजे वादविवाद नाही, जिथे तुम्ही एक भूमिका घेता आणि तिचा बचाव करत असता; ग्रुप डिस्कशनचा उद्देश असा असतो की, दिलेल्या विषयावर विविध दृष्टिकोनांतून चर्चा करून निर्णयाप्रत येणं. म्हणूनच एकच भूमिका घेऊन बोलू नका. तुम्ही तुमची भूमिका बदलू शकता. तुम्ही विविध बाजू कशा मांडता आणि स्पष्ट करता याला महत्त्व असतं.

• ग्रुप डिस्कशनमध्ये नक्की काय बघितलं जातं?

१. संवादकौशल्य – यामध्ये शाब्दिक आणि शारीरिक संवाद बघितला जातो. शाब्दिक संवाद म्हणजे तुम्ही कसं बोलता, तुमची बाजू कशा प्रकारे मांडता, तुमचं मत समोरच्याला कसं पटवून देता. शारीरिक संवाद म्हणजे थेट दृष्टिभेट, हावभाव, तुमची बसण्याची पद्धत, तुमचे कपडे यांचं निरीक्षण केलं जातं.

२. आशय – संवादकौशल्य तुम्ही कसं बोलता हे तपासतं, तर आशय हा तुम्ही काय बोलता हे जाणून घ्यायचा प्रयत्न करतो. त्यामुळे उगीच काहीतरी बोलायचं म्हणून बोलू नका. तुम्ही एखादा मुद्दा असा मांडता की, त्याला मार्क्स असतात. खूप माहिती, स्टॅटिस्टिक, उदाहरणं यांचा वापर करा. दिलेला विषय वेगवेगळ्या दृष्टिकोनांतून मांडण्याचा सराव करा.

३. नेतृत्व आणि सांघिक कौशल्य – तुमच्या ग्रुपमधील इतर तुम्हाला किती मान देतात याचा यात समावेश होतो. व्यवस्थित हावभाव आणि थेट दृष्टिभेट ठेवून इतरांना बोलण्याची संधी द्यावी. निश्चयी आणि आक्रमक भूमिका यातील फरक समजून ग्रुप डिस्कशनमध्ये योग्य ती काळजी घेतली पाहिजे. तुमच्या विचारांचा परिणाम होऊन ते मानले गेले पाहिजेत; जबरदस्तीने नाही. इतरांच्या मनात तुमच्याबद्दल आदर निर्माण होण्यासाठी तुम्हाला असलेल्या माहितीचा आणि त्यावरील प्रभुत्वाचा तुम्हाला फायदा होईल.

ग्रुप डिस्कशनचे दोन महत्त्वाचे पैलू असतात. आशय आणि प्रक्रिया; तुमचे वाचन तुम्हाला आशयामध्ये मास्तरकी मिळवून देऊ शकतं. प्रक्रिया ही विषय, ग्रुप, परिस्थिती यापेक्षा स्वतंत्र असते. अनेकदा आशयावर भर देताना आपण ग्रुप डिस्कशनची प्रक्रिया विसरतो; पण हे दोन्ही पैलू महत्त्वाचे असतात. ग्रुप डिस्कशन जिंकायचं असल्यास आशय आणि प्रक्रिया यांची योग्य सांगड घालता आली पाहिजे.

• संवादाच्या कलेची मूलतत्त्वे

बोलणे, संभाषण, संवाद या तिघांमध्ये फरक आहे. यशस्वी होण्यासाठी संवादाची गरज असते. वक्ता जेव्हा बोलतो आणि ज्यावेळेला श्रोत्यांना तो आपल्या मनातले बोलत आहे किंवा तो माझ्यासाठी बोलत आहे असे वाटते त्यावेळेला त्या वक्त्याचे बोलणे हा 'संवाद' होतो. जेव्हा दोन किंवा अधिक व्यक्तींमध्ये संभाषण चालू असते व ज्या क्षणाला ते प्रत्येकाच्या अंतःकरणापासून होते तेव्हा ते संभाषण 'संवाद' होते. म्हणजे संवाद हे या प्रक्रियेचे अंतिम ध्येय ठरते. अभियांत्रिकीमध्ये संवाद या प्रक्रियेचे सात उपघटक मानले जातात.

१) **प्रेषक** – जो शब्दाद्वारे अथवा कृतीद्वारे संदेश निर्माण करतो.

२) **ग्राहक** – जो दुसऱ्याने पाठविलेल्या संदेशाला ग्रहण करतो.

३) **संदेश** – ज्याद्वारे माहितीचे आदान-प्रदान केले जाते.

४) **आवाज** – अशी प्रत्येक गोष्ट जी मूळ संदेशाला बदलते, कमी करते, सोयीनुसार त्याच्यात विकृती निर्माण करते. यामुळे मूळ संदेश ग्राहकापर्यंत पोहोचत नाही.

५) **प्रतिसाद** – प्रेषक व ग्राहक शब्दांच्याद्वारे व कृतीद्वारे मिळालेल्या संदेशाची पोच एकमेकांना देतात.

६) **प्रतिरूपण** – प्रेषकाने पाठविलेली माहिती ग्राहकाच्या मनात जशीच्यातशी कोरली जाणे हे प्रत्येक संवादाचे उद्दिष्ट असते. हे १००% शक्य होते असे नाही.

७) **आकलन** – प्रेषकाने पाठविलेल्या संदेशाला ग्राहकाने पूर्ण व तंतोतंत समजणे

या सर्वांवरून उत्कृष्ट संवाद त्यालाच म्हणता येईल की, ज्याद्वारे प्रेषक माहिती ग्राहकाला-त्या माहितीत कोणत्याही प्रकारची विकृती निर्माण न होता-ग्राहकापर्यंत पोहोचवतो व जशीच्यातशी ग्राहकाच्या मनात ठसवतो; आता तुम्ही सर्व यशस्वी व्यक्ती आठवा, तुमच्या लक्षात येईल की या सर्व व्यक्ती उत्कृष्ट संवादक आहेत. किंबहुना उत्कृष्ट संवाद हेच त्यांच्या यशाचे गमक आहे.

उत्कृष्ट संभाषण म्हणजे काय हे समजल्यानंतर ही कला कशा रीतीने आत्मसात करायची ते पाहू. कोणीही भेटल्यानंतर त्या व्यक्तीला तुम्ही 'कसे आहात?' हा प्रश्न विचारता. खरं तर संभाषण सुरू करण्याकरिता 'दुसरे काय बोलणार', या विचाराने तुम्ही हा प्रश्न विचारता. प्रत्यक्षात त्या प्रश्नाचे ती व्यक्ती काय उत्तर देते याकडे तुमचे लक्षही नसते, कारण बऱ्याचदा तुम्हाला त्या उत्तरात रसही नसतो, कारण तुम्हाला संभाषणाची सुरुवात करावयाची असते; जर तुम्ही त्या व्यक्तीला खूप दिवसांपासून ओळखत असाल तर त्या व्यक्तीच्या घरातील माणसांच्या तब्येतीची तुम्ही विचारपूस करता. पण नंतर एक क्षण असा येतो की, पुढे काय बोलायचे?' ही परिस्थिती ओळख असलेल्या व्यक्तींबरोबर आणि जर ती व्यक्ती आपल्याला प्रथमच भेटत असेल तर तिच्याशी संभाषण कसे करायचे आणि कोणत्या विषयावर करायचे, हा प्रश्न निर्माण होतो.

उत्कृष्ट संवादक कोणत्याही प्रसंगात, कोणत्याही वेळेला, कोणत्याही व्यक्तीशी संवाद साधू शकतो. योग्य शब्द, योग्य वाक्प्रचार, शब्दांची योग्य मांडणी, उपलब्ध

असलेल्या माहितीचे अचूक उपयोजन यांच्याद्वारे तो दुसऱ्या व्यक्तीवर प्रभाव टाकतो. आपल्याकडे म्हण आहे 'न बोलणाऱ्याचे सोनेही विकले जात नाही पण बोलणाऱ्याचे पितळही विकले जाते.' याचा अर्थ हाच जो स्वत:ला अधिक उत्तमप्रकारे सादर करू शकतो, जो आपले विचार परिणामकारकरीत्या मांडू शकतो तो नेहमीच यशस्वी होतो व जो हे करू शकत नाही तो कायम मागेच राहतो. आयुष्यात यशस्वी होण्यासाठी तुम्हाला दुसऱ्यांवर प्रभाव टाकणे आवश्यक आहे. हा प्रभाव तुम्ही तुमच्या ताकदीद्वारे किंवा तुमच्या व्यक्तिमत्त्वाद्वारे व शब्दांच्याद्वारे मिळवू शकता, पण ताकदीच्या जोरावर मिळालेला प्रभाव हा क्षणभर व तात्पुरताच असतो. तुमच्या व्यक्तिमत्त्वाद्वारे व शब्दांच्याद्वारे मिळवलेला प्रभाव हा कायम स्वरूपाचा असतो. उत्तम व्यक्तिमत्त्व असलेल्या व्यक्ती संवादकलेत पारंगत असतात. एका अभ्यासात हे सिद्ध झाले आहे की, संवादकलेत शब्दांचे स्थान फक्त ७ % आहे. त्यापेक्षा जास्त महत्त्व तुम्ही हे शब्द कशा रीतीने बोलता, तुमच्या आवाजातील चढ-उतार व तुमचा आविर्भाव यांना आहे. आपल्या नेहमीच्या व्यवहारातील गोष्टी पाहा; तुमच्या लक्षात येईल की, व्यवहारात आपण ७५ % ते ८० % भाषेचा वापर करत असतो. त्यामध्ये आपण समजावून देणे, पाठपुरावा करणे, सल्ला देणे, प्रश्न विचारणे, विचारलेल्या प्रश्नांना उत्तर देणे, आज्ञा देणे, प्रभाव टाकणे, विनंती करणे या प्रकारच्या वाक्यरचना वापरतो; जर व्यवहारात भाषेला एवढे महत्त्व असेल तर आपल्या उज्ज्वल भविष्यासाठी भाषेचा अधिक चांगला वापर आपण करून घेतला पाहिजे.

- **संवादकलेत प्रावीण्य मिळविण्याचे पुढील फायदे तुम्हाला मिळतील**

  १) तुमचे व्यक्तिमत्त्व आणखीन खुलून येईल व ते अधिक आकर्षक होईल.

  २) तुमचा आत्मविश्वास वाढेल.

  ३) तुमची भावनिक क्षमता वाढेल व भावनांवरील नियंत्रण वाढेल.

  ४) दुसऱ्यावर प्रभाव टाकणे ही नैसर्गिक प्रवृत्ती आहे व त्यात यशस्वी झाल्याने तुम्हाला मानसिक शांती मिळेल.

  ५) तुम्ही तुमचे विचार कमीतकमी शब्दांत अधिक प्रभावीपणे मांडू शकाल.

  ६) तुम्ही दुसऱ्यांना अधिक परिणामकारकपणे समजून घेऊ शकाल.

  ७) तुमचे म्हणणे व आदेश समोरच्या व्यक्ती मन लावून ऐकतील व त्यांचे तंतोतंत पालन करतील.

  ८) तुम्ही ज्या क्षेत्रात आहात त्या क्षेत्रात तुम्ही पुढे जाल.

९) तुम्ही ज्या संघटनेचे नेतृत्व करता ती संघटना अधिक प्रभावी होईल.

१०) तुमची उपस्थिती सर्वांना हवी हवीशी वाटेल; किंबहुना सर्वजण तुमच्या येण्याची वाट पाहू लागतील.

११) तुम्ही कोणत्याही विषयावर सहजपणे बोलू शकाल. अगदी कोणत्याही, पण त्यासाठी थोडी मेहनत करावी लागेल.

तत्त्व क्र. १ : उत्तम संवादक होण्यासाठी प्रथम उत्कृष्ट श्रोता व्हा; अर्थात ऐकण्याच्या कलेत पारंगत व्हा.

ऐकण्याच्या कलेचा महत्त्वाचा उद्देश हा संवाद साधणाऱ्या प्रत्येकासाठी फायदा हाच असतो. या विचारामुळे जे काही बोलले जाते ते लक्षपूर्वक ऐकले जाते. जे ऐकले ते बरोबर आहे याची खात्री केली जाते, तसेच बोलणे योग्य असल्यास त्याबद्दल स्तुतीही केली जाते. प्रत्येकासाठी फायदा हा जरी मूळ उद्देश असला तरी उत्तमरीत्या ऐकल्याने विश्वास, आदराचे वातावरण निर्माण होते. कोणीही आपले बोलणे लक्ष देऊन ऐकत असेल तर आपल्यालाही बरे वाटते.

व्यवसायात, नोकरीत, नाते संबंधांत 'ऐकणे' या क्रियेला प्रचंड महत्त्व आहे. या सर्व क्षेत्रांत लक्ष न देता ऐकल्यास मोठा फटका बसू शकतो. विशेषत: व्यवसायातील ही चूक वाईट सेवा, चुकीच्या ठिकाणी पोहोचलेला माल, वेळेचा अपव्यय व सांघिक कृतीची वासलात यांसाठी कारणीभूत ठरू शकतो, यामुळेच उत्तमरीत्या तयार केलेले व्यवसाय प्रशिक्षणक्रम हे संवादकौशल्य व त्यात ऐकण्याची कला या विषयांपासून सुरू होतात, जर तुम्ही ग्राहकाचे म्हणणे, त्याचा प्रश्न योग्य रीतीने ऐकू शकत नसाल तर तुम्ही उत्तम विक्रेता होऊ शकत नाही; तुम्ही उत्तम सेवा देऊ शकत नाही. जर तुम्ही तुमच्या कार्यालयातील सहकाऱ्यांचे, तुमच्या कनिष्ठ सहकाऱ्यांचे, कामगारांचे म्हणणे ऐकू शकत नसाल तर त्यांना तुम्ही कधीच त्यांच्या पूर्ण क्षमतेपर्यंत प्रेरित करू शकणार नाही; जर तुम्ही त्यांच्या त्या प्रसंगातील भावना समजून घेऊ शकत नसाल, तर तुम्हाला त्यांचा नेता बनणे कठीण जाईल. त्यामुळे एक सांघिक कृती होणार नाही. ज्या व्यवसायात संघ भावना नसते तो व्यवसाय फार काळ टिकत नाही व टिकल्यास अधिक उंचीवर पोहोचू शकत नाही. ज्याला ऐकण्याची कला प्राप्त आहे, तो ऐकलेले जसेच्या तसे परत सांगू शकतो. या कलेत तुम्ही काय ऐकता यापेक्षा तुम्ही कसे ऐकता हे महत्त्वाचे आहे. तुमच्या या क्रियेने तुम्ही बोलणाऱ्याशी तादात्म्य पावता व त्याचमुळे तुम्ही विक्री, व्यवस्थापन, शिकवणे, मार्गदर्शन करणे, आदेश देणे व प्रभाव टाकणे या क्रिया सहजरीत्या करू शकता.

उत्तम डॉक्टर्स हे उत्तम श्रोते असतात. ते रोग्याला काय झाले हे विचारतात तेव्हा ते रोगी सांगत असलेल्या लक्षणांकडे अचूक लक्ष ठेवून असतात. रोगी लक्षण सांगत असताना एखादे वेगळे लक्षण त्याने सांगितले तर त्याचीही ते विशेष नोंद करतात. ते ही सर्व लक्षणे कागदावर लिहून घेतात. रिपोर्ट असल्यास ते पाहतात. ऐकत असताना रोग्याच्या हालचालींवर लक्ष ठेवून असतात; त्यातून ते न सांगितलेली लक्षणे समजून घेतात. ते लगेच निर्णय घेत नाहीत. रोग्याचे बोलणे झाल्यानंतर ते काही अधिक प्रश्न विचारतात व अधिक माहिती मिळवण्याचा प्रयत्न करतात. नंतर सर्व माहिती एकत्र करून रोग्याकडून त्याची खात्री करून घेतात; व त्यानंतरच ते रोगाचे निदान करतात.

• ऐकण्याच्या कलेत कसे पारंगत व्हावे?

• बोलणाऱ्या व्यक्तीकडे सर्व लक्ष केंद्रित करा

जर तुमच्याशी कोणी बोलत असेल तर सर्वांत प्रथम तुमच्या हातातील कामे बाजूला ठेवा. तुमच्या मनात चाललेले विचार थांबवा व बोलणाऱ्या व्यक्तीचा प्रत्येक शब्द लक्ष देऊन ऐका. ऐकत असताना तुमच्या मनात इतर विचार असतील किंवा तुम्ही काही इतर काम करत असाल तर बोललेले सर्व तुम्हाला समजणार नाही व तुमच्या लक्षात राहणार नाही. उत्तम श्रोते हे नेहमी बोलणाऱ्यांवर लक्ष केंद्रित करू त्यांचे बोलणे लक्ष देऊन ऐकतात. ही क्रिया समजण्यासाठी अंध माणसे कशी ऐकतात ते आठवा. त्यांना दृष्टीची जाणीव नसल्याने ते इतर जाणिवांचा उपयोग करून ऐकतात. अंध माणसांमध्ये ऐकण्याची कला अधिक विकसित झालेली तुम्हाला दिसेल. ते ऐकत असताना बोलणाऱ्याच्या आवाजातील कंप, आवाजाची तीव्रता, आवाजातील चढ-उतार आणि बोलणाऱ्या व्यक्तीने वापरलेले शब्द यांचा वापर समजून घेण्यासाठी करतात. त्यांच्यातील ही क्षमता वृद्धिंगत करण्याचा प्रयत्न करा. याचा फायदा विशेषत: ज्यांचा व्यवसाय टेलिफोनद्वारे होतो त्यांना अधिक होईल. थोडक्यात, ऐकताना तनाने आणि मनाने ते बोलणे ऐका.

• समोरची व्यक्ती नक्की काय बोलते आहे, हे लक्ष देऊन ऐका

बऱ्याचदा समोरची व्यक्ती काय बोलत आहे याकडे तुमचे लक्ष नसते. विशेषत: समोरची व्यक्ती तुमच्या मतांच्या व समजुतींच्या विरोधात बोलत असेल तर ही शक्यता जास्त असते. बऱ्याचदा तुम्ही समजण्यासाठी न ऐकता प्रतिक्रिया देण्याकरिता ऐकत असता. लक्षात घ्या, संवाद ही शाळा-कॉलेज मधील वादविवाद

स्पर्धा नाही की, ज्यात आपला मुद्दा पुढे रेटून अधिक गुण मिळविले जातात. इथे एक व्यक्ती तुमच्याशी संवाद साधत असताना तुमचे वागणे कसे आहे, तुमचा प्रतिसाद कसा आहे, तुम्ही त्या व्यक्तीचे बोलणे किती लक्ष देऊन ऐकत आहात यावर त्या व्यक्तीचे व तुमचे भविष्यातील संबंध ठरणार असतात. त्या व्यक्तीच्या बोलण्यातील तर्क समजून घेत असताना त्या व्यक्तीच्या त्या विषयावरील भावना कोणत्या आहेत हे लक्षात घ्या. बऱ्याचदा त्या व्यक्तीच्या शब्दांपेक्षा त्या व्यक्तीच्या त्या विषयावरील भावना तुम्हाला निर्णय घेण्यास अधिक उपयुक्त ठरू शकतात. त्यामुळे उत्कृष्ट संवादासाठी तुम्ही तुमच्या भावना व प्रतिक्रिया यांना आवर घालणे किंबहुना कोणतीही भावना व्यक्त करणे अथवा प्रतिक्रिया देणे तुम्ही टाळले पाहिजे. जेव्हा ऐकणारी व्यक्ती केवळ तिला पटेल व तिच्या समजुतीत बसेल असेच ऐकते, तेव्हा तो संवाद होत नाही.

- **समोरच्या व्यक्तीच्या नजरेला नजर लावून बोलणे ऐका**

तुम्ही जर कोणाशी बोलण्याचा प्रयत्न करत असाल व ती व्यक्ती तुमच्याकडे बघणे टाळत असेल तर तुम्हाला किती वाईट वाटते याचा अनुभव तुम्ही घेतला असेल; आणि तेव्हा जर एखादी महत्त्वाची गोष्ट सांगायची असेल तर अशा परिस्थितीत तुम्हाला रागही आला असेल; म्हणून दुसऱ्याचे बोलणे ऐकत असताना त्या व्यक्तीच्या नजरेला नजर लावून ऐका; खोलीतील इतर गोष्टी पाहात बसू नका.

- **त्या व्यक्तीच्या बोलण्यातील लपलेल्या भावना समजून घ्या**

बऱ्याचदा बोलणारी व्यक्ती तिच्या मनात काय आहे हे प्रत्यक्षात सांगत नाही. अशा वेळेला एक उत्कृष्ट संवादक म्हणून त्या व्यक्तीला मन मोकळं करायला लावणे आवश्यक असते. त्या व्यक्तीच्या आविर्भावातून, आवाजातील चढाव-उतारातून व वापरलेल्या शब्दांतून त्या व्यक्तीचा भावनिक स्वर लक्षात घेण्याचा प्रयत्न करा. यातून त्या व्यक्तीला कशाचा त्रास होत आहे किंवा त्या व्यक्तीला नक्की काय सांगायचे आहे याची आपल्याला कल्पना येते; असे करणे म्हणजे मन वाचणे नाही. त्या व्यक्तीने दिलेल्या माहितीचा तर्क वापरून अर्थ लावण्याचा प्रयत्न करा; पण तुम्ही लावलेला अर्थ बरोबर आहे की नाही हे प्रश्न विचारून तशी खात्री करून घ्या. कानाचा वापर करून त्या व्यक्तीचे बोलणे ऐका व डोळ्यांचा उपयोग करून त्या व्यक्तीच्या शारीरिक हालचाली, चेहऱ्यावरचे भाव समजून घेण्याचा प्रयत्न करा. थोडक्यात, कानाने जे ऐकले व डोळ्याने जे टिपले त्याची योग्य सांगड घालून तुमचा विचार तयार करा पण यात व्यावहारिकपणाचा वापर करा.

• बोलणाऱ्या व्यक्तीला मध्येच थांबवू नका

जर तुम्ही बोलणाऱ्या व्यक्तीला मध्येच थांबविले तर त्या व्यक्तीला, ऐकणारा आपल्याला किंमत देत नाही आहे असे वाटते; तसेच ती व्यक्ती जो विचार करून बोलत आहे तो विचार तुटण्याची शक्यता असते. बोलणाऱ्या व्यक्तीचे बोलणे पूर्ण करण्याचा प्रयत्न करू नका. जर तुम्ही वाक्य पूर्ण केले तर त्याचा अर्थ असा होतो की, ऐकणाऱ्याला ते अगोदरच माहीत आहे, त्यामुळे बोलणारा निराश होऊ शकतो; कदाचित बोलणारी व्यक्ती आत्मविश्वास गमावू शकते. विषय समजून घेण्याआधीच तो बदलण्याचा प्रयत्न करू नका. बोलणे ऐकत असताना वारंवार घड्याळात पाहू नका; तसे केल्याने तुम्ही बोलणाऱ्याला दर्शविता की, तो तुमचा वेळ वाया घालवत आहे; जर तुमचा वेळ महत्त्वाचा असेल तर त्या व्यक्तीला तुम्ही ठरविलेली वेळ देऊ शकता. उत्कृष्ट ऐकणारे ७०% वेळ ऐकण्यासाठी देतात व केवळ ३०% वेळ स्वतःच्या बोलण्यासाठी देतात व त्यांना काय समजले याची खातरजमा करण्यासाठीच बोलतात.

• जरूर पडल्यास मुख्य मुद्दे लिहून काढा

व्यक्तीच्या बोलण्यातील महत्त्वाच्या विचारांची जरूर पडल्यास नोंद करा. यासाठी तुमची नोंदवही तुमच्या हाताजवळ नेहमी तयार ठेवा; पण लक्षात ठेवा, नोंद करणे महत्त्वाचे नाही, तर ऐकणे हे अधिक महत्त्वाचे आहे. नोंदी करताना बोलणाऱ्याकडे दुर्लक्ष होऊ शकते.

महत्त्वाचे तुम्हाला बोलणाऱ्याकडून जे समजले आहे त्याची खात्री करून घ्या

बोलण्यातून तुमच्या मनात काय अर्थ अभिप्रेत झाला अथवा तुम्ही कोणते चित्र तयार केले याची खात्री करून घ्या. त्यामुळे समोरची व्यक्ती आपले बोलणे मनापासून ऐकत आहे हे लक्षात आल्यावर बोलणाऱ्याचा आत्मविश्वास वाढतो, तसेच बोलणाऱ्याला जे सांगायचे आहे ते अगदी तसेच तुम्हाला समजले आहे याची खात्री होते. आता हे कसे केले जाते? बोलणाऱ्याचे वाक्य पुन्हा बोलणे जसे 'म्हणजे तुम्हाला असे म्हणायचे आहे का? तुम्ही हे जे बोललात त्यामुळे मला असे वाटत आहे. मला जे वाटते ते बरोबर आहे का?' अशा तुमच्या वाक्यांमुळे बोलणारी व्यक्ती अधिक माहिती देते व आपल्या समजण्यात काही चूक झाली असेल तर दुरुस्त करते. याचा सर्वांत मोठा फायदा म्हणजे बऱ्याचदा बोलणाऱ्या व्यक्तीचा त्या विषयासंबंधित भावनिक भार कमी होतो. कोणीतरी आपल्याला समजून घेण्याचा

प्रयत्न करत आहे याबद्दल तिला बरे वाटते. व्यक्ती ज्या विषयावर बोलत आहे त्यासंबंधित कुतूहलात्मक प्रश्न विचारा.

• शांत रहा

जर बोलणारी व्यक्ती रागावली असेल तरी शांत रहा; बऱ्याच वेळेला अनेकांना त्यांच्या मनातील राग बाहेर कोणावरतरी काढायचा असतो व त्यावेळेला तुम्ही तिथे असता, त्यामुळे तुम्ही त्यांच्या तावडीत सापडलेले असता. तुम्ही तुमच्या मनावरील नियंत्रण जाऊ देऊ नका. विशेषत: बोलताना जेव्हा मतभिन्नता होते तेव्हा तर तुमची खरी कसोटी असते. आपली व्यावहारिक बुद्धिमता व हजरजबाबीपणा याचा वापर करा, पण हे करत असताना त्या व्यक्तीचा अपमान होणार नाही, याची काळजी घ्या.

• तुमच्या हालचाली व चेहऱ्यावरील भावांवरून तुम्ही ऐकत आहात हे जाणवू द्या

ऐकत असताना तुमच्या हालचाली व चेहऱ्यावरील भाव हे खूप महत्त्वाचे आहेत. तुमचा चेहरा बोलणाऱ्याच्या दिशेने असू द्या. शक्यतो बाजूबाजूला उभे राहून बोलणे चांगले! कारण काही वेळेला अगदी समोर उभे राहिल्यास बोलणारी व्यक्ती उत्स्फूर्तपणे बोलू शकत नाही. नजरेला नजर असू द्या, पण तुम्ही टक लावून पाहात आहात असेही वाटता कामा नये. त्या व्यक्तीबरोबर किती प्रमाणात नजर आपण मिळवू शकतो हे तुम्ही ओळखू शकता. बोलणाऱ्या व्यक्तीने केलेली शारीरिक आखणी तुम्ही करा अथवा त्याची प्रतिमा तयार करा; सज्ज असा. तुमचे कान, डोळे व मन यांचा वापर करून ऐका. ऐकत असताना बोलणाऱ्याच्या दिशेने थोडे वाका. तुमच्या या वाकण्याने बोलणाऱ्याला भीती वाटणार नाही याची काळजी घ्या.

• ऐकणे संपवताना

शेवटी तुम्हाला काय समजले याची बोलणाऱ्याला प्रश्न विचारून खात्री करून घ्या. समजण्यात काही गल्लत झाली असेल तर ती स्पष्ट करून घ्या. सर्व बोलण्याचा सारांश करून त्याची बोलणाऱ्याकडून खात्री करून घ्या. त्यातून महत्त्वाच्या बाबी कोणत्या, हे निश्चित करा; परत केव्हा याबद्दल चर्चा करावी लागेल याची वेळ ठरवा. भविष्यात संबंध सुधारायचे आहेत किंवा बळकट करायचे आहेत हे कधीही विसरू नका.

तत्त्व क्र. २ : ऐकणाऱ्याच्या गरजा निश्चित करा व नंतरच संवादाची दिशा निश्चित करा

संवादकौशल्य प्राप्त करण्यासाठी आपल्याला थोडे मानसशास्त्र (मानवी वर्तन) समजणे आवश्यक आहे. तुम्हाला संवाद वाढवायचा असेल तर कोणताही संवाद केवळ 'कसे आहात' असे विचारून करू नका. संवादाची सुरुवात शक्यतो प्रशंसेने करा. पूर्वीपासून ओळख असेल तर 'आज आपण खूप सुंदर दिसत आहात.' 'आज आपण खूप उत्साहात दिसत आहात.' 'तुमच्या चेहऱ्यावरील हास्य मला अधिक आवडते'. ही काही उदाहरणे आहेत. या प्रकारची वाक्ये बनवता येऊ शकतात; पण हे लक्षात घ्या; खोटी स्तुती करू नका. जर त्या व्यक्तीला तिच्यात असा काही गुण नाही हे माहीत असेल तर ती या वाक्यातला खोटेपणा ओळखेल. स्तुती करताना सत्यतेचे व परिस्थितीचे भान ठेवा, खोटी स्तुती करू नका. प्रत्येक व्यक्तीत काहीतरी एक चांगला गुण असतोच व त्या व्यक्तीला तुम्ही ओळखत असल्याने तो तुम्हाला अनुभवाने लक्षात आलेला असतो; आणि या गुणाची प्रशंसा करताना ती वरवर न करता अंत:करणापासून करा. शब्दांची कंजुषी करू नका. आता ज्यांना आपण ओळखत नाही त्यांच्याशी संवाद सुरू करताना त्या व्यक्तीच्या पेहरावाबद्दल तुम्ही प्रशंसा करू शकता, कारण प्रत्येक व्यक्ती तिचा पेहराव तिच्या आवडीनुसारच निवडते; मग तुम्ही पुढील वाक्ये वापरू शकता. 'तुमचे शर्ट/साडी/ड्रेस खूप छान आहे'. तुम्हाला ते अधिक छान दिसत आहे. 'तुमची निवड उत्तम आहे'. 'कोणत्या दुकानातून घेतले?' 'मलाही असा ड्रेस घेणे आवडेल पाहा'. ती व्यक्ती मग स्वत:बद्दल अधिक माहिती देते.

वरील पद्धतीमध्ये वर्तन मानसशास्त्रातील एक महत्त्वाचे तत्त्व सामावलेले आहे. ते तत्त्व म्हणजे, तुम्हाला जर एखाद्या व्यक्तीच्या हृदयापर्यंत पोहोचायचे असेल तर त्याच्यातील मी (आत्मसन्मान) ची तृप्ती करा. मानवी स्वभावाचा एक महत्त्वपूर्ण गुणधर्म आहे की, त्याला त्याचा आत्मसन्मान हा अन्न, वस्त्र, निवारा, स्वातंत्र्य या मूलभूत गरजांपेक्षा अधिक महत्त्वाचा असतो. ज्यावेळेला समोरची व्यक्ती ऐकणाऱ्याचा आत्मसन्मान राखते किंवा त्या आत्मसन्मानाला धरून कृती करते अथवा बोलते तेव्हा ऐकणाऱ्याला फार बरे वाटते. वरील उदाहरणात जेव्हा 'तुमचे शर्ट/साडी/ड्रेस खूप छान आहे. तुम्हाला ते अधिक छान दिसत आहे' असे म्हणता तेव्हा त्या व्यक्तीच्या सुंदरतेबद्दल तुम्ही बोलत असता. प्रत्येक व्यक्ती स्वत:वर सर्वांत जास्त प्रेम करते; अशावेळी अशी स्तुती त्या व्यक्तीला अधिक आवडते. 'तुमची निवड उत्तम आहे. कोणत्या दुकानातून घेतले?' या वाक्यामुळे त्या व्यक्तीच्या निवडीला

तुम्ही दाद देत असता. कोणीतरी आपल्या निवडीला दाद देत आहे हे ऐकून ते ऐकणारी व्यक्ती मनापासून खूश होते. 'मलाही असा ड्रेस घेणे आवडेल'. हे वाक्य तर अधिक महत्त्वाचे असते, कारण कोणीतरी माझ्याकडे पाहून निर्णय घेत आहे हे ऐकणाऱ्याच्या मनाला खूप आवडते.

व्यक्ती पुढे बोलत असताना पुढील मुद्यांचे भान ठेवा –

१. त्या व्यक्तीला तुमच्याकडून नक्की काय पाहिजे आहे?

२. तुम्हाला त्या व्यक्तीपासून काय हवे, त्यापेक्षा तुम्ही त्या व्यक्तीला काय देऊ शकता, याचा विचार करा.

३. अशी कोणती गोष्ट अथवा विषय आहे की ज्यामुळे ती व्यक्ती तुमच्याशी अधिक मोकळेपणाने व उत्स्फूर्तपणे बोलेल.

४. ती व्यक्ती जे बोलत आहे तसे का बोलत आहे व जसे वागत आहे तसे का वागत आहे, यावर लक्ष ठेवा.

मानवाच्या अन्न, वस्त्र, निवारा, आरोग्य या भौतिक गरजा आहेत. शिक्षण, स्वातंत्र्य, मुक्ती या मानसिक गरजा आहेत. मानसिक गरजा व इतर सर्व गरजा या जीवन जगताना लक्षात आलेल्या आहेत. इतर गरजांमध्ये आत्मसन्मानाची पूर्ती, समाजाकडून मान्यता, सत्ता गाजविण्याची इच्छा यांचा समावेश होतो. या गरजा पूर्ण झाल्यानंतरसुद्धा जर ती व्यक्ती त्या गरजांसाठी काहीही करायला तयार होते, तेव्हा या गरजांचे रूपांतर लालसेत होते. स्वातंत्र्य, मुक्ती व लालसेत रूपांतर झालेल्या गरजा काही वेळा इतर कोणत्याही गरजांपेक्षा प्रबळ होतात व त्या पूर्ण करण्यासाठी ती व्यक्ती नैतिक किंवा अनैतिक मार्ग स्वीकारते. त्यामुळे ऐकणाऱ्याची हाव अथवा लालसा यांचा उपयोग संवादाची सुरुवात अधिक परिणामकारकरीत्या करण्यासाठी करता येऊ शकतो.

पुढे काही मानसिक गरजांची यादी दिली आहे. या यादीचा उपयोग संवादाची सुरुवात अधिक परिणामकारकरीत्या करण्यासाठी तुम्ही करू शकता.

१. **वैयक्तिक प्रभुत्वाची जाणीव :** या जाणिवेद्वारे प्रत्येक व्यक्ती इतरांवर प्रभुत्व मिळविण्याचा प्रयत्न करत असते व त्यासाठी योग्य संधी शोधत असते.

२. **आत्मसन्मानाची पूर्ती :** याद्वारे त्या व्यक्तिला अभिमान वाटत असतो व मी कोणीतरी आहे याची जाणीव होत असते, तसेच याद्वारे त्या व्यक्तीला स्वतःचे महत्त्व जाणवत असते.

३. **आर्थिक यश :** आयुष्यात पैसा मिळविणे व त्या पैशांचा उपयोग करून अधिक साधनसंपत्ती जमा करणे

४. **प्रयत्नांची पोच–पावती व कामाची खात्री** : प्रभावी संवादामुळे केलेल्या प्रयत्नांचे चीज होते. कामाचे समाधान वाटते.

५. **समाजाकडून मान्यता :** विशेषत: सहकाऱ्यांकडून व मित्रांकडून मान्यता

६. **जिंकण्याची ईर्षा :** सर्वोत्तम बनण्याची अथवा प्रथम येण्याची इच्छा

७. **आपल्या मुळाबद्दलची जाणीव व अभिमान :** यामुळे प्रत्येक व्यक्तीला आपला देश, प्रदेश, धर्म, वंश, जात, संस्था यांचा अभिमान वाटत असतो.

८. **रचनात्मक अभिव्यक्तीच्या संधी :** प्रत्येक व्यक्तीमध्ये एक निर्मितिक्षमता असते; ती प्रत्येक व्यक्ती मुक्तपणे शब्दांद्वारे, कृतीद्वारे अथवा कलाकृतीद्वारे अभिव्यक्त करण्याचा प्रयत्न करते व ती अभिव्यक्त करताना मुक्तता असावी अशी आशा बाळगते.

९. **आयुष्यात काहीतरी उपयुक्त करण्याची इच्छा :** आयुष्यात आपण असे काहीतरी करावे, त्यामुळे आपल्याला समाज लक्षात ठेवेल अशा संधी शोधणे

१०. **नवनवीन अनुभव घेण्याची संधी :** नवनवीन अनुभव घेणे हा मानवी स्वभावाचा मूलभूत गुणधर्म आहे. त्यामुळे प्रत्येक व्यक्ती नवीन अनुभवाच्या शोधात असते.

११. **स्वातंत्र्य :** अनेकवेळा स्वातंत्र्य हे इतर गरजांपेक्षा अधिक शक्तिमान ठरते.

१२. **आत्मसन्मान :** प्रभावी संवादामुळे आत्मसन्मान वाढतो.

१३. **प्रेम त्याच्या विविध रूपात :** संवादामुळे प्रेमाचे विविध पदर व्यक्त होतात.

१४. **भावनिक स्वातंत्र्य आणि भावनिक सुरक्षा :** आपल्या भावना स्पष्टपणे मांडण्याचे स्वातंत्र्य प्रत्येक व्यक्तिला अभिप्रेत असते.

वैयक्तिक प्रभुत्वाची जाणीव आणि आत्मसन्मानाची पूर्ती यांचा उपयोग व्यक्तिला बोलते करण्यास जास्त करता येतो. इतरही गरजा महत्त्वाच्या आहेत, पण पहिल्या दोन उपयुक्तपणे वापरता येतात. या यादीतील एक जरी गरज पूर्ण झालेली नसेल तर अशा व्यक्ती आनंदी नसतात. त्यांना त्यांच्या आयुष्यात काहीतरी कमतरता वाटत असते व ही कमतरता भरून काढण्यासाठी ते मार्ग शोधत असतात व तो मार्ग मिळविण्यासाठी ते काहीही करायला तयार असतात. तुम्ही त्यांना त्यांच्या गरजांबद्दल विचारले तर ते तुम्हाला सरळ कधीच सांगणार नाहीत. यासाठी काही मूलभूत प्रश्न

सहजरीत्या विचारून तुम्ही या पूर्ण न झालेल्या गरजा समजू शकता. एकदा तुम्हाला त्यांची गरज कळली की तुम्ही त्याच विषयावर बोलून, चर्चा करून परिस्थितीवर नियंत्रण मिळवू शकता. प्रत्येक व्यक्तीच्या स्वतःबद्दलच्या कल्पना व गरजा या भिन्न भिन्न असतात. एवढेच काय, एकाच व्यक्तीच्या गरजा थोड्याथोड्या वेळाने बदलत असतात. त्या व्यक्तीची त्या क्षणाला काय गरज आहे, हे तुम्ही प्रश्न विचारून जाणून घेऊ शकता, त्या व्यक्तीच्या बोलण्यातून दुवा शोधा. ती गरज पूर्ण करण्याचा शाब्दिक प्रयत्न करा. जर त्या व्यक्तीच्या वरील यादीतील काही गरजा पूर्ण झाल्या असतील तर त्यांचा तुम्हाला परिस्थितीवर नियंत्रण मिळविण्यासाठी उपयोग होणार नाही हे लक्षात घ्या.

• मुलाखतीच्या वेळचे संवादकौशल्य

एखादी नोकरी मिळवायची तर उमेदवाराला स्वतःला वेगवेगळ्या पातळ्यांवर सिद्ध करावे लागते. त्यात अंतिम टप्पा असतो मुलाखतीचा. मुलाखतीत उमेदवाराने स्वतःला सिद्ध केले, तर पुढचा प्रवास सुकर ठरतो. मुलाखतीच्या वेळी व्यक्ती स्वतःला व स्वतःच्या ज्ञानाला कशाप्रकारे सादर करते यावर मुलाखतीचे यश अवलंबून असते. मुलाखत घेणाऱ्या व्यक्तीसोबत किंवा संपूर्ण पॅनलसोबत सकारात्मक आणि आत्मविश्वासपूर्ण संवाद साधला जाणे अत्यंत गरजेचे असते.

मुलाखतीचे एक महत्त्वाचे अंग म्हणूनच संवादकौशल्याकडे पाहिले जाते. मुलाखतीद्वारे तुम्ही किती उत्तम संवाद साधू शकता आणि देहबोली कशी वापरता याची चाचपणी होते. तुमची बोलण्याची पद्धत, स्पष्ट उच्चार तसेच मुलाखत इंग्रजी भाषेत असेल तर या भाषेवरील तुमची पकड या गोष्टींकडे बारकाईने पाहिले जाते.

• मुलाखत प्रभावी होण्यासाठी काही महत्त्वाच्या गोष्टी

- सर्वांत महत्त्वाची गोष्ट म्हणजे विचारलेल्या प्रश्नांची नेमकी उत्तरे देण्याचा प्रयत्न करावा; जर विचारण्यात आले तरच पुढील तपशील द्यावा.
- उत्तरे देताना आपल्याला किती माहीत आहे हे दाखवण्याचा अट्टाहास नसावा. उत्तरे आत्मविश्वासाने व स्पष्ट आवाजात द्यावीत.
- एखाद्या प्रश्नाचे उत्तर माहीत नसल्यास तसे सांगावे, उगाच खोटे बोलू नये. प्रश्न नीट ऐकून घ्यावा.
- उत्तरे देताना नजर प्रश्नकर्त्याकडे असावी.
- मुलाखत घेणाऱ्या व्यक्तींना 'गुड मॉर्निंग' अथवा 'गुड डे' अशा शुभेच्छा द्याव्यात.

- जर हातमिळवणी केली, तर ती आत्मविश्वासाने करावी.
- जमिनीकडे पाहून, छताकडे पाहून, पाय हलवत, खिशात हात घालून बोलणे टाळावे; कारण आपल्या व्यक्तिमत्त्वाची पारख आपल्या देहबोलीवरून ठरते.
- उत्तरे शक्यतो नकारात्मक नसावीत.
- मुलाखत घेणाऱ्या व्यक्तींना शेवटी 'धन्यवाद' म्हणायला विसरू नका.
- एखादा प्रश्न समजला नसेल तर प्रश्न पुन्हा सांगण्याची विनंती करावी.

या छोट्या पण महत्त्वाच्या गोष्टी लक्षात घेतल्या तर आपली मुलाखत नक्कीच छान होईल.

• भाषेचे ज्ञान

भाषेवरील आपले प्रभुत्व हे आपल्या व्यक्तिमत्त्वाचा एक अत्यंत महत्त्वाचा पैलू आहे. योग्यवेळी योग्य शब्दांद्वारे आपल्या भावना व्यक्त करता येण्यासाठी भाषा चांगली अवगत असणे आवश्यक आहे. शब्दांमध्ये खूप मोठी शक्ती सामावलेली आहे. ज्याला शब्दांचा योग्य वापर करता येतो तो श्रोत्यांच्या हृदयापर्यंत सहज पोहोचू शकतो. भाषेचा वापर करताना दोन प्रकारच्या भाषा वापरण्याचा प्रसंग आपल्यावर येऊ शकतो. एकतर मातृभाषा आणि दुसरी आपण शिकलेली भाषा. भाषेचा वापर करताना योग्य काळजी घेतली तर आपण यशस्वी होऊ शकतो.

• भाषेचे ज्ञान वाढण्यासाठी...

- आपल्या आजूबाजूच्या लोकांना समजेल अशा प्रकारची आपली भाषा असावी. अर्वाच्य भाषेचा वापर करू नका. अशा बोलण्याने तुम्ही अशिक्षित आणि उद्धट असल्याची छाप पडते. बोलताना शांतपणे आणि समजून बोलावे.
- शब्दांचा उच्चार स्पष्ट करा. ओझरता उच्चार केल्यास किंवा बोलताना तुमची जीभ व ओठ पुरेसे न हलवल्यास तुम्ही आळशी असल्याचे लोक मानतील व तुमचे म्हणणे त्यांना नीट समजणारही नाही.
- खूप वाचन करा. वेगवेगळ्या प्रकारचे वाचन करा. यामुळे तुमचा शब्दसाठा वाढेल आणि वेगवेगळ्या वाक्यरचना समजून घेण्यास मदत होईल. भरपूर वाचनाने तुम्ही बरेच नवे वाक्प्रचारही शिकू शकाल. अवघड शब्दांवर प्रभुत्व मिळवू शकाल.
- ज्या शब्दांचा अर्थ आणि उच्चार यांबद्दल तुम्ही साशंक आहात त्यांचा वापर टाळा. त्यांच्या वापराने तुमच्या बोलण्याचा एकदम गैरअर्थ निघू शकतो.

आणि चुकीच्या पद्धतीने शब्दांचा वापर केल्यास लोकांचा तुमच्या बुद्धिमत्तेवरील व तुमच्या क्षमतांवरील विश्वास कमी होऊ शकतो.

- **विविध भाषांचे ज्ञान आणि सुधारणा**

  - मातृभाषेव्यतिरिक्त भाषेत बोलण्याचा प्रसंग आल्यास आपले सर्वोत्तम ज्ञान पणाला लावावे. आजकाल बऱ्याचवेळेस मुलाखती इंग्रजीतून घेतल्या जातात. इंग्रजी येत नसलेली व्यक्ती कितीही हुशार आणि कुशल असली तरी ती आवश्यक भाषा येत नसल्याने मागे पडते. तिच्या/त्याच्या प्रगतीत अनेक अडचणी येतात; म्हणूनच इंग्रजीवर प्रभुत्व मिळविण्यासाठी विशेष प्रयत्न करावेत.

  - मातृभाषेव्यतिरिक्तच्या भाषेवर प्रभुत्व मिळविण्यासाठी सततच्या आणि विशेष प्रयत्नांची आवश्यकता असते. यात तुमचा शब्दसाठा वाढवणे, व्याकरणाचे ज्ञान वाढवणे, योग्य उच्चार शिकणे इत्यादी समाविष्ट आहेत. भाषा शिकण्यासाठी ती ज्यांची मातृभाषा आहे त्या लोकांच्या सहवासात राहणे, त्यांच्याशी बोलणे ही सर्वोत्तम पद्धत आहे; परंतु काही कारणास्तव असे करणे शक्य नसल्यास त्या भाषेचा जास्तीतजास्त संपर्क कसा करता येईल याचा विचार करावा. त्या भाषेतून गाणी ऐकणे, रेडिओ ऐकणे, टी.व्ही.प्रोग्राम पाहणे असे उपायही करता येतील.

  - वाचन हा भाषासमृद्धीचा राजमार्ग आहे; शक्य तितके वाचा. वर्तमानपत्र, मॅगेझीन, पुस्तके इत्यादी वाचा. चौफेर वाचनाचे अनेक फायदे आहेत.

  - ज्यांची मातृभाषा इंग्रजी नाही तरीही ते चांगली इंग्रजी बोलतात त्यांचे बोलणे ऐका. त्यानुसार बोलण्याचा सराव करा. त्यांनी आपली भाषा सुधारण्यासाठी काय उपाय केले ते विचारा आणि त्यानुसार प्रयत्न करा.

  - व्याकरणाचा पुरेसा अभ्यास करा, परंतु त्यातच गुंतून जाऊ नका. इंग्रजीचा अभ्यास करणारे अनेक विद्यार्थी त्यांचा पूर्ण वेळ व्याकरणाची चिंता करण्यातच घालवतात व भाषेची इतर कौशल्ये जसे शब्दसाठा, योग्य उच्चारण, योग्य प्रकारे ऐकणे आणि बोलणे इत्यादी शिकायचे राहूनच जाते.

  - तुमच्या कुटुंबीयांना, मित्रांना तुमच्या चुका निदर्शनास आणून द्यावयास सांगा.

  - लक्षात ठेवा, तुमचा मूळ उद्देश तुम्हाला जे म्हणायचे आहे ते तसेच लोकांपर्यंत सहजपणे पोहोचवणे हा असतो. मातृभाषेव्यतिरिक्तच्या भाषेतून तुम्ही जेव्हा

बोलता तेव्हा तुमच्याकडून चुका होणे अपेक्षित असते, परंतु लोक त्याकडे तोपर्यंत लक्ष देत नाहीत जोपर्यंत तुम्हाला काय म्हणायचे आहे ते त्यांना समजते; जर तुम्ही अगदी 'परफेक्ट' होण्यासाठी काळजी करीत असाल आणि छोट्या छोट्या चुकांवर खूप लक्ष देत असाल तर तुम्ही गोंधळून जाल, तुम्ही खूपच हळू बोलाल व तुम्हाला समजून घेणे अवघड होईल आणि त्यांना वाटेल की तुमच्यात आत्मविश्वासाची कमतरता आहे.

म्हणूनच भाषेवर प्रभुत्व मिळवा, शब्दांना आपले सारथी बनवा. मग प्रगतीचे प्रत्येक पाऊल पुढे पडेल.

• मुलाखतवेळची देहबोली

आपले हृदय छातीच्या पिंजऱ्यातून बाहेर पडू पाहात आहे, कपाळावरून घामाचे थेंब ओघळत आहेत आणि तुमचे मन अगदी सैरावैरा धावत आहे - ही स्थिती काही कडाक्याच्या भांडणाची किंवा युद्धप्रसंगाची नाही - ही फक्त एका नोकरीची सततची मुलाखत आहे. 'जॉब इंटरव्यूह' हा बऱ्यापैकी तणाव निर्माण करणारा असतो हे काही रहस्य नाही; परंतु आपल्यापैकी खूप सारे लोक आपण काय बोलणार, कसे बोलणार याबाबत चिंता करण्यातच बराच वेळ घालवता आणि ही चिंता त्यांच्या देहबोलीतून स्पष्टपणे दिसून येते.

- तुम्ही काय आणि कसे बोलता हे जास्त महत्त्वाचे ठरत असते; म्हणूनच मुलाखतीच्या वेळी तुम्ही शब्दांद्वारेच नाही तर शब्दांविनाही तुमचे प्रोफेशनलीझम प्रभावीपणे व्यक्त करायला हवे.
- मुलाखतीला जाण्याआधी कंपनीविषयी माहिती वाचून ठेवा. तिची वर्तमान स्थिती समजून घ्या. मुलाखतीतील नेहमी विचारल्या जाणाऱ्या काही सामान्य प्रश्नांची उत्तरे कशी द्यायची याचा सराव तुम्ही केलेला असावा.
- सुरुवातीचे ३० सेकंद हे अत्यंत महत्त्वाचे असतात. बरेच मॅनेजर हे संभाव्य उमेदवार याच वेळेत ओळखून घेतात. केबिनमध्ये जाताना आपला टाय वगैरे अ‍ॅडजेस्ट करू नका किंवा शर्ट इन व्यवस्थित करण्याच्या भानगडीतही पडू नका. हे सर्व आधीच व्यवस्थित करून घ्या.
- हात मिळवताना तो पूर्ण आत्मविश्वासाने मिळवा. मजबूत हस्तांदोलन आत्मविश्वासाचे आणि शक्तीचे द्योतक असते; परंतु याचवेळी ही काही शक्तिप्रदर्शनाची जागा नाही हे ही लक्षात ठेवा. कमजोर हस्तांदोलन भीती

आणि अनिश्चितता दर्शविते. समोरच्या व्यक्तीशी हस्तांदोलन करताना तिच्या डोळ्यात बघा आणि 'हॅलो' म्हणा आणि हो 'स्माईल करणे' कधीच विसरू नका. मंदस्मित वातावरणातील तणाव निवळण्यास मदत करते.

- देहबोली

  - आपल्या खुर्चीत सरळ बसा. तुमच्या शरीराचा कल थोडासा पुढे झुकलेला असावा. यामुळे तुम्ही जागरूक आहात आणि संभाषणात इंटरेस्टेड आहात असे दिसून येईल.

  - तुमचा उत्साह आणि आवड त्यांना दिसू द्या. सकारात्मकरीत्या मान हलवणे आणि इतर हावभावांद्वारे ते व्यक्त करता येतात; परंतु या क्रिया मर्यादित असाव्यात अन्यथा आपले हसू होईल.

  - तुमच्यात आणि मुलाखत घेणाऱ्या व्यक्तीत योग्य तितके अंतर असावे. 'पर्सनल स्पेस' मध्ये अतिक्रमण केल्यास ती व्यक्ती समोरच्या व्यक्तीला विचलित करू शकते.

  - परफ्युम इत्यादींचा कमीतकमी वापर करावा. 'डोकेदुखी देणारा उमेदवार' ही ओळख तुमच्या काही फायद्याची नाही.

  - जर एकापेक्षा जास्तजण तुमचा इंटरव्ह्यू घेत असतील तर प्रत्येकाशी नजर मिळवा आणि शेवटी ज्याने प्रश्न विचारला आहे त्याच्याशी नजर मिळवत आपले उत्तर संपवा.

  - छातीवर हातांची घडी घालू नका. पाय क्रॉस करून बसू नका. यामुळे तुम्ही घाबरलेले आहात आणि संरक्षण घेऊ इच्छिता असा संदेश जातो.

  - मुलाखत संपल्यावर उभे राहा आणि स्मितहास्य करा. आनंदाने निरोप घ्या.

तुमच्या मुलाखतीतील काही चांगल्या प्रश्नोत्तरांनंतर मुलाखत जवळपास संपते, परंतु अजून रिलॅक्स होऊ नका. तुमचा इंटरव्ह्यू हा तुम्ही कंपनीच्या आवारात शिरताच सुरू होऊ शकतो आणि तो तुम्ही त्या आवारातून बाहेर पडेपर्यंतही चालू राहू शकतो हे लक्षात ठेवा. एखाद्या अनोळखी, अचानक भेटलेल्या व्यक्तीबरोबर बेजबाबदार वागणूक किंवा एखादी बेजबाबदार कृती तुमच्या सगळ्या मेहनतीवर पाणी फिरवू शकते.

• मुलाखतीची पूर्वतयारी

मुलाखतीला जाताना चांगली पूर्वतयारी करून जाणे आवश्यक आहे.

• मुलाखतीची पूर्वतयारी करताना आवश्यक मुद्दे

अ) कंपनीचा अभ्यास आणि संशोधन – तुम्ही ज्या कंपनीत नोकरीसाठी अर्ज केला आहे तिच्याबद्दल मिळेल ती सर्व माहिती गोळा करा. कंपनीच्या मिशन आणि व्हिझन स्टेटमेंटचा अभ्यास करा. प्रॉडक्ट डिस्क्रिप्शन, कंपनी पुरवत असलेल्या सेवा तेथील प्रमुख कर्मचारी इत्यादींचा अभ्यास करा; जर कंपनीत तुम्ही कोणाला ओळखत असाल तर त्याच्याकडून कंपनीच्या तातडीच्या गरजा काय आहेत हे जाणून घेण्याचा प्रयत्न करा. कंपनीचे जर सोशिअल मीडिया पेज असेल तर ते पाहा म्हणजे सद्यःस्थितीत कंपनीत काय चालू आहे हे कळेल.

ब) मुलाखतीतील प्रश्नांचा सराव – कुटुंबातील एखाद्या सदस्यासोबत वा मित्रासोबत मुलाखतीत विचारल्या जाऊ शकणाऱ्या संभाव्य प्रश्नांचा सराव करावा. यामुळे नोकरी देणाऱ्याच्या दृष्टिकोनातून विचार करायला मदत होईल. मुलाखतीतील सामान्य प्रश्न हे तुमची बलस्थानं आणि तुमच्या कमजोर जागा, कंपनीने तुम्हाला का नोकरी द्यावी आणि तुमची दीर्घकालीन व्यावसायिक उद्दिष्टे इत्यादींशी संबंधित असतात.

क) तुमचा रेझ्युम तयार करा – मुलाखतीपूर्वी तुमचा रेझ्युम तयार करा. मुलाखत घेणाऱ्याकडे तुमचा जुना रेझ्युम असू शकतो. त्याला तुमच्याबद्दलची अपडेटेड माहिती नव्या रेझ्युममधून द्या. हा रेझ्युम कंपनीच्या गरजेनुसार बनवलेला असावा. त्यातून तुम्ही त्या पदासाठी कसे योग्य उमेदवार आहात हे दिसून आले पाहिजे. मुलाखत घेणाऱ्याकडे सर्वप्रथम तुमचा रेझ्युमच जातो. तो तुमचा राजदूतच आहे असे माना. तुम्हाला मुलाखतीसाठी बोलवायचे की नाही हे सुद्धा तुमचा रेझ्युमच ठरवेल. तुमच्याबद्दलचे 'फर्स्ट इम्प्रेशन' तुमचा रेझ्युमच निर्माण करत असतो, म्हणून त्यावर विशेष काम करा. एक चांगला रेझ्युम असण्याचे महत्त्व अनन्यसाधारण आहे.

ड) वेळेचे नियोजन – वेळ पाळा. मुलाखतीसाठी वेळेवर हजर राहा. शक्यतोवर दहा-पंधरा मिनिटं तरी आधी जा. नोकरी देणारे आपल्या उमेदवारात 'वक्तशीरपणा'ची अपेक्षा करतात. उशिरा जाण्याने त्यांच्या मनातील तुमच्या प्रतिमेवर खूपच विपरीत परिणाम पडू शकतो. ह्या चुकीची किंमत तुम्हाला नोकरी गमावण्याच्या रूपानेही चुकवावी लागू शकते.

अशा प्रकारे तयारी करून एखाद्या दक्ष सैनिकाप्रमाणे मुलाखतीसाठी जा. मनाने रिलॅक्स आणि बुद्धीने तयार राहा. मग यश तुमचेच आहे.

- **मुलाखतीवेळच्या वर्तमान घडामोडी**

आपल्या सभोवतालच्या सामाजिक, राजकीय, आर्थिक, सांस्कृतिक व क्रीडा क्षेत्रात काय घडते याची माहिती वर्तमान घडामोडींमध्ये असते. नोकरीच्या शोधात असलेल्या तरुणांनी वर्तमान घडामोडींची अद्ययावत माहिती ठेवणे अपेक्षित आहे. ही माहिती सर्वच क्षेत्रांतल्या लोकांना उपयुक्त ठरते. त्यासाठी दररोज कमीतकमी एकतरी वर्तमानपत्र वाचणे व त्यातील महत्त्वाच्या बातम्यांची नोंद घेणे आवश्यक आहे.

उमेदवाराला त्याच्या आजूबाजूच्या परिस्थितीचे कितपत ज्ञान आहे, सामाजिक व आर्थिक, राजकीय प्रश्नांची कितपत जाण आहे हे मुलाखतीत तपासले जाते. सामान्य ज्ञान हा विषयही त्यातलाच आणि उमेदवाराची त्यावर मजबूत पकड असणे अपेक्षित आहे. वर्तमानविषयक घडामोडींची अद्ययावत माहिती वर्तमानपत्रे, मासिके, टी.व्ही, रेडिओ ह्याद्वारे मिळू शकते. उमेदवाराचे सामान्यज्ञान व वर्तमान घडामोडींचे ज्ञान त्याबरोबरच त्यावर भाष्य करण्याची क्षमताही तपासली जाते. अशा विषयातले ज्ञान उमेदवारासाठी फायद्याचे ठरते. जास्तीतजास्त वर्तमान घडामोडींवरच प्रश्न मुलाखतीत विचारले जातात.

- **मुलाखतीवेळचा पोशाख**

मुलाखतीसाठी किंवा प्रेझेण्टेशनसाठी अधिकाऱ्यांसमोर तुम्ही जेव्हा जाता तेव्हा तुमचे 'फर्स्ट इम्प्रेशन' हेच सर्वाधिक महत्त्वाचे असते. तुम्ही कसे दिसता आणि तुम्ही कसे कपडे घातले आहेत यावरून समोरची व्यक्ती तुमच्याबद्दलचे मत बनवत असते; म्हणूनच स्वतःला प्रेझेंट करताना पोषाखाचे महत्त्व अनन्यसाधारण आहे. व्यवस्थित शर्ट-पॅण्ट घालून मुलाखतीसाठी आलेल्या उमेदवाराला एखाद्या जीन्स-टीशर्ट घालून आलेल्या उमेदवारापेक्षा नक्कीच जास्त प्राधान्य दिले जाते. प्रसंगानुरूप पोशाख केल्याने आपली सकारात्मक छाप इतरांवर पडते. आपण ज्या पदासाठी अर्ज केला आहे त्यानुरूप आपला पोशाख असावा. एखाद्या कंपनीत अधिकारी पदासाठीच्या मुलाखतीसाठी तुम्ही जाणार असाल तर तुमचा पोशाखही सूट-पॅण्ट असा असायला हवा.

- **स्वतःला प्रेझेंट करताना पोशाख कसा असावा**

  - आपण अर्ज करत असलेल्या पदाला शोभेल असा पोशाख करावा. उदा. जॉब पोझिशन हाय प्रोफाईल असेल, तर मुलाखतीला जाताना सूट

वापरावा. तो हलक्या रंगाचा असावा. नेवीब्लू किंवा ग्रे. दृष्टीला आनंद देणाऱ्या रंगांचा पोशाखात समावेश असावा.

- पूर्ण हाताचा शर्ट म्हणजेच फुल स्लीव्ज़ूचा शर्ट
- लेदर शूज
- डार्क सॉक्स
- टाय, बेल्ट
- केस नीट कापलेले, विंचरलेले असावेत.
- दाढी केलेली असावी.
- शरीरावर दागदागिने, अंगठ्या, लॉकेट इत्यादी नसावेत.

- **स्त्रियांचा पोशाख**
  - आवश्यक पंजाबी ड्रेस किंवा सूट
  - अत्यंत मर्यादित प्रमाणात दागिने
  - प्रोफेशनल हेअरस्टाईल
  - हलका मेकअप
  - हलका परफ्युम
  - पर्स नाही, पोर्टफोलिओ किंवा ब्रीफकेस
  - एका हातात एकापेक्षा जास्त अंगठ्या नसाव्यात.

- **सूचना**
  - मुलाखतीसाठी जाण्याचा विचारही करण्याआधी तुमच्याकडे चांगले कपडे आणि इतर आवश्यक साहित्य असल्याची खात्री करा.
  - तुमचा संपूर्ण पोशाख व मुलाखतीसाठी लागणारे इतर साहित्य आधीच्या रात्रीच तयार ठेवा म्हणजे मुलाखतीच्या दिवशी तुमची धावपळ होणार नाही. शेवटच्या मिनिटासाठी कुठलेही काम ठेवू नका.
  - बूट पॉलिश करून ठेवा. कपडे इस्त्री करून ठेवा.

चांगल्या पोशाखासाठी खर्च करणे म्हणजे एक प्रकारची गुंतवणूकच आहे. ती तुम्हाला खूप चांगला परतावा मिळवून देऊ शकते. दोन चांगले ड्रेस, एक जोडी चांगल्या प्रतीचे लेदर शूज, बेल्ट, टाय अशा वस्तूंवर एकदा खर्च केल्यास तुम्हाला निदान वर्षभर तरी त्यांची चांगली सेवा मिळेल. फक्त मुलाखातीसाठीच नाही तर प्रेझेण्टेशन देताना, मीटींग, पार्टीला जाताना एवढेच काय, कामाच्या

ठिकाणी नवीन लोकांशी ओळख/मैत्री करतानाही चांगला पोशाख तुमचे व्यक्तिमत्त्व नक्कीच खुलवेल.

- ## मुलाखतीसाठीचा चौफेर अभ्यास

आपली अभ्यासाची पुस्तके सोडून आजूबाजूच्या घटकांविषयीचे ज्ञान व त्यावर भाष्य करण्याची क्षमता अशी चौफेर अभ्यासाची व्याख्या होऊ शकते. कोणत्याही प्रकारच्या मुलाखतीसाठी जाताना चौफेर अभ्यास असणे अतिशय महत्त्वाचे आहे. यामध्ये उमेदवाराकडून त्याच्या विषयातले सखोल ज्ञान तर अपेक्षितच असते पण त्याचबरोबर सर्वसामान्य ज्ञान असणे अपेक्षित आहे. त्यामध्ये साध्या दैनंदिन गोष्टी, राष्ट्रीय व आंतरराष्ट्रीय घडामोडींचा समावेश होतो.

- ## चौफेर ज्ञान वाढवायचे कसे?

  - जर तुम्ही मुलाखतीत तुमचा आवडता खेळ क्रिकेट असा सांगितला तर क्रिकेटमधील सखोल ज्ञान तुम्हाला असणे अपेक्षित आहे.
  - तुम्ही कोणत्या प्रकारची व कुठल्या पदासाठी मुलाखत देत आहात हे तुम्हाला माहीत असावे.
  - तुम्ही ज्या क्षेत्रात नोकरी करणार आहात, त्या क्षेत्रातील मान्यवर व्यक्ती व कंपन्या यांची माहिती हवी.
  - तुम्ही राहता त्या ठिकाणची राजकीय, सामाजिक, सांस्कृतिक घडामोडींची माहिती असावी.
  - तुम्ही राहता त्या ठिकाणच्या भौगोलिक, ऐतिहासिक वैशिष्ट्यांविषयी माहिती हवी.
  - एखादा प्रसंग दिला असता तुम्ही कसे वागता किंवा कशा प्रकारची उत्तरे देता ते पाहिले जाते.
  - तुमची निरीक्षणशक्ती उत्तम असायला हवी. तुम्ही प्रसंगावधानी व हजरजबाबी असणे अपेक्षित आहे.
  - तुमच्या क्षेत्रातल्या अद्ययावत बदलांची व घडामोडींची माहिती असावी. या गोष्टी लक्षात आल्या तर मुलाखत नक्कीच प्रभावी होईल.

• मुलाखतीसाठीची गुरुकिल्ली

मुलाखतीच्या साधारण एक आठवडा पूर्वी

तुम्हाला नोकरीची आवश्यकता आहे का, याचा विचार करा

तुम्हाला नोकरीची आवश्यकता का आहे? याची तीन कारणे लिहून काढा आणि मुलाखतकारासमोर त्याचे विश्लेषण करण्यासाठी तयार व्हा.

मुलाखतीचा सराव करा

एखाद्या मित्राला किंवा कुटुंबीयाला तुमच्या मुलाखतीचा सराव घेण्यास सांगा, त्यात प्रारंभीचे हस्तांदोलन असावे, खंबीर परंतु अति घट्ट नसावे.

कंपनीविषयी जाणून घ्या

मुलाखतीपूर्वी कंपनीविषयी संपूर्ण माहिती जाणून घ्या. मुख्यालयाशी संपर्क साधून माहिती मिळवा किंवा कंपनीचे संकेतस्थळ पाहा.

मार्ग पाहून प्रवासाची योजना आखा

मुलाखतीसाठी नेमके कोठे जायचे आहे, तेथे कसे जाता येते आणि त्यासाठी किती वेळ लागतो ते शोधून काढा. त्यादिवशी वेळेपेक्षा आधी निघा म्हणजे त्या ठिकाणी वेळेवर पोहोचाल.

मुलाखतीच्या दिवशी प्रभावी पोशाख करा

पुरुषांसाठी कोट आणि टाय तर महिलांसाठी पंजाबी ड्रेस हा उत्तम पोशाख आहे.

कागदपत्रांच्या जास्त प्रती जवळ बाळगा

बायोडाटाची जास्त प्रत, पेन आणि छोटी वही (नोट्स काढण्यासाठी) मुलाखतीला जाताना आपल्यासोबत बाळगा.

वेळेत पोहोचा

मुलाखतीच्या वेळेच्या आधी किमान १० मिनिटे लवकर पोहोचा. म्हणजे खूप लवकरही होणार नाही अन् उशीरही होणार नाही.

मुलाखतीच्या वेळी

हस्तांदोलन

तुमचे हस्तांदोलन आत्मविश्वासपूर्ण असावे, परंतु अति घट्ट असू नये (हात आवळला जाईल इतके).

नजरेला नजर द्या

जर तुम्ही प्रत्यक्ष दृष्टिभेट करू शकत नसाल तर समोरच्याच्या कपाळाकडे पाहा.

स्पष्ट बोला

बोलताना सावकाश बोलण्याविषयी स्वतःला बजावत रहा आणि प्रामाणिक उत्तरे द्या; पण मुद्दा सोडून इतरत्र भरकटू नका.

कंपनीविषयी माहिती ठेवा

बोलताना मध्येच स्वतःचे मत नोंदवा; जेणेकरून हे स्पष्ट होते की, तुम्हाला कंपनीविषयी पुरेशी माहिती आहे आणि त्यांच्या कार्यात तुम्ही एक महत्त्वाचा भाग बनू शकता.

औत्सुक्य दाखवा

मालक जे बोलतात त्यावर लक्ष केंद्रित करा; जर तुम्ही कंटाळलेले किंवा अनुत्सुक दिसलात तर कदाचित त्यांना वाटेल की तुम्ही या नोकरीसाठी पात्र नाही.

प्रश्न विचारा

त्यांचे बोलणे लक्षपूर्वक ऐकून तुम्ही कोणते प्रश्न विचारू शकता याचा विचार करा. (कंपनी, नोकरी इ. विषयी.) अशाप्रकारे जेव्हा मालक विचारेल की तुमचे काही प्रश्न असल्यास विचारा, तेव्हा तुमच्या प्रश्नाने तुम्ही त्यांच्या बोलण्याकडे संपूर्ण लक्ष दिलेत आणि तुम्ही अत्यंत उत्सुक आहात हे सिद्ध होते.

वेळीच त्यांचे धन्यवाद माना

निघताना आत्मविश्वासपूर्वक दृष्टिभेट करून पुन्हा हस्तांदोलन करा. त्यांचे धन्यवाद माना आणि तुम्ही त्यांच्या प्रतिसादाची प्रतीक्षा करताय, असे सांगा.

या गोष्टी छोट्या असल्या तरी त्या तपासून पाहणे गरजेचे आहे, ज्यामुळे तुमचे वाईट इंप्रेशन पडणार नाही.

संदर्भसूची

१) व्यावहारिक मराठी - पुणे विद्यापीठ प्रकाशन

२) व्यावहारिक मराठी - डॉ. कल्याण काळे, डॉ. दत्तात्रय पुंडे

३) व्यावहारिक मराठी - संपा. डॉ. स्नेहल तावरे, स्नेहवर्धन प्रकाशन, पुणे

४) व्यावहारिक मराठी - डॉ. लीला गोविलकर, डॉ. जयश्री पाटणकर
स्नेहवर्धन प्रकाशन

५) व्यावहारिक मराठी - डॉ. सयाजीराजे मोकाशी, डॉ. रंजना नेमाडे

६) व्यावहारिक मराठी - डॉ. ल. रा. नसिराबादकर, फडके प्रकाशन, कोल्हापूर

७) मराठी भाषेची संवादकौशल्ये (पुस्तक क्र. १ ते ८) - यशवंतराव चव्हाण महाराष्ट्र मुक्त विद्यावद्यापीठ, नाशिक

९) व्यक्तिमत्त्व विकास - य. च. म. मुक्त विद्यापीठ, नाशिक

१०) कहाणी वर्तमानपत्राची - चंचल सरकार (अनुवाद) - दिनकर गांगल
नॅशनल बुक ट्रस्ट

११) व्यक्तिमत्त्व विकास आणि भाषा - डॉ. मधुकर मोकाशी

१२) वैखरी, भाषा आणि भाषा व्यवहार - डॉ. अशोक केळकर

१३) द्विभाषी व्यावहारिक शब्दकोश (इंग्लिश-मराठी) - गणेश ओतुरकर

१४) व्यावहारिक उपयोजित मराठी आणि प्रसारमाध्यमे, संपादन - डॉ. संदीप सांगळे
डायमंड पब्लिकेशन्स, पुणे

डॉ. शांताराम बबनराव चौधरी
मराठी विभाग
पद्मश्री विखे पाटील कला, विज्ञान व
वाणिज्य महाविद्यालय
प्रवरानगर. जि. अहमदनगर
email :- drchaudharisbgmail.com.

प्रकरण १०

प्रशासनिक पारिभाषिक संज्ञा

प्रा. प्रकाश शेवाळे

शास्त्रीय ज्ञानासाठी पारिभाषिक संज्ञांचा उपयोग होत असतो. विज्ञानात सामान्य लोकभाषेतील शब्द वा पारिभाषिक शब्द वारंवार वापरावे लागतात. या पारिभाषिक संज्ञांचा परिचय असल्याशिवाय त्या विषयातील ज्ञान आकलन होत नाही. वेगवेगळ्या क्षेत्रांतील, व्यवहारातील गरजा भागविण्यासाठी सर्वसामान्य शब्दाहून वेगळा एक शब्दसंग्रह वापरावा लागतो. असा शब्दसंग्रह त्या-त्या व्यवहारातील अनुभव व्यक्त करीत असतो. ही एक प्रकारची एकार्थवाचक शब्दयोजना असते. कोणत्याही भाषेतील शब्दसमुच्चयाचे सामान्य शब्द आणि पारिभाषिक शब्द अशा दोन प्रकारांत आपणास वर्गीकरण करता येईल. सामान्यत: सामान्य शब्द हे सर्वसाधारण व्यवहारात वापरले जातात. पारिभाषिक शब्द मर्यादित क्षेत्रासाठी वापरले जातात.

● **परिभाषा**

परिभाषा म्हणजे एखाद्या विशिष्ट क्षेत्रामध्ये वापरावयाची भाषा. ही भाषा सामान्यत: व्यवहारात वापरल्या जाणाऱ्या भाषेपेक्षा वेगळी असते; कारण व्यवहारातील संभाषण हे अनौपचारिक संभाषण असते. परिभाषेमध्ये अर्थातील नेमकेपणा अपेक्षित असतो. हा नेमकेपणा अचूक अशा शब्दांनी साधला जातो. त्या शब्दांना पारिभाषिक संज्ञा असे म्हणतात. विज्ञानामध्ये अशा शब्दांची ते वापरण्यापूर्वी व्याख्या दिलेली असते. पारिभाषिक संज्ञेला एक विशिष्ट अर्थ प्राप्त होतो. आजच्या युगात प्रत्येक ज्ञानशाखेत तसेच विषयातसुद्धा परिभाषा विकसित झाली आहे. या परिभाषेतील प्रत्येक शब्द हा विशिष्ट अर्थाचा बोधक असतो. शब्दाने जो अर्थ दर्शित केलेला

असतो, तो अर्थ स्वाभाविक किंवा नैसर्गिक नसतो. शब्दाला अर्थ हा सामाजिक संकेताने मिळालेला असतो.

'कोणत्याही ज्ञानक्षेत्रातील एकार्थी प्रयुक्त होणाऱ्या शब्दास 'पारिभाषिक संज्ञा' असे म्हणतात.'

पारिभाषिक संज्ञा ह्या जनसंपर्कातून सामर्थ्यशाली होत असतात. हळूहळू हे शब्द रूढ होत जातात. इंग्रजी भाषेला आज जगात पर्याय नाही. ज्ञान-विज्ञानाच्या शाखेची एक समर्थ वाहिका म्हणून इंग्रजीकडे बघितले जाते. कला, क्रीडा, विज्ञान, तत्त्वज्ञान, विशिष्ट ज्ञानशाखा वा व्यवसाय यांना नेहमीच्या दैनंदिन व्यवहारात सामान्यपणे वापरण्यात येणाऱ्या रूढ शब्दांपेक्षा वा चिन्हांपेक्षा, रूढीस बाजूला सारून विशिष्ट अर्थाच्या नवीन शब्दांची वा चिन्हांचीह्नगरज भासते, असे नवीन अर्थांचे विशिष्ट संकेताने निर्माण केलेले शब्द वा ठरविलेली चिन्हे म्हणजे परिभाषा होय. सामान्यपणे परिभाषा नित्य व्यवहारात वापरली जात नाही. त्या परिभाषेतील शब्दाचा अर्थ समजावून सांगावा लागतो, त्याची व्याख्या करावी लागते. परिभाषा व व्याख्या यांचा अविभाज्य संबंध असतो. व्याख्यांवरून रूढ अर्थापेक्षा वेगळा नवीन अर्थ सांगावा लागतो. कला, क्रीडा, विज्ञान, वाणिज्य, तत्त्वज्ञान, विशिष्ट ज्ञानशाखा वा व्यवसाय यांनी निर्माण केलेले संकेत व्याख्या देऊनच स्पष्ट करावे लागतात. व्याख्येने सांगितलेला अर्थ धरूनच त्या-त्या विषयाचे प्रतिपादन लक्षात घेतले तरच तो विषय ध्यानात येऊ शकतो.

- **परिभाषेची आवश्यकता**

आजच्या युगात जागतिक स्तरावर विविध ज्ञानशाखांचा विस्तार होत आहे. तंत्रज्ञानात वेगाने बदल घडतो आहे तसेच माहितीक्षेत्रातील क्रांतीमुळे सर्वच भाषांना विशिष्ट अर्थ प्राप्त झाला; अभिप्रेत करणाऱ्या पारिभाषिक शब्दांची मोठ्या प्रमाणात गरज भासू लागली आहे. वापरातील बोलीभाषांच्या शब्दभांडारांच्या मर्यादांमुळे सर्वच भाषांना विविध पुरातन भाषांतील शब्दभांडारांचा आधार घेऊन नवीन शब्द बनविण्याची गरज भासत आहे. इंग्रजी भाषा पारिभाषिक शब्द बनविण्यासाठी लॅटिन, ग्रीक व युरोपातील अर्वाचीन या अतिप्राचीन भाषांचा आधार घेते, तर भारतीय भाषा मुख्यत्वे संस्कृत भाषेच्या समृद्ध शब्दभांडाराचा आधार घेते.

भौतिकशास्त्र, रसायनशास्त्र, तत्त्वज्ञान, ह्नगणित, अभियांत्रिकी, वाणिज्य, अर्थशास्त्र व भूगोल अशा ज्ञान-विज्ञानाच्या शाखांमध्ये विशिष्ट व्याख्येस न्याय देणाऱ्या असंख्य शब्दांची गरज भासते. भारतीय भाषेतील अनोळखी शब्दांची

उसनवारी करावी लागते. असा इतर भाषेतील शब्द कालांतराने मातृभाषेत रूढ होत जातो व त्याचा अर्थ सांगण्याची हगरज भासत नाही. एखाद्या ज्ञानशाखेची व्याप्ती वाढू लागली की आपोआपच त्याच्या कक्षा निश्चित होत असतात आणि त्या ज्ञानशाखेत परिभाषा निर्माण होऊ लागते. या परिभाषेमुळे समाजाचा एकप्रकारे विकास होतो. समाजाच्या वाढत्या गरजा व भाषेचा काटेकोर वापर केला जातो. योग्य पारिभाषिक शब्द योजल्याने विचारप्रकटीकरण निर्दोष होते. तर्कसंगत विचार पेलण्याची क्षमता या परिभाषेमुळे येते.

दैनंदिन जीवनातील भाषा आपणास परिचयाची असते, परंतु परिभाषा ही आत्मसात करावी लागते. पारिभाषिक शब्दांची अर्थच्छटा जाणून घ्यावी लागते. व्यवहारातल्या भाषेपेक्षा ती वेगळी असते. शब्द हे वापरूनच प्रचलित होत असतात. ६० वर्षांपूर्वी मराठीत Moyor, Cheque, Trezerer या इंग्रजी शब्दांना प्रतिशब्द नव्हते. आज आपण महापौर, धनादेश, कोषाध्यक्ष हे शब्द सर्रास वापरतो. प्रयत्न केल्यास आपल्यालाही तांत्रिक संकल्पनांसाठी सोपे शब्द तयार करता येतात.

भाषा इंडिया या संकेत स्थळाला दिलेल्या मुलाखतीत ज्येष्ठ संपादक कै. श्री. पु. भागवत यांनी असे म्हटले आहे की, 'शब्दाच्या सर्वांत जवळ जाणारा आणि सोपा शब्द निवडावा. जो शब्द रुळेल तो प्रमाण म्हणून घ्यावा. मराठीमध्ये रुळलेले काही इंग्रजी शब्द तसेच ठेवा'. भाषेत पारिभाषिक शब्द रूढ होण्यासाठीच असे उद्गार कै. श्री. पु. भागवत यांनी काढले असावेत.

परिभाषा निश्चित करताना कधी कधी दुसऱ्या भाषेतून म्हणजेच इंग्रजीतूनही तांत्रिक शब्द उसने घेतलेले आपणास दिसतात. लिटर, मीटर, केबल, प्रोटॉन, न्यूट्रॉन असे ते शब्द होत. कधी दुसऱ्या भाषेतील शब्द त्यातील कल्पनेसह आपल्या भाषेशी जुळते करून घेण्यात येतात. म्हणजेच इंग्रजी शब्दांना मराठीची प्रत्यय प्रक्रिया लावून नवीन मराठी रूपे बनविली जातात. Mercurization-मर्क्युरायझेशन, Pasteurization-पाश्चरण, Decarbonization-डिकार्बनायझेन, Voltage-व्होल्टेज, Electron- इलेक्ट्रॉन ही काही त्याची उदाहरणे होत. ह्या आंतरराष्ट्रीय स्वरूपाच्या सर्व संज्ञा मूलद्रव्ये, संयुगे वगैरेंची नावे त्याच्या इंग्रजी स्वरूपातच जशीच्या तशी लिप्यंतरित केली जातात.

अशा रीतीने सर्व तज्ज्ञांच्या सहमतीने तयार झालेले हे पारिभाषिक शब्द बोजड आहेत, कृत्रिम आहेत, सामान्यांना समजत नाहीत अशी ह्या कोशावर टीका होते. तथापि मराठी परिभाषा तयार करताना सर्व भाषांची जननी असणाऱ्या संस्कृतची मदत घेणे अपरिहार्य ठरते. संस्कृतोद्भव शब्दांच्या व प्राकृत मराठी व्याकरणाच्या

साहाय्याने पीरभाषा निश्चित करावी लागते. म्हणून ती क्लिष्ट व बोजड होत नाही. बहुधी नवीन प्रतिशब्द हा प्रथम अपरिचित असल्याने आकलनात अडथळा निर्माण होत असतो.

• समारोप

परिभाषा ही सर्वच ज्ञानशाखांशी संबंधित असते. व्यवहारसापेक्ष भाषेतूनच तिची जडणघडण होत असते; पण तरीसुद्धा या व्यवहारसापेक्ष भाषेपेक्षा ती भिन्न असते. समाज व भाषा यांच्या विकास अवस्थेची ती दर्शक असते. प्रत्येक ज्ञानशाखेची परिभाषा सामान्यत: वेगळी असते. विषयतज्ज्ञ व भाषातज्ज्ञ असे दोघे एकमेकांच्या सहकार्याने परिभाषा निर्माण करण्याचे कार्य करतात. माहितीक्षेत्रात झालेल्या क्रांतीमुळे तंत्रज्ञानात वेगाने बदल होत असल्यानेच सर्वच भाषांना विशिष्ट अर्थ अभिप्रेत करणाऱ्या या पारिभाषिक शब्दांची मोठ्या प्रमाणावर गरज भासू लागलेली आहे. वापरातील बोलीभाषांच्या शब्दभांडारांच्या मर्यादेमुळे सर्वच भाषांना विविध पुरातन शब्दभांडारांचा आधार घेऊन नवीन शब्द बनवण्याची गरज भासते. कालांतराने ह्या संज्ञांनी ही परिभाषा रूढ होत असते.

• इंग्रजी – मराठी पारिभाषिक संज्ञा

Abbrevation – संक्षेप
Above said – उपरोक्त
Absence – अनुपस्थिती/गैरहजेरी
Academic Year – विद्यावर्ष
A/C Payee – खातेअदाता
Accomplices – साक्षीदार
Accountant – लेखापाल
Account – लेखा
Accrued Basis – उपार्जित आधार
Acting – कार्यकारी/हंगामी
Action – कारवाई
Addendum – पुरवणीपत्र
Additional Secretory – अप्पर/अतिरिक्त सचिव
Advance – अग्रीम
Advisory Board – सल्लागार मंडळ
Affidevit – शपथपत्र
Agenda – कार्यसूची
Annuilty Bond – वार्षिक बंधपत्र
Assets – मत्ता
Auditor – लेखा परीक्षक
Authority – प्राधिकार
Backlog – अनुशेष
Balance sheet – ताळेबंद
Basic Pay – मूळ वेतन
Bill – देयक
Biodata – जीवनवृत्त
Bond – बंधपत्र/रोखा
Book Account – पुस्तक लेखा

Brochure – लघुपुस्तक/घडीपत्र
Budget – अंदाजपत्रक/ अर्थसंकल्प
By hand – हस्तपोच
Calender – कालदर्श
Capital – भांडवल
Cash – रोकड
Cashier – रोखपाल
Cell – कक्ष
Charge – पदभार/कार्यभार
Cheque – धनादेश
Circular – परिपत्रक
Conditions – अटी
Contributory – अंशदानात्मक
Commission – आयोग
Committee – समिती
Council – परिषद
Councilor – संमंत्रक
Crore – कोटी
Cross entry – प्रतिनोंद
Daily – दैनिक
Data – आधार सामग्री
Decleration – घोषणा
Deficit – तूट
Demand Draft – दर्शनी धनाकर्ष
Deposit – अनामत
Desk – कार्यासन
Disposal – निकालात काढणे
Dismis – बडतर्फ
Division – विभाग
Draft – मसुदा/प्रारूप
Eligibility – पात्रता
Employee – कर्मचारी
Expert – तज्ज्ञ
Endrosement – पृष्ठांकन
Estate Duty – संपदा शुल्क
Face value – दर्शनी मूल्य
Fax – प्रतिलिपी प्रेष्य
Feedback – प्रतिपोषण
File – धारिका
Fit – योग्य
Form – प्रपत्र
Forwarded – अग्रेषित
Finance – वित्त
Folder – घडीपत्र
Free-Ship – शुल्क मुक्ती
Gate pass – द्वारपत्र/प्रवेशिका
Gazette – राजपत्र
Gradation – श्रेयांक
Gratuity – उपदान
Goodwill – सदिच्छा
Habit – परिपाठ/गुणविशेष
Hand Bill – हस्तपत्रक
Horse power – अश्वशक्ती
Inword – आवक
Incharge – प्रभारी
Infact – अविकल
Intellectual Property – बुद्धीसंपदा
Immediate letter – तत्काळ पत्र
Inadmissible – अग्राह्य/अस्वीकार्य
Income Tax – आयकर
Increment – वेतनवाढ
Index Card – निर्देशपत्र
Inefficiant – अकार्यक्षम

Intimation - सूचना
Issu - मुद्दा
Key Position - सूत्रस्थान
Latest - नवीनतम
Lease - भाडेपट्टा
Lesson - पाठ
Licence - अनुज्ञप्ती
Lockout - टाळेबंदी
Madam - महोदया
Memo - ज्ञाप
Merit - गुणवत्ता
Minutes - कार्यवृत्त
Money Lender - सावकार
Money Order - द्रव्यादेश/धनाज्ञा/
द्रव्याज्ञा/धनप्रेष
Motion - प्रस्ताव
Movable - जंगम
Non refundable - ना-परतावा
Notification - अधिसूचना
Offseason - बिगर हंगामी
Office - कार्यालय
Panel - नामिका/मंडळ/
चौकट/तावदान
Passbook - खातेपुस्तिका/
ग्राहक पुस्तिका
Passport - पारपत्र
Pay order - प्रदानादेश
Pay scale - वेतनमान
Provisional - तात्पुरता
Quorum - गणपूर्ती
Quotation - दरपत्रक/भावपत्रक
Sales Promotion- विक्री प्रवर्तन
Schedule - अनुसूची
Sealed - मोहोरबंद
Section - कक्ष
Slide - सरकचित्र
Stamp - मुद्रा
Stand - तळ
Statute - परिनियम
Stenographer - लघुलेखक
Surcharge - अधिभार
Tender - भावपत्र
Termination - पदसमाप्ती
Terms & conditions -अटी व शर्ती
Token - लाक्षणिक
Transfer - अंतरण
Transplantation - प्रतिरोपण
Unapproved - अमान्य
Valuation - मूल्यांकन
Verification - पडताळणी
Valid - विधीग्राह्य/
सप्रमाण/बळकट
Virus - विषाणू
Visiting - अभ्यागत
Visiting card - नामपत्र
Voucher - प्रमाणक
Warrant - अधिपत्र
Warrantee - आश्वस्त
Work order - कार्यादेश
Year book - वार्षिक
Zone - क्षेत्र/परिमंडळ/
विभाग
Zero hour - शून्यकाळ

वरील पारिभाषिक शब्द आज विविध कार्यालयांमध्ये सहजपणे वापरले जातात. कार्यालयीन कामकाजात व इतर दैनंदिन जीवनातही ह्या परिभाषेला आज अनन्यसाधारण महत्त्व प्राप्त झाले आहे. व्यवहारसुलभ भाषेतून परिभाषा विकास पावत गेली आहे. समाजाच्या विकसित भाषेची ती निदर्शक आहे. भाषेची आजवर झालेली प्रगती आपणास या परिभाषेतून समजते.

संदर्भसूची

१) उपयोजित मराठी - प्रा. डॉ. संजय लांडगे, दिलीपराज प्रकाशन, पुणे-३०

२) मराठी लेखनशुद्धी - डॉ. भास्कर गिरीधारी, ह्नगौतमी प्रकाशन, नाशिक

३) व्यावहारिक मराठी ज्ञानसंपादक - डॉ. स्नेहल तावरे, स्नेहवर्धन प्रकाशन, पुणे

४) मराठी विश्वकोश क्रमांक - ९

५) विकीमीडिया प्रोजेक्ट- www.mr.wikibooks.org/wiki/मराठी पारिभाषिक संज्ञा आणि संज्ञावलीकोश

प्रा. प्रकाश कारभारी शेवाळे
साहाय्यक प्राध्यापक, मराठी विभाग
कला, विज्ञान व वाणिज्य महाविद्यालय
हरसुल, ता. त्र्यंबकेश्वर, जि. नाशिक,
email :- prof.prakashshewale@gmail.com

प्रकरण ११

प्रमाण भाषेचे लेखन

डॉ. राजेंद्र थोरात

साहित्याचे व भाषेचे अध्ययन-अध्यापन करताना प्रमाण भाषेच्या लेखनाला अनन्यसाधारण महत्त्व आहे. पुस्तकांमध्ये, वर्तमानपत्रांमध्ये, मासिकांमध्ये, जाहिरातींमध्ये, अहवालांमध्ये, प्रसारमाध्यमांमध्ये छापील मजकुराला महत्त्वाचे स्थान आहे. माहिती तंत्रज्ञानाच्या प्रसारामुळे व जागतिकीकरणाच्या प्रभावामुळे भाषेमध्ये स्थित्यंतर झाले. आज आपण भ्रमणध्वनी (Mobile) वापरून संदेश पाठवताना r u f (are you fine) असे थोडक्यात संदेश (Message) पाठवतो. संगणकावरून (Computer) आपण इंग्रजीसह मराठीतून ई-मेल (e-mail) पाठवू शकतो. जगातील विविध माहिती संगणकावर काही क्षणांमध्ये आपणास उपलब्ध होते. बदलत्या काळामध्ये प्रमाण भाषेचे लेखन आपण शुद्ध लेखनाच्या नियमांचा अभ्यास करून केले पाहिजे.

केंद्रीय लोकसेवा आयोग (U.P.S.C.) व महाराष्ट्र लोकसेवा आयोग (M.P.S.C.) या स्पर्धा परीक्षांमध्ये मराठी विषय घेऊन उत्तीर्ण होणाऱ्या उमेदवारांचे प्रमाण वाढत आहे. स्पर्धा परीक्षांमध्ये साक्षेपी अभ्यासाबरोबर लेखनविषयक नियमांचे अध्ययन आवश्यक आहे. प्रकाशन व्यवसाय, विविध प्रसारमाध्यमे या क्षेत्रांमध्ये लेखनविषयक नियमांचा अभ्यास करणाऱ्या व मुद्रितशोधन करणाऱ्या विद्यार्थ्यांना संधी आहे.

शुद्धलेखनाचे नियम

• (१) अनुस्वार : नियम-१

• ज्या अक्षराचा उच्चार नाकातून स्पष्टपणे होतो, त्या अक्षरावर अनुस्वार द्यावा. म्हणजेच स्पष्टोच्चारित अनुनासिकाबद्दल शीर्षबिंदू द्यावा.

उदा. आंबा, चिंच, गंमत, गंगा, गुलकंद, निबंध इ.

• संस्कृतमधून मराठीत जसेच्या तसे आलेल्या (तत्सम) शब्दांतील अनुस्वार पर-सवर्णाने लिहिण्यास हरकत नाही.

उदा. गंगा – गङ्गा, घंटा – घण्टा, छंद – छन्द इ.

• पर-सवर्ण लिहिण्याची सवलत फक्त तत्सम शब्दांपुरती मर्यादित आहे. मूळ मराठी शब्द अनुस्वार देऊनच लिहावेत.

उदा. तांबे – ताम्बे, खंत – खन्त, संप – सम्प, धांदल – धान्दल असे लिहू नये.

• अर्थभेद स्पष्ट करण्यासाठी कधी कधी पर-सवर्ण जोडून शब्द लिहिणे योग्य ठरते.

उदा. वेदांत – वेदांमध्ये, वेदान्त – तत्त्वज्ञान
      देहांत – शरीरातील, देहान्त – मृत्यू

नियम – २

• य्, र्, ल्, व्, श्, ष्, स्, ह् यांच्यापूर्वी येणाऱ्या अनुस्वारांबद्दल केवळ शीर्षबिंदू द्यावा.

उदा. संयम, संरक्षण, संलग्न, संवाद, संशय, दंश, संसार, सिंह, संस्था, कंस, संहिता इ.

• 'ज्ञ' पूर्वीचा नासोच्चारही शीर्षबिंदूने दाखवावा. उदा. संज्ञा.

नियम – ३

• नामांच्या व सर्वनामांच्या अनेकवचनी सामान्यरूपांवर विभक्तीप्रत्यय व शब्दयोगी अव्यय लावताना अनुस्वार द्यावा.

उदा. आम्हांला, त्यांचा, लोकांनी, मुलांनी इ.

• नामांच्या व सर्वनामांच्या आदरार्थी बहुवचनी सामान्यरूपांवर विभक्तिप्रत्यय व शब्दयोगी अव्यय लावताना अनुस्वार द्यावा.

उदा. राष्ट्रपतींचे, तुम्हांला, शिक्षकांना, अध्यक्षांना इ.

नियम ४

वरील नियमांव्यतिरिक्त कोणत्याही कारणांसाठी व्युत्पत्तीने सिद्ध होणारे व न होणारे अनुस्वार देऊ नयेत.

उदा. पहांट, नांव, पांच, कां, घरीं हे शब्द पहाट, नाव, पाच, का, घरी असे लिहावेत.

ऱ्हस्व-दीर्घ विषयक नियम

• **नियम ५**

• एकादशी शब्दातील इ-कार किंवा उ-कार दीर्घ उच्चारला जातो म्हणून तो दीर्घ लिहावा.

उदा. मी, ही, ती, जू, तू, रू, इ.

• मराठी शब्दाच्या शेवटी येणारा इ-कार किंवा उ-कार उच्चारानुसार दीर्घ लिहावा.

उदा. आई, टोपी, चेंडू, पिशवी, वही, दांडू, गिरणी इ.

• कवि, हरि, गुरु, वायु यासारखे तत्सम (ऱ्हस्व) इ-कारान्त व उ-कारान्त शब्द मराठीच्या स्वभावानुरूप दीर्घान्त उच्चारले जातात म्हणून दीर्घान्त लिहावेत.

उदा. कवी, हरी, गुरू, वायू इ.

• 'आदी' व 'इत्यादी' ही विशेषणे दीर्घान्त लिहावीत; परंतु यथामति, तथापि, अद्यापि, इति ऱ्हस्वान्त लिहावीत.

'आणि' व 'नि' ही दोन मराठी अव्यये ऱ्हस्वान्त लिहावीत.

• व्यक्तिनामे, ग्रंथनामे, शीर्षके व सुटे ऱ्हस्वान्त तत्सम शब्द मराठीत दीर्घान्त लिहावेत.

उदा. कुलगुरू, अतिथी, हरी, वर्गीकरणपद्धती, संस्कृती, निवृत्ती इ.

• संस्कृत ईय-प्रत्यय साधित शब्द दीर्घ लिहावा.

उदा. भारतीय, शास्त्रीय, राजकीय, शासकीय इ.

संस्कृत 'इक प्रत्यय' साधित शब्द ऱ्हस्व लिहावा.

उदा. सामाजिक, शारीरिक, लौकिक इ.

संस्कृत 'इत-प्रत्यय' साधित शब्द ऱ्हस्व लिहावा.

उदा. अखंडित, विवाहित, साधित इ.

मराठी ईक-प्रत्यययुक्त शब्द दीर्घ लिहावा.

उदा. खर्चीक, पडीक इ.

मराठीत इत-प्रत्यय साधित शब्द दीर्घ लिहावा.

उदा. चकचकीत, लखलखीत इ.

• सामाजिक व साधित शब्दातील पहिले पद (ऱ्हस्व) इ-कारान्त किंवा उ-कारान्त तत्सम शब्द असेल तर ते ऱ्हस्वान्तच लिहावेत.

उदा. कविराज, लघुकथा, गुरुदक्षिणा, हरिकृपा, रविवार इ.

• सामाजिक व साधित शब्दातील पहिले पद (दीर्घ) इ-कारान्त किंवा ऊ-कारान्त तत्सम शब्द असेल तर ते दीर्घान्तच लिहावेत.
उदा. लक्ष्मीपुत्र, पृथ्वीतल, भूगोल, दासीजन, नदीतीर इ.

• विद्यार्थिन्, प्राणिन्, पक्षिन् यांसारखे इन्-अन्त शब्द मराठीत येताना त्यांच्या शेवटच्या 'न्' चा लोप होतो व उपान्त्य ऱ्हस्व अक्षर दीर्घ होते.
उदा. विद्यार्थी, प्राणी, पक्षी, मंत्री, योगी, स्वामी इ.
परंतु हे शब्द समासातील पहिल्या पदाच्या जागी आले तर ते ऱ्हस्वान्तच ठेवावे.
उदा. विद्यार्थिगृह, प्राणिसंग्रह, पक्षिगण, मंत्रिमंडळ, योगिराज, स्वामिभक्त इ.

नियम ६

• मराठी शब्दातील शेवटचे अक्षर दीर्घ असेल तर त्यातील उपान्त्य इकार किंवा उकार ऱ्हस्व असतो.
उदा. किडा, विळी, मारुती इ.

• तत्सम शब्दातील शेवटचे अक्षर दीर्घ असले तरी त्यातील उपान्त्य इन्कार किंवा उकार मूळ संस्कृतातल्याप्रमाणे ऱ्हस्व किंवा दीर्घ ठेवावा.
उदा. नीती, अतिथी, प्रीती, गुरु. इ.

नियम ७

• मराठी अ-कारान्त शब्दांतील उपान्त्य इकार व उकार दीर्घ लिहावेत.
उदा. गरीब, वकील, बहीण इ.

• तत्सम शब्दातील शेवटचे अक्षर अ-कारान्त असले तरी त्यातील उपान्त्य इन्कार किंवा उकार मूळ संस्कृतातल्याप्रमाणे ऱ्हस्व किंवा दीर्घ ठेवावा.
उदा. गुण, गीत, विष, शरीर इ.

• मराठी शब्दांतील अनुस्वार, विसर्ग किंवा जोडाक्षर यांच्या पूर्वीचे इकार व उकार सामान्यतः ऱ्हस्व असतात.
उदा. चिंच, डाळिंब, विस्तव, कुस्ती इ.
परंतु तत्सम शब्दांत ते मुळाप्रमाणे ऱ्हस्व किंवा दीर्घ लिहावे.
उदा. मित्र, पुण्य, शून्य, चिंतन, कुटुंब, चुंबक इ.

नियम ८

• उपान्त्य दीर्घ ई-ऊ असलेल्या मराठी शब्दांचा उपान्त्य ई-कार किंवा ऊ-कार उभयवचनी सामान्यरूपांच्या वेळी ऱ्हस्व लिहावा.

उदा. गरीब-गरिबाला, चूल-चुलीला इ.

अपवाद - दीर्घोपान्त्य तत्सम शब्द उदा. परीक्षा-परीक्षेला इ.

• मराठी शब्द तीन अक्षरी असून त्याचे पहिले अक्षर दीर्घ असेल तर अशा शब्दाच्या सामान्यरूपात उपान्त्य ई-ऊ यांच्या जागी 'अ' आल्याचे दिसते.

उदा. बेरीज – बेरजेला, लाकूड – लाकडाला इ.

परंतु पहिले अक्षर ऱ्हस्व असल्यास हा 'अ' विकल्पाने होतो.

उदा. परीट - परिटास - परटास इ.

• शब्दाचे उपान्त्य अक्षर 'ई' किंवा 'ऊ' असेल तर अशा शब्दाच्या उभयवचनी सामान्यरूपाच्या वेळी 'ई'च्या जागी 'य' आणि 'ऊ' च्या जागी 'व' येतो.

उदा. देऊळ – देवळाला, देवळांना, पाऊस – पावसात इ.

• पुल्लिंगी शब्दाच्या शेवटी 'सा' असल्यास त्या जागी उभयवचनी सामान्यरूपाच्या वेळी 'शा' होतो (श्या होत नाही), 'जा' असल्यास तो तसाच राहतो (ज्या होत नाही).

उदा. घसा – घशाला, ससा - सशाला, दरवाजा - दरवाजाला, मांजा - मांजाने इ.

• तीन अक्षरी शब्दातील मधले अक्षर 'क' चे किंवा 'प' चे द्वित्व असेल तर उभयवचनी सामान्यरूपाच्या वेळी हे द्वित्व नाहीसे होते.

उदा. रक्कम - रकमेला, छप्पर - छपराला इ.

• तीन अक्षरी शब्दातील मधल्या 'म' पूर्वीचे अनुस्वारसहित अक्षर उभयवचनी सामान्यरूपाच्या वेळी अनुस्वार विरहित होते.

उदा. किंमत - किमतीला, गंमत - गमतीचा इ.

• ऊ-कारान्त विशेषनामाचे सामान्यरूप होत नाही.

उदा. गणू – गणूस, दिनू – दिनूला इ.

• धातूला 'ऊ' आणि 'ऊन' प्रत्यय लावताना धातूच्या शेवटी 'व' असेल तरच 'वू' आणि 'वून' अशी रूपे होतात; पण धातूच्या शेवटी 'व' नसेल तर 'ऊ' आणि 'ऊन' अशी रूपे होतात.

उदा. धाव – धावू-धावून, गा – गाऊ-गाऊन इ.

इतर नियम

• नियम ९

पूर हा ग्रामवाचक शब्द कोणत्याही ग्रामनामास लावताना दीर्घोपान्त्य लिहावा. उदा. जबलपूर, सोलापूर, नागपूर इ.

• नियम १०

'कोणता, एखादा' ही रूपे लिहावीत. 'कोणचा, एकादा' ही रूपे लिहू नयेत.

• नियम ११

'खरीखरी, हळूहळू' यासारख्या पुनरुक्त शब्दांतील दुसरा व चौथा हे स्वर मूळ घटक शब्दांमध्ये ते दीर्घ असल्याने दीर्घ लिहावेत;

• नियम १२

एकारान्त नामाचे सामान्यरूप या-कारान्त करावे. ए-कारान्त करू नये.
उदा. करणे-करण्यासाठी, फडके-फडक्यांना इ. या रूपांऐवजी करणेसाठी, फडकेंना अशी करू नयेत.

• नियम १३

लेखनात पात्राच्या किंवा वक्त्याच्या तोंडी बोलण्याची भाषा घालावी लागते. त्यावेळी लेखन उच्चारानुसार अनुस्वारयुक्त असावे.
उदा. तो म्हणाला, 'मला असं वाटतं की, त्याचं म्हणणं खरं असावं.'

• नियम १४

क्वचित्, कदाचित्, अर्थात्, अकस्मात्, विद्वान् यासारखे मराठीत रूढ झालेले तत्सम शब्द अ-कारान्त लिहावेत.
उदा. क्वचित, कदाचित, अर्थात, अकस्मात, इ.
इतर भाषेतील शब्दलेखन करताना त्या भाषेतील उच्चाराप्रमाणे लेखन करावे.
उदा. ब्रिटिश, पोलीस, डिक्शनरी इ.
इंग्रजी शब्द, पदव्या किंवा त्यांचे संक्षेप यांच्या शेवटचे अ-कारान्त अक्षर आता व्यंजनात म्हणजे पायमोडके लिहू नये.
उदा. पीएच.डी, एम.ए., बी.एस.सी. एलएल.बी., अमेरिकन इ.

• नियम १५

केशवसुतपूर्वकालीन (इ.स. १८८५ पूर्वीचे) पद्य व विष्णुशास्त्री चिपळूणकर

पूर्वकालीन गद्य (इ.स.१८७४ पूर्वीचे) यांतील उतारे छापताना ते जसेच्यातसे छापावेत. नंतरचे लेखन मराठी साहित्य महामंडळाच्या नियमानुसार असावे.

- **नियम १६**

'राहणे, पाहणे, वाहणे' अशी रूपे वापरावीत. 'रहाणे : राहाणे, पहाणे : पाहाणे' अशी रूपे वापरू नयेत. आज्ञार्थी प्रयोग करताना मात्र 'राहा, पाहा, वाहा' याबरोबरच रहा, पहा, वहा अशी रूपे वापरण्यास हरकत नाही.

- **नियम १७**

'इत्यादी' व 'ही' हे शब्द दीर्घान्त लिहावेत. 'अन्' हा शब्द व्यंजनान्त लिहावा. 'इत्यादी' हे अव्यय नसून विशेषण आहे. त्यामुळे ते दीर्घान्त लिहावे.

- **नियम १८**

पद्यात वृत्ताचे बंधन पाळताना ऱ्हस्व-दीर्घाच्या बाबतीत हे नियम काटेकोरपणे पाळता येणे शक्य नसल्यास कवीला तेवढ्यापुरते स्वातंत्र्य असावे.

- **विरामचिन्हे**

लेखन करताना आपण आपल्या मनातील आशय व्यक्त करत असतो. आपल्या मनातील आशय मांडताना आपण वेळोवेळी विराम होत असतो. भाषेमध्ये विरामचिन्हांना अतिशय महत्त्वाचे स्थान आहे. विरामचिन्हे पुढीलप्रमाणे :

१) पूर्णविराम (.) – वाक्य पूर्ण झाले आहे हे दाखविण्यासाठी व शब्दांचा संक्षेप दाखविण्यासाठी आद्याक्षरापुढे पूर्णविराम वापरतात.
उदा. मी अभ्यास पूर्ण केला.

२) अर्धविराम (;) – दोन छोटी वाक्ये उभयान्वयी अव्ययांनी जोडण्यासाठी अर्धविराम हे विरामचिन्ह वापरतात.
उदा. ढग खूप गर्जत होते; पण पाऊस पडला नाही.

३) स्वल्पविराम (,) – एकाच प्रकारचे अनेक शब्द लागोपाठ आल्यास हे विरामचिन्ह वापरतात.
उदा. ज्वारी, बाजरी, गहू, तांदूळ यासारखी पिके शेतकरी घेतात.

४) अपूर्णविराम (:) – वाक्याच्या शेवटी तपशील द्यावयाचा असल्यास हे विरामचिन्ह वापरावे.
उदा. समसंख्या पुढीलप्रमाणे : २, ४, ६, ८, १० इ.

५) **प्रश्नचिन्ह (?)** – प्रश्नार्थक वाक्याच्या शेवटी वापरावे.
उदा. तू अभ्यास केला का?

६) **उद्गारचिन्ह (!)** – उत्कट भावना व्यक्त करण्यासाठी.
उदा. अरेरे! सचिन बाद झाला.

७) **अवतरणचिन्ह (" ", ' ')** – बोलणाऱ्याच्या तोंडचे शब्द दाखविण्याकरिता दुहेरी अवतरण, तर एखाद्या शब्दावर जोर देण्यासाठी एकेरी अवतरणचिन्ह वापरावे.
उदा. कविता म्हणाली, ''मी सहलीला येईन.''

८) **संयोगचिन्ह (–)** – दोन शब्द जोडताना व ओळीच्या शेवटी शब्द अपुरा राहिल्यास संयोगचिन्ह वापरावे.
उदा. योग्य – अयोग्य

९) **अपसरणचिन्ह (—)** – अपसरणचिन्हाला डॅश असेही म्हणतात. बोलताना विचारमालिका तुटल्यास किंवा स्पष्टीकरण द्यावयाचे असल्यास हे चिन्ह वापरावे.
उदा. मी अभ्यास करेन, पण –

१०) **विकल्पचिन्ह (/)** – एखाद्या शब्दासाठी पर्याय दाखविण्यासाठी हे चिन्ह वापरतात.
उदा. लिहिण्यासाठी पेन / पेन्सिल वापरावे.

• **मुद्रितशोधन**

प्रमाण भाषेचे लेखन करत असताना मजकुराचे अंतिम मुद्रण करण्यापूर्वी मुद्रितशोधन करणे आवश्यक असते. कथा, कादंबरी, नाटक, कवितासंग्रह, प्रवासवर्णन, आत्मचरित्र, समीक्षा, मासिक, वर्तमानपत्र, अहवाल इ. चे मुद्रितशोधन काटेकोरपणे करावे लागते. मजकुरातील चुका दुरुस्त करून तो अधिकाधिक निर्दोष करणे म्हणजे मुद्रितशोधन होय. लेखकांच्या मूळ संहितेचे वाचन करून त्यामधील चुका लेखनविषयक नियमाप्रमाणे दुरुस्त करताना लेखकाच्या आशयामध्ये बदल होणार नाही याची काळजी मुद्रितशोधकाला घ्यावी लागते.

• **मुद्रितशोधनाची गरज**

लेखकाचे विचार वाचकांपर्यंत सहजपणे, प्रमाण भाषेच्या नियमानुसार पोहोचावेत या दृष्टीने मुद्रितशोधन गरजेचे आहे. मुद्रितशोधक साहाय्यकासह लेखकाच्या मजकुराचे पहिले वाचन करत असतो. छापील मजकुरात मूळ संहितेतील सर्व आशय आला की नाही हे पाहण्याच्या दृष्टीने पहिले वाचन महत्त्वाचे असते. पहिले वाचन साहाय्यकाबरोबर

झाल्यानंतर मुद्रितशोधक लेखनविषयक नियमांनुसार मुद्रितशोधन करतो व त्याच्या खुणा मजकुराच्या दोन्ही बाजूंना दर्शवितो. टंकलेखकाने मजकूर मुद्रितचिन्हे पाहून दुरुस्त केल्यावर मुद्रितशोधक अंतिम वाचन करून मूळ लेखकाच्या संमतीने ती प्रत मुद्रक-प्रकाशकाकडे देतो.

चांगला मुद्रितशोधक होण्यासाठी विविधांगी वाचनाबरोबर तज्ज्ञ व्यक्तींचे मार्गदर्शन महत्त्वाचे आहे. नियमित सरावाने व चांगल्या वाचनामुळे मुद्रितशोधक योग्य मुद्रितशोधन करतो. आजच्या काळामध्ये मोठ्या प्रमाणात संगणकावर मुद्रितशोधन केले जाते. त्यामुळे हे कौशल्य विद्यार्थ्यांनी आत्मसात करणे आवश्यक आहे.

मुद्रितशोधनाचा तक्ता

खूण	**खुणेचा अर्थ**	**उदाहरण**	**खुणेचा वापर**
δ/	काढून टाका	भारत माझा देशच आहे.	δ/
δ/	काढून टाका व शब्द जोडा	अभिव्रमान	δ/
⁀	अक्षरे जोडा	शुद्धले/खन	⁀/
#	शब्द तोडा	मराठी लोकप्रिय/कादंबरी	#/
ा	काना द्या	भारत माझ/ देश आहे.	ा/
ां	काना व अनुस्वार द्या	अध्यापन करत/ना	ां/
ि	ऱ्हस्व वेलांटी	जाहीरात	ि/
ी	दीर्घ वेलांटी	मराठि भाषा	ी/
ु	ऱ्हस्व उकार	मूद्रित	ु/
ू	दीर्घ उकार	नागपुर	ू/
े/	मात्रा द्या	राजंद्र प्रसाद	े/

ॅ/	मात्रा व अनुस्वार	राजेंद्र प्रसाद	ॅ/
र्/	रफार द्या	कार्यशाळा	र्/
,/	स्वल्पविराम	पुणे/नगर/नासिक/सातारा	,/,/,/
;/	अर्धविराम द्या	ढग गर्जत होते/पण पाऊस पडला नाही.	;/
⊙/	पूर्णविराम द्या	संत ज्ञानेश्वर प्रतिभाशाली कवी होते/	⊙/
?/	प्रश्नचिन्ह टाका	तू अभ्यास केला/	?/
!/	उद्गारवाचक चिन्ह	अरेरे/सचिन बाद झाला.	!/
:/	विसर्ग टाका	अंत/करण	:/
Bold	ठळक करा	भारत माझा देश आहे.	Bold/

• **मुद्रितशोधनाविषयी विद्यार्थ्यांना काही सूचना**

१) शुद्धलेखनाच्या नियमांचा सर्वांगीण अभ्यास करावा व शुद्ध शब्द लिहिण्याचा सराव करावा.

२) मुद्रितशोधनाच्या खुणा समजावून घेऊन त्यांचा सराव करावा.

३) साहित्याच्या वाचनाबरोबरच लेखनाचा सराव आवश्यक आहे.

४) मुद्रितशोधन करताना मजकुराचे डोळ्यांच्या नजरेने दोन भाग करावेत. डावीकडील मजकुरात सापडलेल्या चुकीच्या शब्दांच्या खुणा डावीकडील समासात डावीकडून उजवीकडे या क्रमाने दाखवाव्या. उजवीकडील समासात उजवीकडील मजकुरात असलेल्या चुकीच्या शब्दांसाठी मुद्रितशोधनाच्या खुणा दाखवाव्यात.

५) समासातील प्रत्येक मुद्रितशोधनाच्या खुणेनंतर एक तिरपी रेघ (/) आवश्यक आहे.

६) मुद्रितशोधन करताना आपले स्वतःचे मत न देता लेखकाचे मत विचारात घ्यावे. आपले मत देऊन वाक्यरचना बदलू नये. वाक्यरचनेमध्ये सुसंगतता महत्त्वाची आहे.

७) मुद्रितशोधन करताना बरोबर शब्द (शुद्धलेखनदृष्ट्या) बदलू नये. मुद्रितशोधन करायचे म्हणजे प्रत्येक शब्द चुकीचाच असतो, अशी विद्यार्थ्यांची मानसिकता असते.

८) भविष्यकाळात चांगला मुद्रितशोधक होण्याची संधी महाविद्यालयीन विद्यार्थ्यांसमोर आहे. त्यासाठी आतापासूनच तयारी करता येईल. प्रकाशकांना चांगले मुद्रितशोधक हवे आहेत. त्यासाठी विद्यार्थ्यांनी तज्ज्ञ प्राध्यापकांच्या मार्गदर्शनाखाली तयारी करावी.

९) विद्यार्थ्यांनी फक्त गुणांचा विचार न करता व्यासंग म्हणून मुद्रितशोधन करावे.

१०) शुद्धलेखनाचा अभ्यास केल्यावर महाराष्ट्र लोकसेवा आयोग (M.P.S.C., U.P.S.C.), तसेच अन्य स्पर्धापरीक्षांमध्ये मराठी विषयामध्ये जास्त गुण मिळतील.

निवडक शुद्ध शब्द

अंक
अंकगणित
अंकुश
अंगारिका
अंगीकार
अंमलबजावणी
अकराळ-विकराळ
अखिल
अगतिक
अगांतुक
अगोदर
अग्निपरीक्षा
अजिंक्य
अडवणूक
अणुरेणू
अतिथी
अतिशयोक्ती
अत्याधुनिक
अद्‌भुत
अद्ययावत्
अधिकार

अधिकारीवर्ग
अधीक्षक
अनधिकृत
अनसूया
अनुकूलता
अनुत्तीर्ण
अनुवंशिकता
अनुष्टुप
अप्रूप
अर्जित
अर्वाचीन
अलीकडे
अल्पसंख्याक
अल्पोपाहार
अवतीभोवती
अस्खलित
अहल्या
आंतरजातीय
आखूड
आततायी
आदिवासी

आध्यात्मिक
आलंकारिक
आशीर्वाद
आशुतोष
इयत्ता
ईशान्य
उच्चाटन
उच्छ्‌वास
उज्ज्वल
उणीव
उतराई
उत्कृष्ट
उत्तरार्ध
उत्पत्ती
उत्सर्जित
उत्स्फूर्तता
उद्देश
उद्‌ध्वस्त
उन्मेष
उपजीविका
उपनिषद

उपयोजित
उपस्थिती
उपांत्य
उपोद्‌घात
उफराटा
उभयान्वयी
उलाढाल
उशीर
उस्ताद
ऊर्जितावस्था
ऊर्फ
ऋणानुबंध
एकसष्टी
एकांकिका
एकादशी
एकुलता
एतद्देशीय
ऐच्छिक
ऐतिहासिक
ओंकार
औदासीन्य

औद्योगिकीकरण
कंजूष
कंत्राटी
कंदील
कटिबद्ध
कपोलकल्पित
कर्तुत्व
कवयित्री
कादंबरी
कामचलाऊ
कारकीर्द
कारकून
कारवाई
कार्यान्वित
काल्पनिक
काश्मीर
किंमत
किडकिडीत
किलबिल
कीर्तिमान
कुंकू
कुजबुज
कुटुंबीय
कोट्यधीश
कोहिनूर
कौटुंबिक
क्रीडांगण
क्षितिज
खनिज
खरीप
खासगी
खुदुखुदु
खुर्ची
ख्रिस्ती
गंमत
गणाधीश
गर्भितार्थ
गांभीर्य
गावकरी
गिर्यारोहण
गुंडगिरी
गुंतवणूक
गुडघा
गुढीपाडवा
गुणाकार
गुरुपौर्णिमा
गुरू
गुलामगिरी
गोपनीय
ग्रामीण
घरकुल
घरगुती
घुसखोरी
घोडचूक
चंद्रमौळी
चढाई
चतुःसीमा
चरितार्थ
चांगुलपणा
चातुर्मास
चिंतनीय
चिंतातुर
चिकित्सक
चिरंजीव
चिवचिव
चीत्कार
चुकामूक
चुनखडी
चौकशी
छंदीफंदी
छापील
जंतुनाशक
जगद्गुरू
जडजवाहीर
जमीन
जवळीक
जाऊन
जागतिकीकरण
जाज्वल्य
जाणीव
जातीयता
जुलूम
जोतिबा
ज्येष्ठ
ज्योतिष
ज्योत्स्ना
झाडाझडती
झुडूप
झुळझुळू
झोपडपट्टी
टिकाऊ
टिप्पणी
टीका
टेनिस
ठराविक
ठसठशीत
डरकाळी
डोईजड
ढेकूण
तंबाखू
तज्ज्ञ
तत्कालीन
तत्त्व
तथापि
तपकीर
तपशील
तरतूद
तर्कवितर्क
तहसीलदार
तांत्रिक
तांदूळ
तारीख
तार्किक
तालीम
तीक्ष्ण
तीर्थक्षेत्र
तीळगूळ
तुटपुंजा
तुलनात्मक
तौलनिक
थकबाकी
दक्षिण
दस्तऐवज
दारिद्र्य

दिग्दर्शक
दिन
दिलगिरी
दिवाळी
दीक्षान्त
दीपावली
दुरभिमानी
दुर्बीण
दुर्मीळ
दूर्वांकुर
देऊळ
देणगी
देदीप्यमान
देशीय
दैनंदिनी
धर्मांतरित
धारातीर्थी
धार्मिक
धुडगूस
धुमधडाका
धुमाकूळ
ध्रुवपद
ध्वनिमुद्रित
नक्कल
नमुनेदार
नरकचतुर्दशी
नवनीत
नवीन
नशीब
नागरिकत्व
नाजूक
नातेवाईक
निंदनीय
निःपक्षपाती
निःसीम
निःस्तब्ध
निद्रित
निमंत्रित
निमित्त
निराधार
निरीक्षक
निर्जंतुकीकरण
निर्भर्त्सना
निर्मूलन
निर्वाचित
निवडणूक
निष्काम
नीतिधैर्य
नेमणूक
पंचशील
पत्रिका
पदवीधर
पदव्युत्तर
पद्धतशीर
परकीय
परीक्षा
पश्चात्ताप
पाऊस
पाणउतारा
पारंपरिक
पाहणी
पीठिका
पुनःपुन्हा
पुनरावृत्ती
पुनर्रचना
पूजा
पोलीस
प्रतिनिधित्व
प्रतीक्षा
प्रदक्षिणा
प्रदूषण
प्रवीण
प्रशस्तिपत्र
प्रसिद्धीपत्रक
प्राणीसंग्रहालय
फजिती
फलंदाजी
फारसी
फूल
बंदिवास
बक्षीस
बधिर
बहिःशाल
बहिर्गोल
बहीण
बहुसंख्याक
बांधिलकी
बिलकूल
बुद्धिजीवी
बुद्धिमत्ता
बेरीज
ब्राह्मण
भगीरथ
भडिमार
भरपाई
भाऊ-बहीण
भाजीपाला
भारतीय
भित्तिपत्रक
भुईमूग
भूमिपुत्र
मंत्रिमंडळ
मजकूर
मताधिकार
मथितार्थ
मध्यांतर
मनःकामना
मनस्ताप
मनीषा
मांदियाळी
मार्गदर्शिका
मावशी
माहात्म्य
मीमांसा
मुद्दल
मुद्रितशोधन
मुहूर्त
मूर्तिमंत
मोहीम
यांत्रिकीकरण
यादृच्छिक
रक्तस्राव
रवींद्र
राजीनामा

राष्ट्रपती	वडील	संहिता	सिद्धान्त
ऋद्धिसिद्धी	वसतिगृह	सजीव	सुनील
रूढिप्रियता	वाहतूक	समीक्षा	सुरुवात
लक्षाधीश	विपरीत	सर्जनशील	सुवाच्य
लघुत्तम	विलीनीकरण	सर्वकालीन	सूचना
लवचीक	व्यासपीठ	सवय	हरिण
लालित्य	शालान्त	सहस्रक	हिंदुस्थान
लुटालूट	शोकात्मिका	सात्त्विक	हिंमत
लोकरीत	षट्कोन	सामाजिक	हुकूम
वंदनीय	संगीत	साहाय्य	ज्ञानेंद्रिय
वकील	संशयित	सिंहावलोकन	

समारोप

शुद्धलेखनाच्या नियमांचा अभ्यास केल्यावर आपले लेखन सुधारते. तसेच मुद्रितशोधनाचे कौशल्य अवगत झाल्यावर विद्यार्थ्यांना चांगला मोबदला मिळतो. त्यादृष्टीने शुद्धलेखनाकडे व मुद्रितशोधनाकडे विद्यार्थ्यांनी व्यावसायिक दृष्टीने पाहिले पाहिजे.

संदर्भसूची

१) मराठी शुद्धलेखनप्रदीप – मो. रा. वाळंबे, नितीन प्रकाशन, पुणे

२) सुगम मराठी व्याकरण लेखन – मो. रा. वाळंबे, नितीन प्रकाशन, पुणे

३) शुद्धलेखन मार्गप्रदीप – अरुण फडके, अंकुर प्रकाशन, ठाणे

४) शुद्धलेखन ठेवा खिशात – अरुण फडके, अंकुर प्रकाशन, ठाणे

५) व्यावहारिक मराठी – ल. रा. नसिराबादकर, फडके प्रकाशन

डॉ. राजेंद्र थोरात
मराठी विभागप्रमुख
संस्कार मंदिर कला, वाणिज्य महाविद्यालय,
वारजे माळवाडी, पुणे–५६
email- rajethorat@gmail.com

प्रकरण १२

भाषांतर आणि भाषांतर प्रक्रिया

डॉ. बाबासाहेब रोडे

• **भाषांतर**

प्राचीनतम कालखंडापासून वेगवेगळ्या भाषिक समूहांचे लोक एकत्र आल्याने परस्परांच्या भाषा, साहित्य, संस्कृतीची देवाणघेवाण, आदान-प्रदान होत असे. बऱ्याचदा भाषांतराच्या हेतूने हा व्यवहार पूर्ण होत असे. मानवी प्रगतीबरोबर भाषांतराचाही वेग व व्यापकता वाढली. जागतिकीकरण व वैज्ञानिक प्रगतीने जग खूपच जवळ आले. भिन्न भाषिक, साहित्य, संस्कृतीच्या लोकांचा दैनंदिन संपर्क वाढल्याने देशोदेशीच्या सीमा पुसट झाल्या. साहित्य, भाषा, ज्ञान-विज्ञानाची क्षेत्रे संपूर्ण जगातील मानवाला खुणवू लागली. त्यामुळे मानवी संज्ञापन एका भाषेपुरते मर्यादित न राहता ते बहुभाषिक बनले. ही गोष्ट जगातील प्रत्येक राष्ट्रात घडत असल्याने भाषांतर हे एकाचवेळी अनेक भाषांतून होऊ लागते. भारतासारख्या बहुभाषिक राष्ट्राची तर ती गरज बनली. संपर्क माध्यमांनी संपूर्ण मानवी जीवन उजळून टाकले आहे. मानवी ज्ञानकक्षा रुंदावल्या. त्यामुळे भाषांतराचे महत्त्व दिवसेंदिवस वाढत आहे. मातृभाषेत जगातील ज्ञानभांडार भाषांतरामुळे येत असल्याने एक भाषा जाणणाऱ्यांसाठी ते वरदानच ठरत आहे. भाषा, साहित्य, संस्कृती, व्यापार, उद्योग, चित्रपट, पत्रकारिता, संशोधन ... इ. बहुविध क्षेत्रांतील भाषांतराचा शिरकाव पाहता पुणे विद्यापीठाच्या व्यावहारिक मराठीच्या अभ्यासक्रमात हा घटक समाविष्ट होणे क्रमप्राप्त दिसते.

सामान्यतः बोलणे, वाचणे, लिहिणे ही प्राथमिक स्वरूपाची भाषिक कौशल्ये मानली जातात, तर भाषांतर, रूपांतर, अनुवाद, सारांश करणे, विस्तार करणे ही भाषेची प्रगत नैपुण्ये मानली जातात. जगभर अनेक भाषा बोलल्या जात असल्या तरी इंग्रजी

भाषेत जगातील बहुसंख्य ज्ञान एकवटलेले असल्याने तिला ज्ञानभाषेचे स्वरूप प्राप्त झाले आहे. इंग्रजीतून इतर भाषांत मोठ्या प्रमाणात भाषांतरे होताना दिसतात. मराठीतही ज्ञानभाषा इंग्रजीतून अनेक प्रकारची भाषांतरे झालेली आहेत. यात शास्त्रीय साहित्य व ललित साहित्य, वैचारिक स्वरूपाची भाषांतरे मोठ्या प्रमाणात झाली आहेत.

अशा प्रकारे जगातील संपूर्ण मानवाचे जीवन व्यापू पाहणारी 'भाषांतर' ही संकल्पना आपण व्याख्येसह समजून घेऊ –

• भाषांतर म्हणजे काय?

१) 'एका भाषेतील मजकूर, त्याचा आशय आणि अभिव्यक्तिजन्य अनुभवांसह दुसऱ्या भाषेत उतरविण्याची प्रक्रिया म्हणजे भाषांतर होय.'– डॉ. कल्याण काळे

२) 'भाषांतर म्हणजे एका भाषेतील आशय, भाव आणि शैली मूळ बरहुकूम दुसऱ्या भाषेत रूपांतरित करणे होय.'

दैनंदिन व्यवहारात मातृभाषेच्या मदतीने आपण विचार व भावनांची अभिव्यक्ती करून संज्ञापन करतो; पण त्यापेक्षा ज्ञानविज्ञानाच्या विविध क्षेत्रांतील गोष्टी जाणण्यासाठी आपल्याला अन्य भाषेची मदत घ्यावी लागते. त्यातूनच मानवाच्या ज्ञानकक्षा रुंदावतात. ज्यांना मातृभाषेशिवाय इतर भाषा अवगत नसतात; त्यांच्यासाठी 'भाषांतर' ही पर्वणीच ठरते. मूळ मजकूर ज्या भाषेत असतो तिला 'मूळ भाषा' असे म्हणतात; तर ज्या भाषेत मजकुराचे भाषांतर करावयाचे असते तिला 'लक्ष्य भाषा' असे म्हणतात. भाषांतर करताना मूळ भाषेतील मजकूर जिथल्यातेथे, जशाच्यातसा कायम राहतो. मूळ आशयातील सौंदर्यस्थळे, आशय, आविष्कार जशाच्यातसा लक्ष्य भाषेत देण्याकडे कल असतो. थोडक्यात, बिंब–प्रतिबिंबाप्रमाणे मूळ मजकूर व भाषांतर याचे स्वरूप असते. उदा. हनिमून – रोमँटिक या शब्दाचे मराठी भाषांतर.

भाषांतरात भाषांतरकार दोन्ही भाषांत पारंगत असावा लागतो. दोन्ही भाषांतील शब्द, शब्दच्छटा, अर्थ, व्याकरण, म्हणी, वाक्प्रचार, वाक्यरचना, बोलीतील प्रचलित शब्दांचा विचार करूनच भाषांतर केले जाते. एका भाषेतून दुसऱ्या भाषेत अर्थाचे संक्रमण होताना मूळ आशयाला कोणतीही बाधा येणार नाही याची काळजी भाषांतरकाराला घ्यावी लागते. भाषांतरकार लक्ष्यभाषेतील शब्द चपखलपणे वापरून मूळ आशय मांडण्याचा प्रयत्न करत असतो. जेणेकरून वाचकाला मूळ कलाकृती वाचल्याचा आनंद होईल. हीच खऱ्या अर्थाने यशस्वी भाषांतरकाराची कसोटी मानली जाते. भाषांतर करताना सर्वसामान्यांची बोली, व्यावसायिकांची भाषा, शास्त्रीय व तांत्रिक स्वरूपाची शब्दरचनांची भाषांतरकाराला जाणीव ठेवावी लागते.

या कामी मूळभाषा व लक्ष्यभाषेतील शब्दकोश, परिभाषा कोशांचा सातत्याने आधार घ्यावा लागतो.

प्रत्येक भाषेचे वैभव हे त्याच्या भाषेतील म्हणी, वाक्प्रचार, अलंकार, शैलीवर अवलंबून असते. यांचा वापर कथा, कविता, कादंबरी, नाटक, चरित्र, आत्मचरित्र इ. ललित वाङ्मय प्रकारात प्रकर्षाने करावा लागतो. शब्द, पद, वाक्याचा उपयोग, त्यांच्या मूळ वाच्यार्थाहून भिन्न अर्थाने भाषेत रूढ झालेला असतो. म्हणी, वाक्प्रचार, लोकानुभव हे लोक व्यवहारातूनच रूढ होत असतात. समूहात माणूस राहू लागल्यापासूनच संदेशनाची, संप्रेषणाची, विनिमयाची गरज निर्माण झाली. ती भागविण्यासाठी त्याने भाषेचे माध्यम निवडले. यातूनच पुढे जगाच्या पाठीवर अनेक संस्कृतींचा विकास झाला आणि जागतिकीकरणात या विविध संस्कृतींचा विकास भाषांतराच्या माध्यमातून परस्परांपर्यंत पोहोचवला जातो. याबाबत यशवंतराव कळमकरांची भूमिका महत्त्वाची वाटते. 'दोन भाषा, दोन संस्कृती आणि दोन समाज परस्परांच्या सहवासात आल्यानंतर तौलनिक दृष्टिकोन निर्माण होणे ही एक अपरिहार्य गोष्ट आहे. अनुकरणशीलता ही देखील माणसाची सहज प्रवृत्ती आहे. दुसऱ्या भाषेत जे काही उत्तम आहे, अनुकरणीय आहे. ते आपल्या भाषेत आणून आपले साहित्य आणि भाषा समृद्ध करणे ही गोष्ट साहित्यनिर्मिती इतकीच महत्त्वाची आहे'. यावरून भाषांतराचे महत्त्व अधोरेखित होते.

• भाषांतर : शास्त्र की कला?

एखादी गोष्ट शास्त्रशुद्ध आहे असे म्हणताना त्यात वस्तुनिष्ठता, बिनचूकपणा, परिश्रम आणि समप्रमाण ..... इ. गोष्टी येतात. सामान्यतः वस्तुनिष्ठ, सूत्रबद्धरीत्या सिद्धान्त मांडता येतात. त्यांना आपण शास्त्र ही संकल्पना वापरतो. यात बहुसंख्य गोष्टी उदाहरणासह स्पष्ट करता येतात त्यांचे निष्कर्षही दाखविता येतात. उदा. भौतिकशास्त्र, जीवशास्त्र, रसायनशास्त्रातील एखादा सिद्धान्त त्याची परिणिती व निष्कर्ष. ही परिणिती जगाच्या पाठीवर कोणत्याही ठिकाणी समान येते. उदा. लिटमसचे रंग, वस्तूची घनता, वस्तूमान ... इ. नियम भाषांतरासाठी रूढ अर्थाने असा कोणताही ढाचा नाही. अनुवाद कर्ता आपले दोन्ही भाषेतील कौशल्य पणाला लावून सुयोग्य भाषांतर करतो. एका भाषेतील शब्द, वाक्य, म्हणी, दुसऱ्या भाषेत चपखलपणे योजण्यासाठी भाषांतरकाराला मोठी मेहनत घ्यावी लागते. अर्थात हे काम मेहनतीने अभ्यासाने सफाईदारपणे होईल. येथे खऱ्या अर्थाने भाषांतरकाराचा कस लागतो. वाचकाला मूळ कलाकृती वाचल्याचा प्रत्यय देणारे भाषांतर सर्वोत्तम

भाषांतर असल्याने भाषांतरकाराला त्यासाठी विशेष प्रयत्न करावे लागतात. त्यात भाषिक गोडवा येण्यासाठी समर्पक शब्द, म्हणी, वाक्प्रचारांची जोड द्यावी लागत असल्याने व भाषांतराचा स्थूल, नियमबद्ध ढाचा नसल्याने, भाषांतरकार भाषांतराच्या माध्यमातून लक्ष्य भाषेत दुसरी कलाकृतीच निर्माण करत असल्याने भाषांतराला शास्त्र म्हणण्यापेक्षा कला म्हणणेच मला अधिक यथोचित वाटते.

प्रत्येक भाषांतराची यशस्विता त्या भाषांतरकाराच्या वैयक्तिक गुणांवर, त्याच्या दोन्ही भाषांच्या समाजाच्या, संस्कृतीच्या आकलनावर अवलंबून असते. भाषांतर हे जरी मूळ मजकुराचे केले जात असले तरी ती एक सर्जक कृती आहे आणि कोणतीही सर्जक कृती, कल्पना, शास्त्र या ढाच्यात बसवता येत नाही. प्रतिशब्द तळटिपा, शब्दांची ग्लोसरी, संज्ञा स्पष्टीकरण देऊन भाषांतरकार दोन भाषा, दोन संस्कृती जोडण्याचे सेतूचे काम करतो.

या प्रकारे भाषेत शब्द येतात व ते कालौघात भाषेत नकळतपणे रूढही होतात. भाषांतरकार हे त्यांचे माध्यम ठरते. त्यावरून अचूक प्रतिशब्द तयार करणे तशी कलाच आहे.

भाषांतर ही कला आहे असे एकदा स्वीकारले की त्यात विविधता येणे साहजिक आहे. अनेक लोकांशी, भाषांशी, भाषिक व्यवहारांशी निगडित असल्याने त्यात व्यामिश्रता अधिक जाणवते. मराठीच्या बाबतही हीच प्रक्रिया दिसते. जापनीज्, फ्रेंच, इंग्लिश, जर्मन .... इ. अनेक भाषांतील कलाकृती मराठीत आज भाषांतरित होत आहे. तशा मराठीतील उच्चतम कोटीतील कलाकृतींची भाषांतरे जगभर होतात. भाषांतर ही जरी वरील अर्थाने कला म्हणून स्वीकारली तरी त्याचा काही नियमांच्या अधीन राहूनच भाषांतरकाराला पुढे जावे लागते. पूर्वसुरींच्या आधारानेच तो स्वतःची सृजनशीलता वापरून भाषांतर करतो. जागतिकीकरण आणि विश्वसाहित्याशी नाळ जोडण्याच्या दृष्टीने हा सकारात्मक बदल स्वीकारार्ह वाटतो. थोडक्यात, 'भाषांतर म्हणजे स्रोत भाषेतील संहिता लक्ष्य भाषेत सिद्ध करणे, म्हणून भाषांतर हे शास्त्रही आहे आणि कलाही आहे'. हेच वरील वाक्यावरून स्पष्ट होते.

• भाषांतराची आवश्यकता

एका भाषेतील शब्दाला, वाक्याला दुसऱ्या भाषेत पर्यायी शब्द, वाक्य योजून मूळ आशय दुसऱ्या भाषेत आविष्कृत करणे खरोखरच कौशल्याची कामगिरी आहे. चांगले भाषांतर करता येणे हे चांगल्या कलाकृतीच्या निर्मितीसमान असते. यासाठी भाषांतरकाराजवळ दोन्ही भाषांचे, वाङ्मयाचे पुरेसे ज्ञान असावे लागते. आधुनिक युगात भाषांतराची पुढीलप्रमाणे आवश्यकता सांगता येईल.

- ## भाषांतराची आवश्यकता

१) भाषांतरामुळे एका भाषेतील ज्ञान, विज्ञान, नवनवीन शोध अन्य भाषिकांपर्यंत पोहोचवणे शक्य होते.

२) जागतिक घडामोडी (आर्थिक, राजकीय, सांस्कृतिक, सामाजिक, वैज्ञानिक...इ.) प्रसारमाध्यमांमधून भाषांतराच्यामार्फत जगभर तत्काळ समजू शकतात.

३) विविध विषयांच्या तज्ज्ञ भाषांतराच्या माध्यमाचे ज्ञानातून आदान–प्रदान केले जात. त्यामुळे सर्वच विषयांच्या ज्ञानकक्षा रुंदावण्यास भाषांतर साहाय्यभूत ठरते.

४) भाषांतराच्या माध्यमातून दोन भाषा, दोन समाज, दोन राष्ट्रांत वैचारिक, भावनिक जोडणी केली जाते.

५) दोन भाषांच्या तौलनिक अभ्यासासाठी भाषांतर करणे, मूल्यमापन करणे सोयीचे ठरते.

६) भाषा, साहित्य, संस्कृती .... इ. च्या आदान–प्रदानासाठी भाषांतर महत्त्वाची भूमिका बजावते. संस्कृती, साहित्य व भाषेच्या समृद्धीसाठी भाषांतराचे महत्त्व अधोरेखित होते.

७) प्राचीनतम ग्रंथांची भाषांतरे करून पुरातन संस्कृतीचा सर्वांगीण अभ्यास केला जातो.

८) धार्मिक ग्रंथ, शिलालेख, हस्तलिखिते, पोथ्यांची भाषांतरे आजही समाजासाठी महत्त्वाची ठरली आहेत.

९) प्रशासकीय कामे, दैनंदिन व्यवहार, न्यायालये .... इ. व्यवहार भाषांतराच्या माध्यमातून सर्वसामान्यापर्यंत पोहोचवता येतात.

१०) व्यापार, उद्योग, शेती संशोधन विकासासाठी जागतिक स्पर्धेत टिकण्यासाठी परस्परांशी भाषांतर करून व्यवहार व कारभार होतो.

११) बहुभाषिक लोकांचे दळणवळण, वाढल्याने प्रशासन व शासकीय कार्यालयात भाषांतर करणे गरजेचे ठरते आहे; व ते व्यवहार्यही मानले जाऊ लागले आहे.

१२) वैज्ञानिक शोध, तंत्रज्ञानाची क्रांती जगभर पोहोचवण्यासाठी भाषांतराचा आधार घेतला जातो.

१३) सामाजिक अभिसरणासाठी भाषांतराची मोठ्या प्रमाणावर गरज आहे.

१४) शैक्षणिक क्षेत्रातील क्रांतिकारी अध्ययन व अध्यापनासाठी भाषांतराचे महत्त्व अधोरेखित होते.

१५) विविध वाङ्मय प्रकार, पारिभाषिक शब्द, मिथ्य, बीजकथानक, थिम स्वभाषेत रुजवण्यासाठी, वाढवण्यासाठी मोठ्या प्रमाणात भाषांतराची गरज आहे.

आधुनिक समाजाच्या गरजा विस्तारत आहेत. स्पर्धेच्या युगात टिकण्यासाठी, त्यावर मात करण्यासाठी, सर्वच भाषिक लोकांना दैनंदिन संपर्क अपरिहार्य बनला आहे. व्यावहार्य गरज म्हणून आज भाषांतराचे महत्त्व अधोरेखित झालेले दिसते.

• भाषांतर करताना येणाऱ्या अडचणी

वैज्ञानिक प्रगतीमुळे जवळ आलेले जग, भाषा, साहित्य, संस्कृतीचे आदान-प्रदान जलद गतीने होताना दिसते. ज्ञानभाषा इंग्रजी न समजणाऱ्या वर्गासाठी भाषांतर हे वरदान ठरले आहे. भाषांतराचे आजच्या काळातील महत्त्व पाहता अनेकजण व्यावसायिक पातळीवर भाषांतर करतात. विविध कारणांसाठी केले जाणारे भाषांतर करण्याचा हेतू, दर्जा, या सर्वांचा विचार करून केले जाते. एका भाषेतील मजकूर दुसऱ्या भाषेत आणतात. भाषांतरकार दोन्ही भाषा, साहित्य, संस्कृतींशी समरस झालेला असेल तर अर्थच्छटा, लक्ष्यार्थ, व्यंगार्थासह तो मुळाबरहूकूम भाषांतर करू शकतो. अर्थात, भाषांतराच्या व्यापक क्षेत्राला व्यवहार्य रूप देताना अनेक मर्यादा येतात. त्या पुढीलप्रमाणे सांगता येतील –

१) भाषांतरकाराला दोन्ही भाषा, बोली, रूढी, परंपरांची उत्तम जाण नसली तर विपर्यास होण्याची शक्यता असते.

२) भाषांतराचा विषय व्यवस्थित समजून घ्यावा लागतो; अन्यथा आशय आविष्कारात चुका होतात.

३) भाषांतर करताना विषयासंबंधिचे संदर्भ, विश्लेषण लक्षात घ्यावे लागतात.

४) भाषांतरित मजकुराचा वाचकवर्ग कोणता आहे, त्याची बोली, भाषा यांच्या पार्श्वभूमीवर भाषांतर करावे.

५) नवीन पारिभाषिक शब्द, संज्ञा, संकल्पना लक्ष्य भाषेत योजताना अर्थच्छटांचा विचार करावा. ते वाचकांच्या माहितीतील असावे लागतात.

६) दोन्ही भाषकांच्या संस्कृतीचे आकलन करून आशयाची मांडणी करावी. याचे आकलन नसेल तर चुका संभवतात.

७) शास्त्रीय संकल्पना, विषयातील संज्ञा वापरासाठी शब्दकोशाचा आधार घ्यावा. त्यामुळे नेमकेपणा जपता येईल.

८) बऱ्याचदा मूळ आशय मांडताना पाल्हाळीकपणा, क्लिष्टता येते. ही महत्त्वाची अडचण भाषांतर करताना भेडसावते.

९) भाषांतरित आशय कठीण झाल्याने वाचकांच्या आकलनक्षमतेच्या बाहेरचा वाटतो.

१०) भाषांतर हे साधे, सोप्या भाषेतले मूळ बरहूकूम असावे लागते.

थोडक्यात, दोन्ही भाषाकांच्या सांस्कृतिक पार्श्वभूमीवर भाषांतर करावे, जेणेकरून मूळ आशयाचा विपर्यास न होता, वाचकाला मूळ कलाकृती वाचल्याचा आनंद होईल. हीच उच्च कोटीच्या भाषांतरकाराची कसोटी ठरेल.

• **भाषांतर-रूपांतर-अनुवाद-साम्यभेद-**

यातील साम्यभेद लक्षात घेण्यापूर्वी रूपांतर, अनुवाद या संकल्पना समजून घेऊया.

• **रूपांतर**

ज्यावेळी व्यावहारिक कारणांमुळे मूळ संहितेची शब्दशः प्रतिनिर्मिती शक्य नसते, त्यावेळी लक्ष्य भाषेत फक्त तिचा स्थूलाशय आणण्याचा प्रयत्न केला जातो, त्याला रूपांतर असे म्हणतात.

रूपांतराचा उद्देश असा की, मूळ विषयाचा विस्तार टाळून लक्ष्य भाषेत सुटसुटीत कलाकृती निर्माण करण्यावर भर असतो. त्यात क्वचित प्रसंगी रंजनात्मकताही आणली जाते. रूपांतर करताना मूळ भाषेतील वातावरण, अपरिचित संकल्पना बदलून वाचकांना रुचेल, पचेल असा मजकूर देण्यावर भर असतो. उदा. गो. ब. देवलांनी शेक्स्पिअरच्या ऑथेल्लो नाटकाचे केलेले 'झुंजारराव' हे रूपांतर!

रूपांतर या शब्दाचा अर्थ अन्य रूप असा आहे. एका भाषेत जे सांगितले आहे ते दुसऱ्या भाषेत सांगणे, पण रूपांतरित स्वरूपात. थोडक्यात, मूळ कथाबीज, पात्रप्रसंग घेऊन लक्ष्यभाषेतील घटकांच्या साहाय्याने ती फुलवणे. देश, काल, परिस्थितीनुरूप त्यात बदल करणे, आवश्यकता भासल्यास नावे, स्थान, स्वभाववैशिष्ट्येही बदलली जातात.

उदा. पु. ल. देशपांडे यांचे 'अंमलदार' हे नाटक मूळ रशियन नाटक Inspector General चे रूपांतर आहे. गो. ब. देवलांचे 'संशयकल्लोळ' व वि. वा. शिरवाडकरांचे 'दूरचे दिवे' अशी उच्चतम रूपांतराची उदाहरणे सांगता येतील.

• **अनुवाद**

'पूर्वसिद्ध मजकुराचे स्पष्टीकरण, विवरण अथवा विस्तार म्हणजे अनुवाद होय.' - डॉ. कल्याण काळे

'अनुवाद म्हणजे मौखिक किंवा लिखित भाषेच्या माध्यमातून एकदा व्यक्त झालेल्या आशयाची, त्याच भाषेच्या किंवा दुसऱ्या एखाद्या भाषेच्या माध्यमातून पुन्हा केलेली मौखिक किंवा लिखित अभिव्यक्ती होय.' – प्र. ना. परांजपे

दात्यांच्या शब्दकोशात अनुवादाचा अर्थ पुन्हा-पुन्हा सांगणे, पाठ करणे, स्पष्ट करून सांगणे, असा अर्थ दिला आहे. तर मोल्सवर्थच्या शब्दकोशात अनुवादाचा अर्थ स्पष्ट करणे, विस्ताराने सांगणे असा दिला आहे.

थोडक्यात, मूळ भाषेतील साहित्यकृतीचा साध्या भाषेत अनुवाद करणे म्हणजे एका भाषेतील सांस्कृतिक संदर्भातील अनुभवाला अर्थासह, संदर्भासह दुसऱ्या भाषेत आणणे होय. समाजातील रूढी, परंपरा, सण, उत्सव, निसर्ग, इतिहास, भूगोलासह दुसऱ्या समाजातील लोकांना त्या भावविश्वाची प्रचिती अनुवादाच्या माध्यमातून दिली जाते.

अनुवाद ही व्यापक संज्ञा असून भाषांतराचा त्यात समावेश होऊ शकतो. अनुवादात एका भाषेतील संहिता स्पष्टीकरणासह दुसऱ्या भाषेत उतरविण्याचा कल असतो, तर भाषांतरात मूळ कलाकृतीच्या मजकुराचा शब्दशः अर्थ देण्याकडे कल असतो. भाषांतरात सौंदर्यानुभव, प्रतिमा, प्रतीके, शैली.... इ. घटकांचीही अनुभूती वाचकांपर्यंत पोहोचवण्याचा प्रयत्न केला जातो. अनुवाद या संकल्पनेत भिन्न भाषेतील मजकूरही प्रचलित भाषेत दिला जातो. उदा. विं. दा. करंदीकरांनी ज्ञानेश्वरीचा केलेला अनुवाद.

• सारांश

भाषांतरकाराला भाषेचे परिपूर्ण ज्ञान असावे लागते; भाषेपासूनच साहित्यकृतीचा घाट कसा बनतो, संरचना कशी बदलते याचे ज्ञान असावे लागते. अनुवादकाला मात्र साहित्यकृतीच्या अंतःपटलाची माहिती असावी लागते. मूळ साहित्य कृतीचे विश्लेषण करून पुनः त्याचे विश्लेषण करून सांगावे लागते; परंतु रूपांतरकाराजवळ सर्जनक्षमता असावी लागते; कारण रूपांतर हे नुसते पूर्ण कथनासारखे नसते. त्यात एका अर्थाने नव सर्जनाचाही भाग असतो. भाषांतरात मूळ विषय, आशय जसाच्यातसा लक्ष्य भाषेत आणावा लागतो. अनुवादात संरचनेचे स्वातंत्र्य असले तरी मूळ गाभ्याशी प्रामाणिक राहावे ही अपेक्षा असते.

• भाषांतराचे प्रकार

    अ) मूलनिष्ठ भाषांतर
    ब) लक्ष्यनिष्ठ भाषांतर

अ) मूलनिष्ठ भाषांतर

मूलनिष्ठ भाषांतरात मूळ भाषेतील शब्दरचना, वाक्यरचना आणि आविष्कार शैलींचे जसेच्यातसे अनुकरण केलेले असते. लक्ष्यभाषेतील वाक्यरचना, शब्दरचना व आविष्कार शैलीत भिन्नता असली तरी भाषांतर प्रक्रियेत मूळ भाषेला अनुसरूनच भाषांतर केले जाते. भाषांतराच्या माध्यमातून मूळ भाषा शिकणे हाच याचा उद्देश असतो.

उदा. The boys that wanted to be free

मुले- जी स्वतंत्र होऊ इच्छित होती

ब) लक्ष्यनिष्ठ भाषांतर

लक्ष्यनिष्ठ भाषांतरात मूळ भाषेतील आशयाशी प्रामाणिक राहून लक्ष्य भाषेच्या रूपाशी साधर्म्य असणारे भाषांतर केले जाते. त्याला लक्ष्यनिष्ठ भाषांतर म्हणतात. यात भाषांतरकाराला दोन्ही भाषांच्या सूक्ष्म फरकाची जाणीव असावी लागते. शब्दच्छटा, अर्थच्छटांची उत्तम जाण भाषांतरकाराजवळ असावी लागते. यात शब्दांपेक्षा विचाराला, माहितीला प्राधान्य दिले जाते.

उदा. There lived a man in a village who was very greedy.

एका गावात एक स्वार्थी माणूस राहात होता.

इंग्रजी उताऱ्याचे मराठीत भाषांतर करताना पुढील गोष्टी महत्त्वाच्या ठरतात-

   १) मूळ इंग्रजी उतारा दोन वेळा वाचावा, जेणेकरून त्याचा आशय समजेल.
   २) कठीण शब्दांना चपखल मराठी शब्द योजावेत.
   ३) शब्दशः भाषांतर न करता प्रवाही पद्धतीने आशयाचे भाषांतर करावे.
   ४) मुद्देसूद मांडणी करावी.
   ५) उताऱ्यातील व्याकरण, शैली, भाषा, बारकाईने अवलोकन करून कच्चे टिपण काढावे.
   ६) या टिपणाच्या आधारे प्रवाहीपणे मूळ मुद्दे मांडावेत.
   ७) आशयानुरूप समर्पक शीर्षक द्यावे.

उदाहरणासाठी काही उताऱ्यांचे भाषांतर करू.

• भाषांतराचा नमुना

One day the king saw a poor man working in the field. It was a very cold day, but the man had very few clothes on. He was singing merrily-while he was working. The king went to him and said, "Don't you feel the cold in this weather?" The man replied "No, I don't feel the cold. You see that I have to work very hard. That makes me warm." Then the king said to him, "You seen to be very happy. Are you relly happy?" The man replied, "Of course, I am. I have no time to be unhappy."

श्रमप्रधानता : सुखाची गुरुकिल्ली

एकदा राजाने शेतात काम करणारी एक गरीब व्यक्ती पाहिली. त्या थंडीच्या दिवसातही त्या व्यक्तीच्या अंगावर जेमतेम कपडे होते. तरीही श्रम करताना तो गात होता. राजा त्याच्याजवळ जाऊन म्हणाला, "अरे तुला थंडी वाजत नाही का?" यावर तो म्हणाला, "नाही, मला थंडी वाजत नाही. तुम्ही पाहताच आहात की मी खूप श्रम करत आहे. त्यातूनच मला ऊब मिळते." त्यावर राजा म्हणाला, "खरंच तू सुखी आहेस का?" तेव्हा माणूस म्हणाला, "अर्थात मी सुखी आहे. मला दुःखी व्हायला वेळच नाही."

Mahatmaji was real leader of men and he led the people. He never played to the gallery or cared to secure cheers from the crowd. Indeed more than at any time, today, there is an urgent need to understand the message of Bapu. He believed in work and according to him, life should be one, of ceaseless activity. He never believed in the maxim that 'ends justify the means.' If only he lived for another quarter of a century he would have established international peace based upon his philosophy of life. Because once he said, "No nation belongs to itself, every nation belongs to the world. I want my country to be free so that it might die to serve the cause of humanity."

महात्माजी हे लोकांचे खरे नेते होते आणि त्यांनी सर्वसामान्यांचे नेतृत्व केले. त्यांनी लोकानुनय केला नाही किंवा जनसमूहांकडून प्रशंसा मिळविण्याची काळजीही केली नाही. कधीही न पेक्षा खरोखर आज बापूंचा संदेश समजावून घेण्याची गरज निर्माण झाली आहे. त्यांचा कर्तृत्वावर विश्वास होता आणि त्यांच्या मतानुसार आयुष्य म्हणजे अविरत श्रम करायला हवे. 'साध्ये साधनांचा बरेवाईटपणा ठरवितात' या म्हणीवर त्यांचा विश्वास नव्हता. जर त्यांना आणखी पाव शतकाचे आयुष्य लाभले असते तर त्यांनी आपल्या जीवनविषयक तत्त्वज्ञानाच्या आधारे जागतिक शांतता प्रस्थापित केली असती, कारण एकदा ते म्हणाले होते, "कोणतेही राष्ट्र

स्वतःपुरते नसते. ते उर्वरित जगाशी जोडलेले असते. मला माझा देश स्वतंत्र व्हायला हवा आहे, तो त्याला मानवतेच्या ध्येयासाठी झटता यावे म्हणून.''

संदर्भसूची

१) काळे कल्याण, भाषांतर मीमांसा, प्रतिमा प्रकाशन, पुणे, प्रथमावृत्ती १९९७

२) मालशे मिलिंद, आधुनिक भाषाविज्ञान, सिद्धान्त आणि उपयोग, लोकवाङ्मयगृह आणि मराठी विकास संस्था, मुंबई १९९५

३) केळकर अशोक रामचंद्र, मध्यमा : भाषा आणि भाषा व्यवहार मेहता पब्लिशिंग हाऊस, पुणे १९९६

४) सारस्वत शुभदा, द आर्कटिक्चर ऑफ अ मराठी सेंटेंस, सारस्वत प्रकाशन, पुणे

५) अकोलकर वंदना, भाषांतरित काव्य : मराठी कवितेचा इतिहास, सुपर्णा प्रकाशन, पुणे

६) कालेलकर ना. ग., भाषा आणि साहित्य, मौज प्रकाशन, पुणे

७) कुलकर्णी कु. ली., पाठ्यपुस्तकांची भाषांतरे, मराठी वाङ्मयाचा इतिहास, म. सा. प. पुणे खंड-४था, पुणे

८) केळकर अशोक, भाषांतर-मराठी विश्वकोश, खंड-१२वा

९) चित्रे दि. पु., भाषांतर की भ्रम? लोकवाङ्मयगृह, मुंबई, १९९० एप्रिल

१०) चिपळुणकर विष्णुशास्त्री, भाषांतर-निबंधमाला भाग ३, पुणे १९८०

११) मालशे मिलिंद - भाषांतराचे वैज्ञानिक पैलू (मूळ लेखन-रोमान याकवसन्) अनुवाद

१२) संत दु. का., साहित्याच्या भाषांतरातील समस्या, प्रा. रा. श्री. जोन गौरवग्रंथ १९६६ पुणे

१३) ओतुरकर गणेश, द्विभाषी व्यावहारिक शब्दकोश

१४) मोकाशी मधुकर, भाषांतर चिकित्सा

१५) डॉ. तावरे स्नेहल, पारिभाषिक संज्ञाकोश (इंग्रजी/मराठी), स्नेहवर्धन प्रकाशन, पुणे

डॉ. बाबासाहेब रोडे

मराठी विभाग प्रमुख

विश्वकर्मा महाविद्यालय, पुणे

email :- brrode2009@gmail.com.

प्रकरण १३

दृक्श्राव्य माध्यमांसाठी मुलाखत लेखन (आकाशवाणी व दूरदर्शन)

डॉ. बाबासाहेब शेंडगे

लोकजीवनात आकाशवाणी हे अतिशय सुलभ, स्वस्त व सर्वांना सहजासहजी उपलब्ध होणारे महत्त्वाचे जनसंपर्क माध्यम आहे. भारतामध्ये २३ जुलै १९२७ रोजी मुंबई येथे पहिले आकाशवाणी केंद्र सुरू झाले. आकाशवाणीचा प्रसार आणि प्रभाव सतत वाढत आहे. आकाशवाणी हे प्रामुख्याने श्राव्य माध्यम आहे, त्यामुळे ते निरक्षर माणसांपर्यंत जाऊन पोहोचते. माणसांचे प्रबोधन करणे, रंजन करणे व त्यांच्या जीवनातील दैनंदिन समस्यांमध्ये मार्गदर्शन करणे अशा विविध कारणांसाठी या माध्यमाचा उपयोग होतो. शेती, आरोग्य, राहणीमान, शिक्षण अशा क्षेत्रांतील जीवन संदर्भाच्या माहितीचे वितरण या माध्यमामार्फत केले जाते, म्हणूनच माणसाच्या जीवनाचा आकाशवाणी हे माध्यम एक अविभाज्य भाग बनले आहे.

दूरदर्शन हे लोकप्रिय व आधुनिक संवाद माध्यम आहे. दूरदर्शनचे प्रक्षेपण प्रथम १९२० साली अमेरिकेत झाले. १५ सप्टेंबर १९५९ रोजी भारतात दूरदर्शन पर्वास सुरुवात झाली.

जाहिरात, बातमी, माहितीपर मुलाखत, नाटक व मालिका प्रश्नमंजूषा व रचना प्रकारानुसार सादर केल्या जाणाऱ्या कार्यक्रमांचा उपयोग जनसामान्य नागरिकांना होत असतो. दूरदर्शन सामाजिकदृष्ट्या फार मोलाचे काम करत आहे. दूरदर्शनवरील कार्यक्रमांचा समाजावर खोल परिणाम होत असतो. विशेषतः स्त्रियांच्या, मुलांच्या, वृद्धांच्या साक्षरतेच्या व मूल्यशिक्षणाच्या समस्या आणि त्याची जाण दूरदर्शनवरून प्रसारित होणाऱ्या कार्यक्रमांद्वारे जनमानसात निर्माण करता येतात. लोककला, अभिजात

कला, इतिहास, परंपरा, धार्मिक, सामाजिक उत्सव, व ऋण अशा सांस्कृतिक घटकांचे दृश्य संस्कारही दूरदर्शन कार्यक्रमातून घडत असतात.

* दूरदर्शनची वाटचाल

- १५ सप्टेंबर १९५९ : फिलिप्स (इंडिया) व युनेस्को यांच्या मदतीने दिल्ली येथे प्रायोगिक स्वरूपाच्या दूरदर्शन केंद्राची सुरुवात
- १९६१ : शिक्षकांसाठी शास्त्रीय विषयांवरील शैक्षणिक कार्यक्रमांची निर्मिती
- ऑगस्ट १९६५ : दूरदर्शनसंच निर्माते व प्रेक्षक यांच्याकडून होणाऱ्या प्रचंड मागणीमुळे मनोरंजनाच्या कार्यक्रमांची सुरुवात
- जानेवारी १९६७ : ग्रामीण भागासाठी दूरदर्शन कार्यक्रमांची निर्मिती. 'कृषिदर्शन' हा शेतकऱ्यांसाठी कार्यक्रम सुरू
- ऑक्टोबर १९७२ : मुंबई दूरदर्शन केंद्राचे काम सुरू
- १९७३ : श्रीनगर व अमृतसर ही केंद्रे सुरू होऊन त्यांच्या कार्यक्रमांची निर्मिती; पुणे सहक्षेपण केंद्राचे कार्य सुरू
- १९७५ : कोलकाता, मद्रास आणि लखनौ ही नवीन केंद्रे सुरू झाली
- ऑगस्ट १९७५ ते ऑगस्ट १९७६ : एसआयटीई योजनेमुळे सहा राज्यांत शैक्षणिक कार्यक्रम पोहोचण्याची सोय उपलब्ध
- १ जानेवारी १९७६ : दूरदर्शनवर जाहिराती झळकल्या
- १ एप्रिल १९७६ : दूरदर्शन व आकाशवाणी हे विभाग स्वतंत्र. दूरदर्शन हे नाव या माध्यमाला मिळाले
- १९७६ : जयपूर, हैदराबाद, रायपूर, गुलबर्गा, संबळपूर आणि मुझफ्फरपूर येथे जमिनीवरच्या प्रक्षेपकांची उभारणी यामुळे १०० कोटी जनतेपर्यंत दूरदर्शनचे कार्यक्रम पोहोचण्याची सोय झाली. याच वर्षापासून आपल्या निवडणूक प्रचारासाठी राजकीय पक्षांना दूरदर्शनवर काही वेळ उपलब्ध करून देण्यास सुरुवात झाली
- १५ ऑगस्ट १९८२ : राष्ट्रीय कार्यक्रमांची सुरुवात
- १९८२ : रंगीत प्रक्षेपणाची सुरुवात
- १० एप्रिल १९८२ : 'इन्सॅट-वन-ए' हा पहिला भारतीय संवाद - उपग्रह (कम्युनिकेशन सॅटलाईट) अंतराळात
- १९ नोव्हेंबर १९८२ : वीस लघुशक्ती प्रक्षेपण केंद्रे सुरू झाली व त्यांच्या मदतीने एशियाड खेळांचे राष्ट्रीय नेटवर्कवरून प्रक्षेपण तसेच अलिप्त राष्ट्रांच्या परिषदेचे प्रक्षेपण

- ऑगस्ट १९८३ : 'इन्सॅट-वन-बी' दुसरा भारतीय उपग्रह अमेरिकन 'चॅलेंजर'च्या मदतीने अंतराळात
- १५ ऑगस्ट १९८४ : दिल्ली केंद्राच्या दुसऱ्या वाहिनीस सुरुवात
- १९८४ : 'हमलोग' ही पहिली भारतीय दूरदर्शन मालिका
- १ मे १९८५ : 'प्रेस ट्रस्ट ऑफ इंडिया' (पी.टी.आय.) बरोबर 'टेलिटेक्स-सेवा' सुरू
- १९८६ : उपग्रहांच्या साखळीद्वारे थेट आंतरदेशीय प्रसारण भारतात सुरू
- १९८७ : सकाळचे प्रक्षेपण सुरू
- १९८८ : या वर्षाअखेर दूरदर्शन संचाची संख्या दोन कोटींपर्यंत पोहोचली. आपल्या देशाचा अर्धा भूभाग आणि तीन चतुर्थांश जनतेपर्यंत दूरदर्शनचे कार्यक्रम पोहोचले
- १९८९ : या वर्षाअखेर चारशेऐंशी केंद्रे कार्यरत झाली. तेव्हापासून एकूण लोकसंख्येच्या ब्याऐंशी टक्के लोकांपर्यंत दूरदर्शनचे प्रसारण पोहोचू लागले

*** दूरदर्शनचा शैक्षणिक प्रारंभ**

एकाच वेळी अनेकांपर्यंत जाऊन पोहोचणाऱ्या दूरदर्शनसारख्या माध्यमाचा उपयोग शिक्षणासाठी फार मोठा आहे. विविध विषयांतील तज्ज्ञ माणसांच्या ज्ञानाचा लाभ या माध्यमाद्वारे विद्यार्थी घरबसल्या घेऊ शकतो. वर्गाच्या चार भिंतींत आणि 'खडू-फळा' साच्यात अडकलेली आपली शिक्षणपद्धती बदलत चालली आहे. दूरदर्शनचा 'कॅमेरा' विद्यार्थ्याला मुक्त शिक्षणाचा लाभ देऊ शकतो. स्वतःच्या विषयासंबंधी प्रत्यक्ष व दृश्यरूप ओळख विद्यार्थी घरात बसून घेऊ शकतो.

इंग्लंड, जपान, अमेरिका यांसारखे देश या माध्यमाचा शिक्षणासाठी फार मोठ्या प्रमाणावर प्रभावी उपयोग करून घेतात; परंतु हे माध्यम खर्चिक असल्यामुळे आपल्याकडे त्याचा इतका सर्रास वापर सुरू झाला नसला तरी ही सुरुवात आहे.

प्रारंभ :- पूर्वमाध्यमिक शाळांतील अभ्यासक्रमावर आधारित, शास्त्रविषयांवरचे कार्यक्रम दिल्लीहून १९६१ मध्ये प्रक्षेपित होऊ लागले. १५ ऑगस्ट १९८४ ला विद्यापीठ अनुदान मंडळाने सुरू केलेला 'कंट्रीवाईड क्लासरूम' हा उपक्रम म्हणजे या दिशेने टाकलेले पुढचे महत्त्वाचे पाऊल. देशभरच्या महाविद्यालयीन विद्यार्थ्यांना त्यांच्या विविध अभ्यासक्रमांशी निगडित असे कार्यक्रम या उपक्रमातून रोज पाहायला मिळतात. देशभर आता अनेक विद्यापीठांतून 'शैक्षणिक माध्यम संशोधन केंद्रे' (ई.एम.आर.सी.) व 'दृक्-श्राव्य संशोधन केंद्रे' (ए.व्ही.आर.सी.) स्थापन झाली

आहेत. ही केंद्रे प्रथम कार्यक्रम बनवतात. दिल्लीच्या जामिया मीलिया उस्मानिया विद्यापीठातील मध्यवर्ती केंद्रात त्यांची पूर्वचाचणी घेतली जाते व मग ते कार्यक्रम दिल्ली दूरदर्शनवरून दाखवले जातात; मात्र हे कार्यक्रम अजून इंग्रजीतून होत असल्यामुळे देशातील बहुसंख्य विद्यार्थी त्यांचा लाभ नीट घेऊ शकत नाहीत.

५ फेब्रुवारी १९८६ पासून असेच कार्यक्रम शालेय विद्यार्थ्यांसाठी बनवण्यास सुरुवात झाली. हे कार्यक्रम दिल्लीला तयार होत व विविध राज्यभाषांत 'उसना आवाज' देऊन दाखवले जात. १ सप्टेंबर १९८७ पासून 'बालचित्रवाणी' पुण्यात सुरू झाली. या केंद्राद्वारे मराठी माध्यमातून कार्यक्रम सादर होतात आणि मुंबई दूरदर्शन केंद्रावरून ते महाराष्ट्रात दाखवले जातात.

*** दूरदर्शनची उद्दिष्टे व कार्ये**

माहिती व नभोवाणी खात्याच्या कल्पनेनुसार 'दूरदर्शन' सारख्या प्रभावी संवाद माध्यमाद्वारे देशाच्या विकासाच्या अनेक क्षेत्रांत कार्य करता येते. देशाच्या पंचवार्षिक योजनांमध्येही या उद्दिष्टांचे उल्लेख आहेत. ही क्षेत्रे अशी –

- समाजपरिवर्तनाचे साधन म्हणून कार्य करणे
- राष्ट्रीय ऐक्याची भावना देशात जागृत करणे
- लोकांमध्ये वैज्ञानिक मनोवृत्ती निर्माण करणे
- कुटुंबनियोजन व कुटुंबकल्याणाची महती पटवून देऊन लोकसंख्येला आळा घालण्यास हातभार लावणे
- पर्यावरण समतोलाचे महत्त्व पटवून तो राखण्यासाठी लोकांना कार्यप्रवृत्त करणे
- स्त्रिया, मुले व समाजातील वंचित वर्गाचे प्रश्न मांडून त्यांच्या कल्याणाच्या उपायांची गरज जनतेला पटवून देणे
- कला, खेळ व सांस्कृतिक परंपरेची ओळख करून देऊन त्यामध्ये लोकांचा रस वाढवणे

डॉक्टर, वकील, इंजिनिअर, समाजसेवक त्याचप्रमाणे समाजाला ज्यांच्याबद्दल उत्सुकता आहे, अशी अगदी वेगळी माणसे उदा. फाशी झालेला कैदी, वाघाबरोबर झुंज झालेली व्यक्ती, कोळशाच्या खाणीतील अपघातातून वाचलेला माणूस, अशा प्रकारे विविध व्यक्तींच्या मुलाखती घेतल्या जातात; अशा व्यक्तीला प्रत्यक्ष भेटल्याचा आनंद श्रोत्यांना मिळतो. त्यामुळे आकाशवाणीवरील मुलाखत कोणालाही मोह घालणारी अशीच गोष्ट आहे.

*** मुलाखतीचा हेतू**

१. विशिष्ट व्यक्तीच्या आयुष्यावर प्रकाश टाकता येतो व व्यक्तिमत्त्व, त्याचं कर्तृत्व समजावून घेता येते.
२. व्यक्तीच्या कार्याच्या पद्धतीचा जवळून परिचय करून घेता येतो.
३. मुलाखतीमधून सहज-सोप्या पद्धतीने सहजासहजी त्या व्यक्तीच्या अनेक पैलूंविषयी माहिती करून घेता येते.

*** मुलाखतीचे प्रकार**

*** आकाशवाणीसाठी मुलाखत**

कर्तबगार व्यक्तीविषयी जनमानसात एक फार मोठे कुतूहल असते. अशा आगळ्या वेगळ्या माणसांसोबत केलेला प्रत्यक्ष संवाद आकाशवाणीच्या मुलाखतीमधून प्रसारित केला जातो. अलौकिक माणसाच्या जीवनातील चित्तथरारक आव्हानांवर मात करण्याची उमेद थोडक्यात वास्तव जीवनाचे प्रातिनिधिक दर्शन मुलाखतीतून होत असते. संगीतकार, चित्रकार, उद्योगपती, क्रीडापटू, यांच्याबरोबरच सर्वसामान्य जीवन जगणाऱ्या व काम करणाऱ्या व्यक्तीच्या मुलाखती महत्त्वपूर्ण असतात.

मुलाखती ह्या अशक्य ते शक्य करून दाखवलेल्या व्यक्तींच्या असाव्यात; उदा. एव्हरेस्ट शिखर, ऑक्सिजनशिवाय पादाक्रांत करणारी व्यक्ती, चंद्रावर पाऊल ठेवणारी पहिली स्त्री, ऑलिंपिकमध्ये सर्वांत जास्त सुवर्णपदके मिळविणारी व्यक्ती

महत्त्वाच्या क्षेत्रांतील आकाशवाणीच्या मुलाखतीचे प्रकार–
जागेवर घेतलेली मुलाखत : ही मुलाखत कमी कालावधीची, छोटी मुलाखत असते.
एखाद्या ठिकाणी जाऊन घेतलेली मुलाखत : मुलाखत दीर्घ असते.
स्टुडिओत घेतलेली मुलाखत : आकाशवाणीवरील मुलाखत देणाऱ्या मान्यवर व्यक्तीस सन्मानाने आकाशवाणीच्या कार्यालयात बोलविले जाते. त्यासाठीची पूर्वतयारी स्टुडीओत झाल्यानंतर प्रत्यक्ष मुलाखत घेतली जाते.
अशा प्रकारे तीन प्रकारे मुलाखत घेतली जाते.

*** आकाशवाणीवरील मुलाखतीचे नियम**

१. मुलाखतकार व्यक्तीचे मन जिंकण्याचा, त्यांचे सहकार्य मिळविण्याचा प्रयत्न करावा. मुलाखत घेताना त्या व्यक्तीला पूर्णपणे बोलते करता आले पाहिजे, त्याचे बोलणे मध्येच तोडू नये.

२. मुलाखतकर्त्याचे यश, व्यक्तिमत्त्व कोणामुळे घडले याची माहिती श्रोत्यांना झाली पाहिजे.
३. मुलाखतकर्त्या व्यक्तीशी जवळीक साधली पाहिजे.
४. विरोधी प्रकार करू नये.
५. सहजपणे माहिती मिळेल असा प्रयत्न करावा.
६. सहनशीलता आणि समजूतदारपणा असावा.
७. 'अच्छा', 'असं... वा..!' 'फारच छान', अशा प्रतिक्रिया प्रत्येक वाक्याला देऊ नये.
८. मुलाखत ज्या विषयी घेणार आहोत त्याची तयारी केली पाहिजे. माहिती जमा केलेली असली पाहिजे, चांगली तयारी ही मुलाखतीचे अर्धे यश असते.
९. मुलाखतीवर प्रथमपासून शेवटपर्यंत पकड ठेवावी.
१०. निरर्थक प्रश्न विचारू नये.
११. मुलाखत देणाऱ्या व्यक्तीने व्यक्त केलेल्या दृष्टिकोनासंबंधी टीकाटिप्पणी करू नये.
१२. मुलाखतीतून व्यक्तीचे विचार, कार्य यांची ओळख जाणून घेणे हा उद्देश सफल झाला पाहिजे.

*** दूरदर्शनवरील मुलाखत लेखन**

मुलाखत हा दूरदर्शनवरील लोकप्रिय असा भाग आहे. आज, मुलाखत घेणे म्हणजे एक नवी कला, नवा व्यवसाय म्हणून याकडे पाहता येते. 'मुलाखत' या शब्दातून आपल्याला दोन व्यक्तींतील संवाद अपेक्षित असतो; हा संवाद प्रश्नोत्तर स्वरूपातील असतो. मुलाखतकार म्हणजे प्रश्नकर्ता एखाद्या विषयातील तज्ज्ञ व्यक्तीला मुलाखतदात्याला प्रश्न विचारून संबंधित विषयाची माहिती घेतो. या कार्यक्रमात एक प्रश्नकर्ता व एक उत्तरदाता किंवा दोन उत्तरदाते असतात.

*** मुलाखतीची पूर्वतयारी**

१. मुलाखत देणाऱ्या व्यक्तीची व मुलाखतीच्या विषयाची पूर्ण माहिती असावी. संपूर्ण जीवन, कार्याची वाटचाल, जीवन तपश्चर्या, स्वभाव विशेष या गोष्टी लक्षात घेऊन त्या व्यक्तीच्या सर्वांना माहीत नसलेल्या एखाद्या गुणावर प्रकाश टाकता आला पाहिजे. मुलाखत घेणाऱ्या व्यक्तीबरोबर अगोदर अनौपचारिक बातचीत झाली पाहिजे. मुलाखत देणाऱ्या व्यक्तीची भेट घेऊन तिचे कार्यक्षेत्र, जीवन, स्वभाव व इतर गुणदोषांची माहिती घ्यावी. त्या व्यक्तीविषयी माहिती मिळवून अभ्यासपूर्ण टिपणे काढावीत.

दृश्य व श्राव्य भागांची आखणी व्यवस्थित करावी. विचारल्या जाणाऱ्या प्रश्नांची नीट आखणी करावी. अभ्यासपूर्ण व कसदार प्रश्न विचारले पाहिजे, मुलाखतीत रंग चढविण्यासाठी मुलाखतकाराने काही खास प्रश्न त्या व्यक्तीला आधी पूर्वसूचना न देता विचारणे योग्य ठरते. आवश्यक तेवढेच बोलावे, 'हो' किंवा 'नाही' अशी उत्तरे येऊ शकतील असे प्रश्न शक्यतो टाळावे. मुलाखत घेणारा आणि देणारा दोघेही तुल्यबळ असावेत.

✱ दूरदर्शनवरील मुलाखतीचे प्रकार

१. **पूर्वनियोजित मुलाखत (Set-Piece or Interview by appointment):** या मुलाखतीत जागा, वेळ व व्यक्ती पूर्वनियोजित असते. मुलाखतीचा विषय पूर्वनियोजित असतो. मुलाखतीच्या अभ्यासासाठी भरपूर वेळ असतो.

२. **तत्काळ पुराव्यासाठी घेतलेली मुलाखत (Eye - Witness or on the spot interveiw) :** घटनास्थळावर तत्काळ घेतलेल्या मुलाखतीत प्रश्न खुबीनं विचारावे लागतात. सत्य घटनेला महत्त्व असतं.

३. **दारात घेतलेली मुलाखत (Door Stepper) :** आयत्यावेळी कमीतकमी वेळात अशी मुलाखत घेतली जाते. दूरदर्शनवर अनेकदा ह्या प्रकारच्या मुलाखतींचा वापर केला जातो. उदा. जेव्हा एखादी राष्ट्रीय किंवा आंतरराष्ट्रीय महत्त्वाची परिषद आयोजित केलेली असते, तेव्हा दूरदर्शनचा एक प्रतिनिधी, ह्या परिषदेत सहभागी होणाऱ्या मान्यवर व्यक्तींची लहानशी मुलाखत त्या जागीच, परिषदेच्या हॉलमध्ये प्रवेश करतानाच घेतो. अशी मुलाखत बघणे हे औत्स्युक्यपूर्ण असते.

४. **प्रत्यक्ष जागेवर जाऊन घेतलेली मुलाखत (Vox Populi) :** परिस्थितीचे भान प्रेक्षकांना आणून देण्यासाठी अशा प्रकारची मुलाखत घेतली जाते. उदा. सामाजिक प्रश्न, राजकीय प्रश्न, महागाईविषयी प्रतिक्रिया घेणे व यातून प्रश्न मांडणे हा उद्देश असतो. यात मुलाखत घेणारा प्रत्यक्ष पडद्यावर नसतो ; तर त्याचा आवाज व मुलाखत देणाऱ्या व्यक्तीचा आवाज ठळकपणे येणे महत्त्वाचे असते. अशा प्रकारच्या मुलाखती घेताना विशेष प्रयत्न करावे लागतात.

५. **महत्त्वाच्या पत्रकार परिषदांवर आधारित मुलाखती (News Conferance):** महत्त्वाच्या पत्रकार परिषदांचे संपूर्ण चित्रीकरण करून घेऊन त्यातील काही भाग हा बातम्यांसाठी किंवा चालू घडामोडींवर आधारित कार्यक्रमांसाठी

वापरला जातो किंवा परिषद संपल्यावर त्यातील वक्त्यांची मुलाखत घेऊन परिषदेत झालेल्या महत्त्वाच्या घटनांविषयी तपशील समजून घेतला जातो.

६. दूरध्वनीवर घेतलेली मुलाखत (Telephone Interview) : चालू घडामोडींवर आधारित कार्यक्रमात ह्या प्रकारचा जास्त वापर केला जातो. या प्रकारातून दूरध्वनीवरून संपर्क साधून ताज्या बातम्या प्रेक्षकांपर्यंत पोहोचवल्या जातात.

समक्ष (लाईव्ह) थेट मुलाखती किंवा संकलित मुलाखती या दोन्हींसाठी या प्रकाराचा उपयोग होतो.

दूरदर्शनवर अनेक मुलाखती : 'सुंदर माझं घर', 'मुलखावेगळी माणसं', 'मुखवटे आणि चेहरे', 'आमची पंचविशी,', 'प्रतिभा आणि प्रतिमा', 'फूल खिले हैं गुलशन-गुलशन', 'परिक्रमा' इत्यादी लोकप्रिय आहेत/होत्या.

अशा प्रकारे आकाशवाणी व दूरदर्शन या दृक्श्राव्य माध्यमांच्या साहाय्याने एखाद्या व्यक्तीच्या आयुष्यावर मुलाखतीच्या माध्यमातून प्रकाश टाकून तिचे व्यक्तिमत्त्व समजून घेता येते. प्रेक्षकाला त्या व्यक्तीला प्रत्यक्ष भेटल्याचा आनंद मिळतो. त्यामुळे मुलाखत ही गोष्ट कुणालाही आवडणारी अशी गोष्ट आहे. म्हणूनच दृक्श्राव्य माध्यमांसाठी मुलाखत या प्रकाराचे महत्त्व टिकून आहे. आकाशवाणी आणि दूरदर्शन या प्रसार माध्यमांतील विविध उपक्रमांत विद्यार्थ्यांना मुलाखतकार म्हणून नोकरीच्या संधी उपलब्ध होतात.

संदर्भसूची

१. श्री. चंद्रकांत भोंजाळ 'आकाशवाणी स्वरूप व कौशल्य' यशवंतराव चव्हाण महाराष्ट्र मुक्त विद्यापीठ, नाशिक – १९९१

२. काणे पुष्पा – 'नभोवाणी' तंत्र आणि मंत्र, इंडिया बुक कंपनी, पुणे – ३०

३. डॉ. मनीषा दीक्षित, डॉ. माधवी वैद्य, 'दूरदर्शन : संवादाचे स्वरूप व कौशल्य' यशवंतराव चव्हाण महाराष्ट्र मुक्त विद्यापीठ, नाशिक – १९९२

डॉ. बाबासाहेब शेंडगे
मराठी विभाग प्रमुख,
रयत शिक्षण संस्थेचे
महात्मा फुले महाविद्यालय
पिंपरी, पुणे

प्रकरण १४

वृत्तपत्र बातमीलेखन : स्वरूप

श्री. संदीप खाडे

मानवाने आपल्या भाव-भावना मत, माहिती, कल्पना इत्यादींची देवाण-घेवाण करण्यासाठी विवेकशीलतेच्या आधारे अनेक माध्यमांचा विकास केलेला आहे. ज्यावेळी मानव रानटी अवस्थेत होता त्यावेळी तो आजच्या पशुप्राण्यांप्रमाणे आपले जीवन जगत होता. त्यावेळी त्या त्या संप्रेषणासाठी विविध माध्यमांची गरज भासत नव्हती. मानवी विकासाच्या बरोबर संप्रेषण माध्यमांचा विकास झाल्याचे दिसून येते. सुरुवातीला मानवाने अशाब्दिक संप्रेषण निवडले. यानंतर मानवाने शाब्दिक माध्यम निवडले.

आजचे युग हे माहितीचे युग म्हणून ओळखले जाते. या युगात प्रत्येक व्यक्ती वैयक्तिक निर्णयापासून संस्थात्मक व संघटनात्मक निर्णय माहितीच्या आधारे घेते. या निर्णयांची परिणामकारकता, सत्यता व अचूकता यावर अवलंबून असते. त्यामुळे आज प्रसारमाध्यमांना असाधारण महत्त्व प्राप्त झाले आहे. लोकशाही व्यवस्थेत तर प्रसारमाध्यमांना अनन्यसाधारण महत्त्व आहे. लोकशाहीत लोकांनी, लोकांसाठी घेतलेले निर्णय, केलेले कार्य लोकहिताचे आहे की नाही, हे लोकांपर्यंत पोहोचविण्याचे कार्य प्रसार माध्यमं करतात असे घटनाकार डॉ. बाबासाहेब आंबेडकरांनी म्हटले आहे. वृत्तपत्र ही आपली सामाजिक, सांस्कृतिक गरज आहे. भारतासारख्या विकसनशील देशातील वृत्तपत्रांची जबाबदारी फार मोठी आहे, मराठी वृत्तपत्राची निर्मितीही सामाजिक भूमिकेतून झालेली दिसते. ६ जानेवारी १८३२ साली बाळशास्त्री जांभेकरांनी 'दर्पण' वर्तमानपत्र प्रसिद्ध केले. त्यानंतर वृत्तपत्रांची उज्ज्वल कारकीर्द सुरू झाली.

वृत्तपत्र म्हणजे समाजाचा आरसा असतो. समाजातील घडणाऱ्या घडामोडी, घटनांची माहिती वृत्तपत्रातून समाजातील सर्व स्तरांतील लोकांपर्यंत पोहोचते; बातमीचा

वाचक वर्ग म्हणजे सर्व समाज. सुशिक्षित, अशिक्षित, आर्थिक प्राप्तीच्या दृष्टीने वेगवेगळ्या स्तरांतील, राजकीय धर्माविषयी जाणीव असलेले, नसलेले सगळ्या स्तरांतील लोक वृत्तपत्र वाचत असतात, म्हणून बातमी लिहिताना समाजाच्या- पर्यायाने वाचकांच्या अभिरुचीचा विचार करणे गरजेचे असते.

✳ प्रसारमाध्यमांचे वेगवेगळे प्रकार

अ) छापील माध्यमे –
    १) वर्तमानपत्रे
    २) मासिके
    ३) भितिपत्रे
    ४) माहितीपुस्तिका
    ५) हस्तपत्रे इ.

ब) प्रक्षेपण माध्यमे –
    १) आकाशवाणी
    २) दूरदर्शन
    ३) चित्रपट
    ४) ध्वनिचित्रफीत
    ५) ध्वनिवर्धक घोषणा
    ६) संगणक इ.

क) बाह्य माध्यमे –
    १) रस्त्यावरील फलक
    २) वाहनांवरील फलक
    ३) प्रदर्शने
    ४) पथनाट्य इ.

या माध्यमांतून आपल्या समाजामध्ये घडामोडींचा प्रवाह हा सतत होत असतो.

✳ बातमी म्हणजे काय?

१) एखाद्या प्रसंगाचे, घटनेचे किंवा जगावेगळ्या घडामोडींचे सर्वसामान्य वाचकाला सर्वसामान्य भाषेत केलेले विवरण म्हणजे बातमी होय.

२) मानवी समाजात बदल घडवून आणण्याची क्षमता असलेली घटना म्हणजे बातमी होय.

✳ वृत्तपत्रासाठी बातमी लिहिताना लक्षात घ्यावयाच्या महत्त्वाच्या बाबी

१) मथळा – एखाद्या घटनेमध्ये सर्वांत महत्त्वाचे किंवा लक्ष्यवेधी जे घडले असेल

त्याचा मथळा बनतो. मथळा हा संपूर्ण बातमी वाचायला वाचकाला उपयुक्त करणारा असावा. बातमीचा सारांश आणि लक्षवेधीपणा ही मथळ्याची वैशिष्ट्ये जमली गेली पाहिजेत. मथळा कमीत-कमी शब्दांत परिणामकारक असावा; त्यामधील एकही शब्द काढता येऊ नये.

उदा. १) जपानमध्ये ज्वालामुखीचा उद्रेक, शेकडो लोक ठार, हजारो जखमी

२) उपशीर्षक – उपशीर्षक हे मथळ्याचे अंशतः स्पष्टीकरण असते. उपशीर्षकातून घटना, प्रसंग याविषयीचा अतिरिक्त बोध वाचकाला झाला पाहिजे. उपशीर्षक आकर्षक नसले तरी ते व्यवहार्य आणि वस्तुस्थितीदर्शक असणे आवश्यक आहे. उपशीर्षकामधून संपूर्ण बातमीचा अंदाज आलाच पाहिजे असे नाही. उपशीर्षक प्रत्येक बातमीसाठी आवश्यक असतेच असे नाही. उदा. भारताची, जपानमधील ज्वालामुखीत मृत्यू पावलेल्या नातेवाइकांना आर्थिक मदत

३) माहितीपूर्ण चौकट – एखाद्या घटनेमध्ये बातमीचे समर्थन करणारी अथवा बातमीच्या आशयाला धक्का देणारी एखादी विपरीत गोष्ट असू शकते. अशी गोष्ट वाचकांच्या चटकन नजरेत भरावी; म्हणून ही माहिती चौकटीच्या स्वरूपात मांडण्याची पद्धत आहे. चौकटीमध्ये एक शीर्षक आणि मर्यादित स्वरूपातील मजकूर असावा. बातमीपेक्षा चौकट कधीही मोठी असता कामा नये.

४) संबंधित व्यक्तीचा उद्गार – बातमीमध्ये नमूद केलेल्या तपशिलासंदर्भात एखाद्या व्यक्तीचे, तज्ज्ञाचे काही उद्गार असतील तर ते स्वतंत्रपणे चौकट स्वरूपात संबंधित व्यक्तीच्या छायाचित्रासह घेतल्यास बातमीची वाचनीयता आणि आकर्षकता वाढते. हा उद्गार पुन्हा बातमीत असण्याची आवश्यकता नसते. उद्गारानंतर त्या व्यक्तीचे नाव आणि तिचे पद अथवा ओळख नमूद करणे गरजेचे असते. हा उद्गार कमीतकमी शब्दात असावा.

उदा. १) निवृत्त होण्याचा विचार नाही.
　　　– शरद पवार (राष्ट्रवादी काँग्रेसचे अध्यक्ष)

५) फोटो व फोटोवर्णन – बातमीचे अचूकत्व आणि संदर्भाचे स्पष्टीकरण करणारे एखादे छायाचित्र हा बातमीचा अविभाज्य भाग आहे. छायाचित्राचे संपूर्ण वर्णन करणारी ओळ आणि छायाचित्रातील व्यक्तींची नावे डावीकडून-उजवीकडे या क्रमाने घेतली जावीत. छायाचित्रात न दिसणाऱ्या गोष्टींचे वर्णन फोटोओळीत येऊ नये. छायाचित्र नेहमी बातमीच्या आशयाला साजेसे असावे. त्यामधील अनावश्यक दृश्य भाग कापून टाकण्यात यावा. छायाचित्राच्या फोटोओळीत घटना कोठे घडली, केव्हा

घडली, त्याचा तपशील असावा. छायाचित्राची ओळ नेहमी वर्तमानकाळात असावी.

६) **आलेख किंवा ग्राफिक** – अर्थविषयक, गुन्हेविषयक अथवा सर्वेक्षणाविषयी काही बातम्या असल्यास त्यामध्ये आलेखाची जरुरी असते. हे आलेख बातमीच्या आशयाशी सुसंगत आणि वाचकांना सहज समजतील असे असावेत. यासाठी विविध रंगसंगतींचा वापर करावा.

७) **अतिरिक्त माहिती** – बातमीमध्ये मूळ आशयाच्या पुष्टीकरणार्थ ताज्या घडामोडींनुसार काही तपशील आल्यास तो बातमीच्या शेवटी जोडावा आणि त्याबद्दल माहिती द्यावी.

८) **आकडेवारी** – बातमीच्या तपशिलासंदर्भात काही आकडेवारी असल्यास ती टेबलच्या साहाय्याने सर्वसामान्य वाचकाला कळेल अशा स्वरूपात द्यावी.

उदा.   १) स्पर्धेचे वेळापत्रक

२) गुणवत्ता

३) विभागवार निकाल इ.

* **वृत्तपत्राच्या वृत्तसंकलन विभागाची रचना**

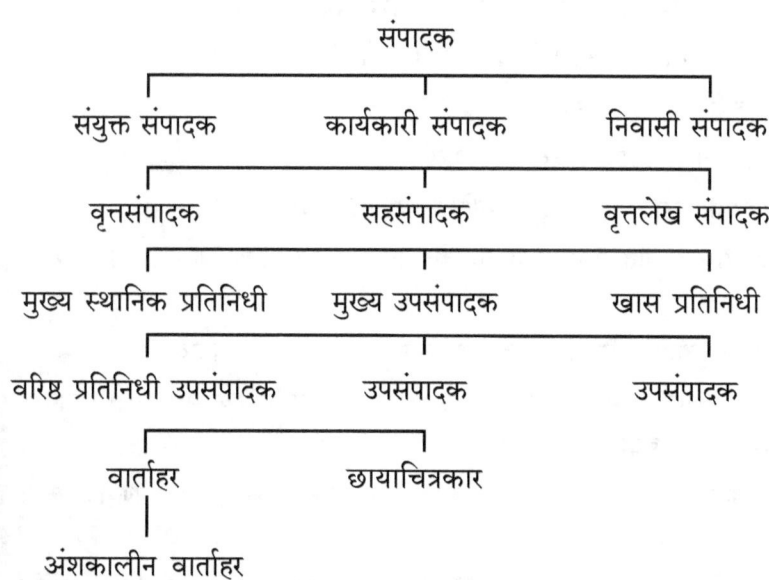

❈ वृत्तसंकलन निर्मिती प्रक्रिया

प्रसारमाध्यमातील वृत्ताचे किंवा बातमीचे महत्त्व लक्षात घेता बातमी म्हणजे काय, हे समजणे गरजेचे आहे; कारण जीवनामध्ये आपण अनेक गोष्टी पाहात असतो व त्यांचा अनुभव घेत असतो. पण त्या सर्वच बातम्या घेऊ शकत नाही. तेव्हा बातमी होण्यासाठी काय काय असावे लागते, हेही जाणून घेणे गरजेचे आहे. उदा. 'कुत्रा माणसास चावला' ही बातमी घेऊ शकत नाही, कारण ती नेहमी घडणारी व सर्वांना माहीत असणारी घटना आहे. पण 'माणूस कुत्र्यास चावला' ही मात्र न घडणारी वेगळ्या स्वरूपाची गोष्ट असल्याने ती 'बातमी' होऊ शकते.

कोणतीही माहिती घेण्यासाठी त्यात 'सहा क' कारांची उत्तरे असावी लागतात. तरच ती बातमी परिपूर्ण होते. कुठे, कोणी, केव्हा, कसे, का, कोणत्या, या सहा 'क' कारांची उत्तरे बातमीत मिळायला हवी. बातमी संकलन करताना ते व्यक्तिगत व संस्थात्मक पातळीवर केले जाते. व्यक्तिगतरीत्या वार्ताहर त्या ठिकाणी जाऊन घटना प्रत्यक्षदर्शी पाहून तिचे छायाचित्र घेऊन आपल्या वृत्तपत्राकडे ती पाठवतो. त्यामध्ये घटनेचे ठिकाण, वेळ, वार, दिनांक, घटनेचा आशय, सत्यता इ. गोष्टी आवश्यक असतात.

❈ चांगली बातमी लिहिण्यासाठी महत्त्वाचे मुद्दे

१) एखाद्या घटनेची काळजीपूर्वक माहिती घेणे

२) बातमी संदर्भ तपासणे

३) वेळ, वार, प्रसंग अचूक नोंद करणे

४) बातमी अचूक व परिपूर्ण आणि साधार असावी.

५) बातमीत सर्वांत अगोदर महत्त्वाची गोष्ट असावी आणि नंतर तिचा तपशील द्यावा.

६) सोप्या आणि थोड्या शब्दांत मथळा परिणामकारक लिहावा.

७) कुठे, कोणी, केव्हा, कसे, का, कोणत्या या सहा 'क' कारांची उत्तरे बातमीत मिळायला हवीत.

८) बातमी वस्तुनिष्ठपणे लिहावी. बातमीने केवळ माहिती मिळविण्याचे काम करावे.

९) बातमी क्लिष्ट व दुर्बोध असू नये. ती सोप्या भाषेत व लहान लहान वाक्यांची सर्वसामान्यांना समजेल अशा शब्दांत असावी.

१०) बातमीत कोणाची बदनामी, निंदा करण्याचा हेतू असू नये.

११) बातमीत अश्लीलता, ओंगळपणा असू नये.

१२) जगावेगळी बातमी असेल तर ती चौकटीत द्यावी.

*** बातमीचे घटक**

१) दिनांक – घटना कोठे घडली त्या गावाचे नाव, दिनांक आणि बातमी ज्याने लिहिली त्या व्यक्तिचे नाव अथवा पद

२) बातमीचा पहिला परिच्छेद – बातमीचा पहिला परिच्छेद हा मथळ्याचे संपूर्ण स्पष्टीकरण आणि संपूर्ण बातमीचा आशय व्यक्त करणारा असावा. परिच्छेदामध्ये अचूक तपशील आणि बातमीचा परतावा आणि पुरावा नमूद केलेला असावा.

३) परिच्छेदातील सहा 'क' कारांची उत्तरे

कुठे → घटना कुठे घडली?
कोणी → घटना कोणी घडवून आणली?
केव्हा → घटना केव्हा घडली?
कसे → घटना कशी घडली याचे वर्णन?
का → घटना का घडली?
कोणाला → घटनेत कोणाला जबाबदार धरले?

बातमीच्या गाभ्यामध्ये संपूर्ण तपशील, काळानुक्रमे वर्णन आणि आशयाशी सुसंगत माहिती असावी. शेवटच्या परिच्छेदात आवाहन, विनंती, निष्कर्ष अथवा पुढे घडणाऱ्या घटनेचा तपशील असावा.

या सर्व गोष्टींनी परिपूर्ण असलेल्या घटकास 'बातमी' असे म्हणतात. बातमीत केव्हाही अनधिकृत, अशास्त्रीय आणि वास्तवाशी विसंगत अशा माहितीला स्थान नसते.

*** वृत्तपत्राची रचना**

१) मुख्य पान – वृत्तपत्राचे नाव, नोंदणीक्रमाक (RNI), दिनांक, अंक कितवा याचे स्पष्टीकरण असते; याला Master Head असे संबोधले जाते. पहिल्या पानावर येणाऱ्या बातम्या आंतरराष्ट्रीय अथवा राष्ट्रीय पातळीवर येणाऱ्या सर्वांत महत्त्वाच्या घटना असतात. स्थानिक पातळीवरील महत्त्वाच्या घटनाही या पानावर असतात. जगावेगळी अथवा लक्षवेधी बातमी पान क्र. १ ला नांगर (अँकर) म्हणून वापरली जाते. अन्य

कोणत्याही वृत्तपत्राकडे नसलेली बातमी ठळकपणे प्रसिद्ध करायची असेल तर ती पान एकला सर्वांत वरती छापली जाते. या बातमीस 'फ्लायर' असे म्हणतात.

उदा. १) यूपीएससी मध्ये पुण्याची मुलगी प्रथम

पहिल्या पानावर अन्य बातम्याही पुढीलप्रमाणे असतात.

a) पॉकेट कार्टून b) हवामानविषयक तक्ता c) अन्य आतील पानांच्या नोंदीही पहिल्या पानावर असतात. 'कोणत्याही वृत्तपत्राचे पहिले आणि अखेरचे पान हे वृत्तपत्राची ओळख म्हणून पाहिले जाते.' (Face of the news paper)

२) संपादकीय पान – संपादकाचा ताज्या घडामोडींवरील लेख, अग्रलेख, वाचकांची पत्रे, प्रासंगिक सदर, धार्मिक लेख, सांस्कृतिक लेख आणि आठवड्यातील घडामोडी करणारा एक विस्तृत लेख इत्यादी संपादकीय पानावर असते.

३) अर्थपान – अर्थविषयक पानावर : रुपयाची घसरण, सोने-चांदी यांचे दैनंदिन शेअरबाजारातील चढ-उतार, शेअर बाजाराचा निर्देशांक व अर्थतज्ज्ञाची त्यावरील मतमतांतरे, अर्थविषयक घडामोडी आणि त्यांचा सामान्य माणसावर होणारा परिणाम या व इतर अर्थविषयक बातम्या असतात. त्या संदर्भात आवश्यक चौकटी किंवा ग्राफिक देणे आवश्यक आहे. अर्थविषयक स्थानिक बातम्याही या पानावर घेणे सुसंगत ठरते.

४) क्रीडा पान – क्रिकेटसह अन्य खेळांमधील होत असलेल्या स्पर्धा, सामन्यांचे विवरण आणि अन्य घडामोडी या पानावर असतात. अत्यंत आकर्षकपणे पान सजवण्याची संधी यावर असते. वाचकप्रियतेनुसार बातम्यांची निवड महत्त्वाची ठरते. आकर्षक चौकटीत ग्राफिक आणि फोटोचे कटआऊट वापरून बातमीची मांडणी चित्ताकर्षक करता येते.

५) सदर लेखनाची पाने – महिलाविषयक, पर्यटनाविषयक, खाद्यसंस्कृतीविषयक अशी वेगवेगळी पाने त्या त्या विभागाकडून मुख्य अंकाला जोडली जातात. यामध्ये बातमीविषयक निकषांचे पालन असतेच, असे नाही; मुक्त लेखन, लेखकाचे नाव, छायाचित्र, आकर्षक मथळा या घटकांनी हे पान सजवलेले असते.

*) बातमीचे स्रोत

१) शोधपत्रकारिता

२) विकासपत्रकारिता

३) ग्रामीण पत्रकारिता

४) छायाचित्र पत्रकारिता

५) प्रबोधन पत्रकारिता

१) शोधपत्रकारिता – सामाजिक आरोग्य चांगले ठेवण्यासाठी, विविध क्षेत्रांत चाललेले काम उत्तम चालावे यासाठी नीती-अनीतीचे दर्शन घडविण्यासाठी, भ्रष्टाचाराच्या समूळ उच्चाटनासाठी शोध पत्रकारिता अतिशय महत्त्वाची असते. एखाद्या संस्थेच्या माध्यमातून आलेल्या बातम्या देणे हा एक भाग झाला. त्यापेक्षा वेगळे जे शोधून द्यायचे असते ते शोधातून वाचकांसमोर येत असते. शोध घेताना वृत्ती ही गुप्तहेराचीच असली पाहिजे. इथे आपली ओळख गडद-काळोखात बुडवायची असते. 'सुतावरून स्वर्ग' गाठण्याची भूमिका इथे शोधपत्रकारांना पार पाडावी लागते; म्हणून शोधपत्रकारिता ही सत्यावरच आधारित असते. असत्यावर आधारलेल्या वृत्तांना शोधक वृत्तीत स्थान असता कामा नये. गुन्हेगार जसा एखादा धागा मागे ठेवून जातो, असे पोलीस यंत्रणा सांगत असते तेच सूत्र शोधपत्रकारिता करणाऱ्यांना अंगात मुरवावे लागेल. शोधपत्रकारिता हे एका व्यक्तीचे काम नव्हे त्यासाठी जागरूक मनुष्यबळाची गरज असते. ढाबे, पानपट्ट्या, मंदिरांच्या पायऱ्या, महिला मंडळातील बायकांचे कुजबुजणे, बियरबार, भोजनालये, पोलीसखात्यातील एखादा मित्र, महसूल खात्यातील एखादा मित्र ह्यात वावरणारी माणसं, गर्दी यातून वेगवेगळ्या बातम्यांचा शोध घेता येतो. किमान एखादा तरी धागा मिळतो.

२) विकासपत्रकारिता – शोधपत्रिकेबरोबरच विकास पत्रकारितेलाही महत्त्व असते. विकास पत्रकारिता करीत असताना केवळ शासकीय आकडेवारीतून, शासकीय कामाच्या प्रसिद्धीतून ती करता येत नाही. विकास करणाऱ्यांचे ढोल-ताशे वाजविण्यासाठी आपण नसतो. आपण असतो चांगले काम जनतेपर्यंत घेऊन जाणारे अक्षरदूत, समाजकार्यकर्त्यांच्या माध्यमातून, शिक्षणसंस्थांच्या माध्यमातून कर्त्या पुरुषांच्या हातून विविध योजनांच्या साहाय्याने होणारी कामेही विकास पत्रकारितेत मोडतात. जनतेच्या सहभागातून, कृषी तज्ज्ञांच्या मदतीने शेतीत यशस्वी झालेले प्रयोग. माणसाच्या सर्वांगीण विकासासाठी आरोग्यापासून चांगल्या शिक्षणापर्यंत, विज्ञानापासून तंत्रज्ञानाच्या परिवर्तनासाठी राबविण्यात येणारी नीती म्हणजे विकास पत्रकारिता. वाइटातून चांगले, टाकाऊतून टिकाऊ, अशक्यातून शक्य, जे माणूस उभारण्यासाठी उपयोगी पडते, ते सगळे विकासात मोडते. इथे आपल्या नकारात्मक वृत्तीपेक्षा सकारात्मक वृत्तीच्या दर्शनाची गरज असते. श्रममूल्यांची प्रतिष्ठा वाढत आहे. हेच विकास पत्रकारितेचे फलित आहे.

३) ग्रामीण पत्रकारिता – 'शहरी आणि ग्रामीण पत्रकारिता असं कुठं असतं का?' असा प्रश्न विचारला जाऊ शकतो. साहित्यात दलित, ग्रामीण असे भाग होऊ शकतात तर पत्रकारितेतही ते पडू शकतात. अखंड प्रदेशाचा विचार केला तर त्याची आवश्यकता आपल्या लक्षात येईल. सध्या मराठीत जेवढी वृत्तपत्रे आहेत त्या सर्व वृत्तपत्रांमध्ये ग्रामीण माणसांना, त्यांच्या प्रश्नांना, त्यांच्या जगण्यातील उणेपणाला, भास–आभासाला, शिक्षण, आरोग्यातील कमतरतेला, त्यांनी शेतात केलेल्या प्रयोगांना, सिंचन प्रकल्पासाठी, रस्त्यासाठी दिलेल्या जागेला, त्यांच्या सहिष्णुतेला मिळून मिसळून वागण्याला फारशी प्रसिद्धी मिळत नाही. त्याची चर्चा कुठल्याही पातळीवर होत नाही. या सर्व घटकांना त्यांचे प्रश्न समाजापुढे आणण्यासाठी ग्रामीण पत्रकारिता ही आज प्रभावी ठरत आहे.

४) छायाचित्र पत्रकारिता – जे अग्रलेख लिहून साध्य होत नाही, ते छायाचित्रांच्या मार्फत साध्य होऊ शकते. साधन काय यापेक्षा ते साध्य होण्याला महत्त्व आहे. एखादे उदाहरण सांगायचे झाले तर निवडणुकीतील देता येईल. लोकप्रतिनिधी असलेला उमेदवार मतदानासाठी उंबरठा ओलांडून आत जात आहे आणि आतील मतदार बाहेर पडतो आहे. आत जाणाऱ्या..... आणि बाहेर पडणाऱ्यांचे छायाचित्र उत्तम प्रकारे घेऊन या छायाचित्रात बाजी मारता येते. छायाचित्र पत्रकारिता हा विषय अभ्यासासाठी आवश्यक आहे.

५) प्रबोधन पत्रकारिता – अंधश्रद्धा, आरोग्य, राजकीय व शैक्षणिक कुपोषण, भ्रष्टाचार, पर्यावरण विज्ञाननिष्ठ समाज, विवेकनिष्ठ माणसांची उभारणी, शेती, खत व पाणी या बाबतचे प्रबोधन पत्रकार करू शकतात. म्हणजेच प्रबोधन पत्रकारितेचा उपयोग केला जातो. घटनेने दिलेल्या माहितीच्या अधिकाराची ओळख अजून झाली नाही. ग्राहक हितासाठी अस्तित्वात आलेल्या न्यायालयाविषयी जनतेने जागरूक व्हायला हवे. सध्या ग्रामीण आणि शहरी भागात विजेचा आणि पाण्याचा प्रश्न मोठ्या प्रमाणात भेडसावत आहे. थेंबथेंब पाण्यासाठी लोक सोन्याची किंमत मोजतात. पाणी वापरण्याचे नियोजन, काटकसर किती महत्त्वाची आहे, हे आपण मनावर बिंबवू शकतो. लोकशिक्षणातून माणूस घडविणे म्हणजे प्रबोधनकारिता होय.

✳ बातमीची कार्यक्षेत्रे व परिणामकारकता

१) महानगर पालिका – महानगर पालिकेमधील घडणाऱ्या घटना आणि भ्रष्टाचार कारकुनापासून ते वरिष्ठ अधिकाऱ्यांपर्यंत यावर प्रकाश टाकण्याचे काम बातमीदार करत असतो.

२) जिल्हापरिषद – जिल्हापरिषदेमधील नियुक्ती ते अध्यक्षांपर्यंतच्या निवडणुका, विकासकामे, जिल्हापातळीवर, तालुका पातळीवर आणि गावपातळीवरील सर्व घटनांचे विवरण हे बातमीदार करत असतो. या सर्व योजना सामान्य माणसापर्यंत पोहोचत असतात.

३) शैक्षणिक – प्राथमिक शाळेपासून ते कॉलेजपर्यंत यामधील घडामोडी, कॉलेजचे सांस्कृतिक उपक्रम, व्याख्याने या घडामोडी 'शैक्षणिक' या मथळ्याखाली बातमीदार करत असतो.

४) सांस्कृतिक घडामोडी – समाजामधील लोकगीते, लोककला, आख्यायिका, तमाशे, सांस्कृतिक छोटे-मोठे कार्यक्रम या कार्यक्रमांचे विवरण व समाजापर्यंत पोहोचविण्याचे काम हे वृत्तपत्र करत असते.

५) पोलीस व गुन्हेगारी क्षेत्रातील बातम्या – खून, दरोडे, बलात्कार, लैंगिक छळ, फसवणूक, लुबाडणूक, या सर्व घटना समाजासमोर आणून त्यातून समाज धडा घेत असतो. याचाच परिणाम म्हणून सर्वसामान्य लोक गुन्हेगारी प्रवृत्तीकडे न वळता चांगल्या मार्गी लागतात.

६) कृषिविषय – कृषि विषय बाजार-भाव, सर्व मालाचे भाव, नवनवीन तंत्रज्ञानाचा वापर कशा प्रकारे करायचा हे ही कृषीविषयक 'ॲग्रोवन' अशा अनेक साप्ताहिकांतून शेतकऱ्यांसमोर येत असते. याचाच परिणाम शेतकरी नवनवीन तंत्रज्ञान बी-बियाणे वापरून आपले उत्पादन वाढवत असतो.

७) हवामानविषयक – शेतकऱ्यांच्या पेरण्या व मालावर होणारा पावसाचा परिणाम, हवामानविषयक बातम्यांमुळे त्यामध्ये नुकसानीचे प्रमाण बरेच कमी झाले आहे. पाऊस येण्याअगोदरील किंवा वादळ वारा येण्याअगोदरील सूचना या हवामान खात्यामार्फत सर्वसामान्यांना वृत्तपत्रामार्फत कळत असतात.

* बातमीचे महत्त्व –

सर्वसामान्य वाचकाच्या माहितीमध्ये भर घालणे व त्याचे मनोरंजन करणे. शासनाच्या नवनवीन योजनांविषयी समाजाला माहिती देणे. ताज्या घडामोडींविषयी सर्वांना माहिती पुरविणे. नवनवीन तंत्रज्ञानाची माहिती समाजापुढे आणणे. सर्वसामान्य वाचकाला समजेल अशा भाषेत बातमीची मांडणी करणे. वाचकांची ज्ञानवृद्धी, चोखंदळपणा आणि मनोरंजन यामध्ये नवनवीन बातम्यांमधून भर पडत असते. एखाद्या घटनेवर सांगोपांग अभ्यास करून त्या घटनेचे दूरगामी परिणाम आणि

समाजासाठी उपयुक्तता विशद करणे. अंधश्रद्धा, अनिष्ट रूढी, परंपरा यावर प्रहार करणे. समाजविघातक गोष्टी आणि संस्कृतीला मारक अशा विषयांवर वाचकांमध्ये जागृती घडवून आणणे. सकारात्मक घटना, समाजाला दिशा देणारे नववनीन उपक्रम आणि अन्य महत्त्वाच्या सकारात्मक गोष्टी समाजापुढे आणणे. 'एक चित्र एक हजार शब्दांपेक्षा अधिक मोलाचे बरेच काही सांगून जाते.' या तत्त्वानुसार चित्रात्मक बातमीचे महत्त्व सर्वसामान्य वाचकांना पटवून देणे. मनोरंजन विषयक बातम्यांमधून वाचकाला दैनंदिन ताणतणावापासून दूर नेता येते. विज्ञानविषयक बातम्यांमध्ये वाचकांचे कुतूहल क्षमविणे इ. अनेक प्रकारचे राजकीय, आर्थिक, सांस्कृतिक, शैक्षणिक, कृषीविषयक, बाजारभावविषयक आणि व्यापारविषयक बातम्यांमधून वाचकाच्या ज्ञानवृद्धीत भर घालणे

✳ समारोप

माणसाच्या भावविश्वात प्रसार माध्यमांना मोलाचे स्थान आहे. त्यातल्या त्यात वृत्तपत्र या माध्यमाला महत्त्व आहे. ताज्या घटना, घडामोडींना बातमीचे स्वरूप प्राप्त होते. घटनेचे महत्त्व, परिणाम, तिचा ताजेपणा, गुंतागुंत तिच्याशी संबंधित घटक आदी निकषांवर ती घासून पुसून घेतली जाते व वृत्तपत्रात तिचे स्थान निश्चित होत असते. जगाच्या कानाकोपऱ्यात घडलेली घटना संपूर्ण जगभर काही क्षणांत पोहोचते. ही गतिमानता येण्यासाठी अनेक प्रक्रियांतून तिला जावे लागते. अचूकता, वस्तुनिष्ठता, सत्यता, वैविध्य, माहितीपूर्णता अशी अनेक गुणवैशिष्ट्ये जपून ती वार्ताहर, उपसंपादक यांच्यामार्फत वृत्तपत्रात येते.

इथे साध्य आणि साधना महत्त्वाची आहे. आपल्या व सर्वसामान्यांच्या माहितीत भर घालण्यासाठी अशा स्वभावाची गरज असते. ध्येयपूर्ती करण्याच्या ध्यासातून निर्माण झालेली पत्रकारिता याच मार्गाने जात असते. निष्क्रियता आणि आळस या दोन्ही गोष्टी ज्यांना कायम दूर सारता येतात त्यांना व त्यांच्यासाठी हे क्षेत्र उत्तम ठरते, अन्यथा नाही.

संदर्भसूची

१) व्यावहारिक उपयोजित मराठी आणि प्रसारमाध्यमे, संपादक-डॉ. संदीप सांगळे, डायमंड पब्लिकेशन्स, पुणे-३०, प्रथम आवृत्ती ३ फेब्रुवारी २००९

२) पत्रकारिता : चिकित्सा व स्वरूप-महावीर जोंधळे, सुविद्या प्रकाशन, पुणे-३०, प्रथमावृत्ती - १५ ऑक्टोबर २००५

३) उपयोजित मराठी – प्रा. डॉ. संजय लांडगे
दिलीपराज प्रकाशन प्रा. लि., पुणे–३०, प्रथमावृत्ती – १५ ऑगस्ट २०११

४) व्यावहारिक मराठी – ल. रा. नसिराबादकर, फडके प्रकाशन, पुणे, आठवी परिष्कृत व विस्तारित आवृत्ती – ऑगस्ट २००८

५) उपयोजित मराठी – डॉ. गं. ना. जोगळेकर, कृतज्ञता ग्रंथ, संपादक – डॉ. केतकी मोडक, संतोष शेणई, सुजाता शेणई, पद्मगंधा प्रकाशन, पुणे, प्रथमावृत्ती – १४ ऑगस्ट २०१२

६) मुलाखत – दै. प्रभातचे संपादक – श्रीनिवास वारुंजीकर, पुणे

श्री. संदीप महादू खाडे
मु. पो. निमगाव सावा
ता. जुन्नर, जि. पुणे
email :- sandipkhade2@gmail.com